தேசத் தந்தைகள்

விமரிசனங்கள் விவாதங்கள் விளக்கங்கள்

ராஜ்மோகன் காந்தி

வரலாறு, வாழ்க்கை வரலாறு, சமூகம் உள்ளிட்ட துறைகளில் பத்துக்கும் மேற்பட்ட புத்தகங்கள் எழுதியிருக்கிறார். இவர் எழுதிய காந்தி, ராஜாஜி படேல் ஆகியோரின் வாழ்க்கை வரலாறுகள் புகழ் பெற்றவை. சமீபத்திய நூல், *Modern South India*. கடந்த 60 ஆண்டுகளாக ஜனநாயக உரிமைகளை வலியுறுத்தி பல்வேறு தளங்களில் இயங்கி வருகிறார்.

அமெரிக்கப் பல்கலைக்கழகத்தில் அரசியல் மற்றும் வரலாற்றுத் துறை பேராசிரியராக இருந்தவர். மாநிலங்களவை உறுப்பினராக இருந்திருக்கிறார். பத்திரிகைத் துறையிலும் தடம் பதித்தவர். சாகித்ய அகாதெமி உள்ளிட்ட பல விருதுகளையும் அங்கீகாரங் களையும் பெற்றிருப்பவர். காந்தியின் மகன் வழிப் பெயரன் ஆவார்.

தேசத் தந்தைகள்

விமரிசனங்கள் விவாதங்கள் விளக்கங்கள்

ராஜ்மோகன் காந்தி

தமிழில்: ஜனனி ரமேஷ்

கிழக்கு

தேசத் தந்தைகள் : விமரிசனங்கள் விவாதங்கள் விளக்கங்கள்
Desa Thanthaigal : *Vimarsanangal Vivathangal Vilakkangal*

Rajmohan Gandhi ©

First Edition: September 2019
168 Pages

ISBN: 978-93-5135-016-3
Kizhakku 1154

Kizhakku Pathippagam
177/103, First Floor, Ambal's Building, Lloyds Road,
Royapettah, Chennai - 600 014. Ph: +91-44-4200-9603
Email : support@nhm.in Website : www.nhm.in

kizhakkupathippagam kizhakku_nhm

Kizhakku Pathippagam is an imprint of New Horizon Media Private Limited

இன்றைய இந்தியாவின்
பாதிக்கப்பட்ட அப்பாவிகளுக்கும்,
அவர்களின் நெஞ்சுரம் மிக்க
துணிச்சலான பாதுகாவலர்களுக்கும்...

பொருளடக்கம்

முன்னுரை

இதனைத் தொடர்ந்து வரும் அறிமுகம் இச்சிறு நூலை எழுத எதேச்சியாக ஒரு நண்பருடனான அறிமுகமும், ஆலோசனையும் எவ்வாறு உதவின என்பதை விளக்கும்.

இதன் காரணமாக அசாதாரணத் தலைவர்களாக (எம் கே காந்தி, சர்தார் வல்லபாய் பட்டேல், சக்ரவர்த்தி இராஜகோபாலாச்சாரியார் மற்றும் கான் அப்துல் கஃபார் கான்), திகழும் சிலரின் வாழ்க்கை வரலாறுகளை ஆய்வு செய்தேன். 1980களில் நூறு பக்க அளவில் முகம்மது அலி ஜின்னா குறித்து *Understanding the Muslim Mind* என்ற தலைப்பில் எழுதிய நூல் இன்றளவும் வாசகர்களின் பாராட்டைப் பெற்று வருகிறது.

இருப்பினும் ஜவஹர்லால் நேரு, பி.ஆர். அம்பேத்கர், சுபாஷ் சந்திர போஸ் (மூப்பு அடிப்படையிலான வரிசை) ஆகியோரின் வாழ்க்கை வரலாறுகளைப் பதிவு செய்ய இயலவில்லை. இதிலுள்ள குறிப்புகள் கூட அவர்களது மகத்தான வாழ்க்கையை விளக்கவில்லை. ஆனால் அவர்கள் வாழ்ந்த காலத்தில் நானும் இருந்தது ஓரளவு எனது எழுத்துக்கு வலு சேர்த்துள்ளது.

இங்கே பதிவு செய்யப்பட்டுள்ள ஆளுமைகள், காலங்கள், சமஸ்தானங்கள், மாகாணங்கள், பிரிக்கப்படாத இந்தியா, வங்காளம், பஞ்சாப் பற்றிய தெளிவான நினைவுகளுடன் வாழும் குறைந்து கொண்டே வரும் கடைசித் தலைமுறையைச் சேர்ந்தவன் நான்.

கொல்லத்தா, டாக்கா, சிட்டாகாங்க், லாகூர், ராவல்பிண்டி, அமிர்தசரஸ், ஜலந்தர் ஆகிய நகரங்கள் ஒரே குடையின் கீழ் அவர்களுடைய

தாத்தா/பாட்டி காலத்தில் இருந்தன என்பது இன்றைய தலை முறையினரின் பெரும்பான்மைக்குத் தெரியாத செய்தி.

இன்னும் சொல்லப் போனால் ஒரு நாடு விடுதலை பெற வேண்டிய அவசியம் குறித்த விழிப்புணர்வு கூட அவர்களுக்கு இல்லை.

உலகம் மாறிக் கொண்டே இருக்கிறது. முன்பை விடவும் இன்னும் வேகமாகத் தொடர்ந்து மாறும். இன்றைய இளைஞர்களின் பேரக் குழந்தைகள், இருபத்தியோராம் நூற்றாண்டின் இரண்டாம் பத்தாண்டில் இந்தியா, பாகிஸ்தான், பங்களாதேஷ் எவ்வாறு இருந்தன என்பதை நாம் சொல்லிக் கேட்கும் போது ஆச்சரியப்படுவார்கள், அதிசயப் படுவார்கள்.

இருபத்தியோராம் நூற்றாண்டில் இந்தியா தனக்கும் இந்த உலகுக்கும் செய்வதை இன்றைய இளைஞர்களும், குழந்தைகளும் அறிந்து கொள்வார்கள். ஆனால் என்னைப் போன்றவர்களுக்குக் கற்பனை, நம்பிக்கை மற்றும் பிரார்த்தனை மட்டுமே மிஞ்சும்.

சற்றேறக் குறைய அறுபது ஆண்டுகள் (அல்லது இரு தலை முறைகளுக்கு) முன்பு சில மாண்புமிகு மனிதர்களின் வாழ்க்கையில் நடந்தவற்றைப் பதிவு செய்ததில் மகிழ்ச்சி அடைகிறேன். அவர்கள் சரியாகச் செயல்படவில்லை; பிரிவினை தொடர்பாக ஏற்பட்ட மிகப் பெரிய சோகங்களை அவர்களால் தடுக்க இயலவில்லை; இருப்பினும் இந்த உலகின் மீது தங்கள் முத்திரையைப் பதித்துச் சென்றுள்ளனர்; நீதி, சுதந்திரத்துடன் நாம் வளர்வதற்கும், பெருமைப்படத்தக்க வீட்டை விட்டுச் சென்றுள்ளனர்.

தவறுதலான குற்றச்சாட்டுகளுக்கான அவசிய பதில்கள் என்று நான் எண்ணிய அலெஃப் தலைவரான டேவிட் தேவிதரின் ஆர்வத்துக்கும், இந்நூலை அழகாகத் தொகுத்த புஜிதா கிருஷ்ணனுக்கும் என் மனமார்ந்த நன்றிகள்.

அக்டோபர் 2015

ராஜ்மோகன் காந்தி
அர்பானா, இல்லினாயிஸ்

அறிமுகம்

இந்தியாவில் அரங்கேறும் நிகழ்வுகள் ஏமாற்றமளிக்கும் சூழலில் 'இப்படி இருந்திருந்தால்?' என்ற கேள்விகள் நமது மனதில் தோன்றுவது இயல்பே. இது நடந்து முடிந்த சரித்திர நிகழ்வுகளுக்கும் பொருந்தும். உதாரணமாக. எழுபது ஆண்டுகளுக்கு முன்பு இந்தியாவின் முதல் பிரதமராக நேருவுக்குப் பதிலாக பட்டேல் இருந்திருந்தால்? இரண்டாம் உலகப் போரின் போது சுபாஷ் சந்திர போஸ் இந்தியாவில் இருந்திருந்தால்? சுதந்திரத்துக்குப் பிறகு நேரு அல்லது பட்டேலுக்குப் பதிலாக சுபாஷ் சந்திர போஸ் தலைமைப் பொறுப்பில் இருந்திருந்தால்? நேரு - அம்பேத்கரிடையேயான புரிதல் சரியாக இருந்து 1951-ல் மத்திய அமைச்சர் பதவியிலிருந்து அம்பேத்கர் விலகாமல் இருந்திருந்தால்? ஒன்றுபட்ட இந்தியா உருவாகி 1947-ல் ஜின்னாவுக்கு பிரதமர் பதவி வழங்கப்பட்டிருந்தால்?

யூக அடிப்படையிலான கேள்விகள் என எளிதில் புறந்தள்ளினாலும், இது தொடர்பான ஏதேனும் ஒரு கேள்வி சிந்திக்க வைக்கும். தற்போதைய பிரச்னைகள் சமீப நிகழ்வுகளா இந்தியா குடியரசு நாடானது தொடங்கித் தொடர்புள்ளவையா? முக்கியத் தவறுகள் 1947-50 காலகட்டத்தில் நிகழ்ந்தவையா?

1947ஆம் ஆண்டுக்குத் திரும்பிச் சென்று புதிய சுதந்தர இந்தியாவாக மீண்டும் தொடங்க முடியாது. ஒரு வேளை ஆரம்பத்தில் தவறுகள் நிகழ்ந்திருந்தால், அவற்றைப் புரிந்து கொண்டு மீண்டும் அவை நிகழாமல் தடுக்க முடியும். கடந்த காலம் பற்றிய சரியான புரிதல் மகிழ்ச்சிகரமான எதிர்காலத்தை உருவாக்க உதவலாம்.

நமது குடியரசின் தொடக்க நிலையில் நடந்தவைபற்றி இந்தப் புத்தகம் பேசுகிறது. ஆனால், அதன் நோக்கம் முதலில் வரையறைக்கு

உட்பட்டிருந்தது. குஜராத் ஸ்வாமி, அமெரிக்கப் பேராசிரியர் ஆகிய இருவர் நம் தேசத்தின் இரு சுவாரஸ்யமான மனிதர்களான காந்தி மற்றும் நேரு மீது கடுமையான குற்றச்சாட்டுகள் வைத்திருந்தனர். அவற்றுக்கு பதிலளிக்க வேண்டும் என்றுதான் முதலில் விரும்பினேன். அப்படித் தொடங்கிய இந்தப் புத்தகம் இறுதியில் இந்தியக் குடியரசின் தொடக்க கால நிகழ்வுகளின் விரிவான ஆய்வாக மாறிவிட்டிருக்கிறது.

மனத்தில் ஆடையை வடிவமைப்பதற்கு முன்பும், பானையை உருவாக்குவதற்கு முன்பும், நெசவாளர் தறியையும், குயவர் சக்கரத்தையும் ஓடவிடுவார். ஓர் எழுத்தாளர் விசைப் பலகையைத் தட்டும் போதும் இதுபோன்று நிகழலாம்.

ஆங்கிலத்தில் பலவாறு எழுதப்படும் பெயரைக்கொண்ட ஸ்வாமி சச்சிதானந்த்[1] நீண்ட காலமாக இந்தியாவின் பிரபலமான பிரமுகர்களுள், ஸ்வா மிஜிகளுள் ஒருவராக விளங்கியவர். குஜராத்தின் பட்டிதார் அல்லது பட்டேல் உள்ளிட்ட ஏனைய சமூகங்களின் ஆதரவைப் பெற்ற ஸ்வாமி சச்சிதானந்தை 2013 டிசம்பரில் மத்திய குஜராத், ஆனந்த் அருகேயுள்ள தந்தாலி ஆஸ்ரமத்தில் சந்தித்தேன்.

பட்டிதார் சமூகத்தின் மிகச் சிறந்த, ஆனால் மறக்கப்பட்ட மனிதரான தர்பார் கோபால்தாஸ் தேசாய் (1887-1951) குறித்த ஆய்வை மேற்கொள்ளும் போது,[2] மத்திய குஜராத்தின் பட்டிதார்[3] சமூகம் பற்றிய சிறு நூல் ஒன்றைப் படித்தேன். கோபால்தாஸ் தேசாய் பற்றிக் கூடுதலாகத் தெரிந்து கொள்ள உதவிய அந்த நூலில் தந்தாலி சச்சிதானந்த் பற்றி வித்தியாசமாக எழுதப்பட்டிருந்தது.

குருட்டு நம்பிக்கை, அமானுஷ்யமான விஷயங்கள் ஆகியவற்றி லிருந்து விடுபட, ஸ்வாமி மக்களைப் பகுத்தறிவுடன் சிந்திக்கச் சொல்லியிருந்தார். அவரைச் சந்திப்பதில் ஆர்வமாக இருந்தேன். வருடத்தில் பெரும்பாலும் லண்டனில் தங்கும், ஆனால் தற்போது குஜராத்தில் வசிக்கும், எனது பட்டிதார் நண்பரும், சமூக ஆர்வலருமான சுரேந்திரா பட்டேல் என்னை ஸ்வாமி சச்சிதானந்திடம் அழைத்துச் சென்றார்.

ஸ்வாமியுடனான எனது கலந்துரையாடலை விவரிக்கும் முன்பாக அவரும் முரண்களுக்கு அப்பாற்பட்ட மனிதரில்லை என்பதைத் தெளிவு படுத்த விரும்புகிறேன். திரளான ஆதரவாளர்களும், பக்தர்களும் இருப்பதுபோல், வலுவான எதிர்ப்பாளர்களும் அவருக்கு உண்டு. பொய்யாகப் புனையப்பட்ட ஒரு பழைய கிரிமினல் வழக்கு அவர் மீது இன்னும் நிலுவையில் உள்ளது.

1932-ல் வடக்கு குஜராத், பதான் மாவட்டத்தில் பிறந்த ஸ்வாமியின் இயற்பெயர் நாநாலால் திரிவேதி. இவர் பிராமண சமூகத்தைச் சேர்ந்தவர். பட்டேல் இல்லை. இருபத்தியோரு வயதில் ஆன்மிகத் தேடலுடன் வீட்டை விட்டு வெளியேறி இந்தியா முழுவதும் சுற்றித் திரிந்தார். இருபத்திநாலு வயதில் பஞ்சாப் மாநிலம், பாகிஸ்தான் எல்லைக்கு அருகே உள்ள ஃபெரோஸ்பூரில் இருந்த ஸ்வாமி ஒருவரிடம் தீட்சை பெற்றார்.

இவரது அறிவு, ஞானம் காரணமாக முப்பத்திநாலு வயதில் வாராணசியிலுள்ள பண்டிதர்களும் வேத சாஸ்திரம் கற்றவர்களும் பட்டம் சூட்டிப் பாராட்டினர். அன்று தொடங்கி இந்தியா முழுவதும் மட்டுமின்றி சீனா, ஆப்பிரிக்கா, லத்தீன் அமெரிக்கா, ரஷ்யா, ஐரோப்பா, அமெரிக்கா, ஆஸ்திரேலியா எனப் பல்வேறு நாடுகளுக்கும் சென்று உரையாற்றினார். பஞ்சம், வறட்சி காலங்களிலும், 2001 பூகம்பத்தின் போதும் ஸ்வாமி சச்சிதானந்த் நிவாரணப் பணிகளில் ஈடுபட்டார். குஜராத்தியில் ஏராளமாக எழுதிய இவரது கட்டுரைகள் இந்தியிலும், ஆங்கிலத்திலும் மொழிபெயர்க்கப்பட்டுள்ளன.

அவரைவிட மூன்று ஆண்டுகள் குறைந்த வயதுடைய என்னை அவரது தந்தாலி ஆஸ்ரமத்தில் அன்புடன் வரவேற்றார். ஸ்வாமி, சுரேந்திர பாய் மற்றும் நான் ஆகிய மூவரும் நாற்காலிகளில் அமர அவரைச் சுற்றிப் பக்தர்கள் தரையில் அமர்ந்து கொண்டனர். ஒரு சில நிமிடங்களில் காந்தியைப் பற்றி அவராகவே கருத்துகளைக் கூறத் தொடங்கினார்.

'நான் காந்தியின் மிகப் பெரிய அபிமானி. பழமையில் ஊறிப்போன எனது நண்பர்கள் அவரைக் குறை கூறினால் உடனே வெகுண்டு அதை மறுத்து வாதிடுவேன். நான் அப்போது உத்தரப் பிரதேசத்தில் வசித்து வந்தேன். எனது அறையில் காந்தியின் படம் எப்போதும் மாட்டப் பட்டிருக்கும். ஆனால் 1962-ல் இந்தியாவைச் சீனா தாக்கியதைத் தொடர்ந்து நமது ராணுவம் பின்வாங்கியபோது அவமானத்தில் கூனிக் குறுகினேன். நமது தோல்விக்குக் காந்தியின் அகிம்சையே முழுமை யான காரணம் என்று உணர்ந்துகொண்டேன்.

'முதல் வேலையாக எனது அறையில் தொங்கிக் கொண்டிருந்த காந்தியின் படத்தை அகற்றி அதைப் பெருக்கெடுத்து ஓடிக் கொண்டிருந்த கங்கை ஆற்றில் போட்டுவிட்டேன். காந்தி மிகப் பெரிய மனிதர் என்பதில் மாறுபட்ட கருத்துக்கு இடமே இல்லை. ஆனால் அவர் இரு விஷயங்களைப் புரிந்துகொள்ளத் தவறி விட்டார். முதலாவது வாளுக்கு இருக்கும் மதிப்பு. இரண்டாவது இஸ்லாம் மதத்தால் ஏற்படும் அச்சுறுத்தல்'.

ஸ்வாமி சொல்லச் சொல்ல நான் அவருடைய கருத்துகளை அமைதியாகக் கேட்டுக் கொண்டிருந்தேன். செல்வமும், செல்வாக்கும், அதிகாரமும் படைத்த இந்தியர்கள் கையில் வாள்களும், துப்பாக்கிகளும் இருந்தால், ஏற்கனவே தளர்ந்தும், கையறு நிலையிலும் வாழ்ந்து கொண்டிருக்கும் ஏழை எளியோரின் நிலை என்ன ஆகும் என்ற கேள்வி என்னுள் எழுந்தது.

சில நூல்களைக் கொடுத்து என்னை வாழ்த்தி வழியனுப்பிய அவருடைய விருந்தோம்பல் எனக்குப் பிடித்திருந்தது. இருப்பினும் அவருடைய கருத்துகளுக்கு என்றேனும் ஒரு நாள் தக்க பதிலளிக்க வேண்டுமென்று எண்ணிக்கொண்டு வணங்கி விடைபெற்றேன்.

1962 போரில் இந்தியா தோல்வி அடைய, காந்தியின் அகிம்சையால் வலிமை குறைந்து போனதுதான் முக்கியக் காரணமா? வாள், இஸ்லாம், முஸ்லிம்கள் குறித்த புரிதலில் காந்தி தவறு இழைத்து விட்டாரா? முஸ்லிம்களைத் திருப்திப்படுத்தவேண்டும் என்பதற்காக இந்துக்களைப் பலி கொடுத்துவிட்டாரா?

மேற்கண்ட கேள்விகளுக்கு விடை காண ஆராய்ந்து சிந்தித்துக் கொண்டுமிருந்த தருணத்தில் எனது நண்பர்கள் காந்தி மீதான பெர்ரி ஆண்டர்சனின் விமர்சனங்கள் பற்றி விவாதிப்பதைக் கேட்டேன். காந்தி முஸ்லிம்களுக்கு எதிரானவர் என்றும், விருப்பமில்லாத ஜின்னா மீது பாகிஸ்தானைத் திணித்தார் என்றும், காஷ்மீரில் இஸ்லாமியர் களை இரண்டாம் தரக் குடிமக்களாகியதுபோல் இந்தியாவையும் இந்து நாடாக்கி, முஸ்லிம்களை இரண்டாம் தரக் குடிமக்களாக்க விரும்பினார் என்று கூறிய பெர்ரி ஆண்டர்சனுக்குப் பதிலடி கொடுக்க நண்பர்கள் எனக்கு வேண்டுகோள் விடுத்தனர்.

ஆண்டர்சனின் விமர்சனங்களை நான் முழுமையாகப் படிக்கவில்லை என்பதை நண்பர்களுக்குத் தெரிவித்தேன், அதே தருணம் மற்ற பணிகளில் நான் முழுமையாக ஈடுபட்டிருந்ததால் நேரம் கிடைக்க வில்லை என்பதும் உண்மை.

இதை விட மற்றொரு தர்மசங்கடம் என்னவென்றால், முன்னணி அமெரிக்கப் பல்கலைக்கழகத்தில் பல ஆண்டுகள் அரசியல் அறிவியல் வகுப்புகள் எடுத்த நிலையில் பெர்ரி ஆண்டர்சன் யாரென்றே எனக்குத் தெரியவில்லை என்பதுதான். ஸ்வாமி சச்சிதானந்தைச் சந்திப்பதற்கு ஒரு வருடம் முன்பு வரை எப்படி அவரைப் பற்றி எதுவும் தெரியாமல் இருந்தேனோ அப்படியேதான் 2014-15 வரை பெர்ரி ஆண்டர்சன் குறித்தும் எதுவும் அறிந்திருக்கவில்லை.

பெனெடிக்ட் ஆண்டர்சன் புகழையும், படைப்புகளையும் நன்கறிந்தவன் என்ற முறையில் அவரது சகோதரன்தான் பெர்ரி ஆண்டர்சன் என்று

தெரிய வந்தபோது மகிழ்ச்சி அடைந்தேன். உலகம் முழுவதுமுள்ள ஒரு தலைமுறை அரசியல் அறிவியலாளர்களுக்கும், சாதாரணப் பொது மனிதர்களுக்கும், தேசங்கள் மற்றும் தேசியம் குறித்து விளக்கமாகப் புரிய வைத்த பெருமை இவருக்கு உண்டு.

பெர்ரி ஆண்டர்சனைப் பற்றித் தெரிந்து கொள்ள அவர் எழுதிய சில நூல்களைப் படித்தேன். சமீபத்திய மற்றும் முந்தைய வரலாறு களையும், ஜீன்-பால் சார்த்தர், ஹெர்பர்ட் மார்க்யூஸ், அண்டோனியோ க்ராம்ஸி உள்ளிட்ட சிந்தனையாளர்களையும், மார்க்சியக் கோணத்தில் புரிந்து கொள்ள முயன்றுள்ளார். இவரது நூலுக்கான அணிந்துரையில் 'சமுதாய மாற்றத்துக்கான அடிப்படை வரலாற்று இயக்கத்தின் வர்க்கப் போராட்ட ஆதரவாளர்'[4] என்று ஒருவர் குறிப்பிட்டிருந்தார்.

ஆண்டர்சன் தனது நூலொன்றில் லியான் ட்ராட்ஸ்கியின் சிந்தனை களைப் பெரிதும் பாராட்டி உள்ளார்.[5] ஐரோப்பிய யூனியன் பற்றிய ஆய்வுகளில் (ஐரோப்பிய யூனியன் அரசு நிர்வாக அமைப்பு திருப்திகர மாக இல்லை என்பது ஆண்டர்சன் தெளிவான முடிவு[6]) தீவிரம் செலுத்திய ஆண்டர்சனுக்கு இந்தியா குறித்த கவனம் சமீபகாலத்தில் ஏற்பட்டதுதான். இதன் காரணமாகக் காந்தி, நேரு, இந்தியக் குடியரசின் சிந்தனைகள் மற்றும் விடுதலைக்குப் பின் இந்தியாவின் போக்கு குறித்த அவரது ஆய்வுகள் எதிர்மறையாகவே உள்ளன.

இவரது ஆய்வை உள்ளடக்கிய 'தி இந்தியன் ஐடியாலஜி' (The Indian Ideology) என்ற நூலை கோர்கானிலுள்ள 'த்ரீ எஸ்ஸேஸ் கலெக்டிவ்' (Three Essays Collective) 2014 அக்டோபரில் வெளியிட்டது. 190 பக்கங்கள் அடங்கிய இந்த நூலில், லண்டன் ரெவியூ ஆஃப் புக்ஸில் 2012 ஆம் ஆண்டு இவர் எழுதிய மூன்று நீண்ட கட்டுரைகளின் தொகுப்பைக் காணலாம்.

'தி இந்தியன் ஐடியாலஜி' என்பது 'நமது காலத்திய முன்னணி சக்திகளின் கூட்டாட்சி அமைப்பு' குறித்த அவரது வரப்போகும் ஆய்வின் வரலாற்று அறிமுகம் அல்லது பின்னணி ஆய்வு என்று ஆண்டர்சன் முன்னுரையில் எழுதியுள்ளார். லண்டன் ரெவியூ ஆஃப் புக்ஸில் வெளிவந்த கட்டுரைகளை உள்ளடக்கி வெளியான இந்நூல், இன்றைய உலகை ஒட்டு மொத்தமாகத் தங்களது கட்டுப்பாட்டில் வைத்துள்ள சக்திகளைப் பற்றிய விரிவான ஆய்வாகும்.

'தி இந்தியன் ஐடியாலஜி' நூலைப் படிக்கையில் இதன் ஆசிரியருக்குக் குறுகலான, இன்னும் குறிப்பான மற்றும் உடனடி நோக்கங்கள் இருப்பதையும் காண முடிகிறது. பிரிவினையைத் தொடர்ந்து ஏற்பட்ட மோசமான விளைவுகள் தொடர்பான சிந்தனையையும்,

விடுதலையைத் தொடர்ந்து இந்தியக் குடியரசில் நிகழ்ந்த தவறுகள் குறித்தும், ஒவ்வொரு இந்தியனுக்கும் தெரியப்படுத்த வேண்டும் என்பதே அவர் விருப்பம். மேலும் காந்தி, நேரு, பட்டேல் ஆகியோரையும், அவர்களது கருத்துகளையும், இந்தியர்கள் நிராகரிக்க வேண்டும் என்றும் நிறைவு செய்கிறார்.

மறைந்து எழுபது ஆண்டுகள் கடந்த நிலையிலும் தன்னைத் தானே தற்காத்துக்கொள்ளும் வலிமை காந்திக்கு இருக்கத்தானே செய்கிறது. பல விஷயங்களைப் பேசும் ஓர் அமெரிக்கப் பேராசிரியரின் குற்றச்சாட்டுக் குறித்துக் கவலைப்பட்டு அதற்குப் பதிலளிக்க வேண்டியது அவசியம்தானா? மேலும் காந்தியும் சாதியும் பற்றியும் மற்றும் காந்தி - அம்பேத்கர் உறவு தொடர்பாகவும் சமீபத்தில் நாவலாசிரியரும், சமூக ஆர்வலருமான அருந்ததி ராய் சுமத்திய கச்சாவான குற்றச்சாட்டுகளுக்குத் தக்க பதிலளித்த நிலையில் மீண்டும் காந்திக்காக நான் வாதாடத்தான் வேண்டுமா?

பெர்ரி ஆண்டர்சன் அவரது சகோதரனைப் போலவே பேராசிரியர் என்பதுடன் திறமையான எழுத்தாளரும் கூட. அருந்ததி ராயைப் போன்று அவருக்கும் ரசிகர்கள் உண்டு. அருந்ததி ராயின் 'தி டாக்டர் அண்ட் தி செயிண்ட்' நூலில் அவர் எழுப்பிய குற்றச்சாட்டுகளுக்குப் பதிலளிப்பதற்கு முன்பாகவே ஆண்டர்சன் எழுதிய 'தி இந்தியன் ஐடியாலஜி' என்னும் நூலைப் படித்திருந்தால், முன்னவரின் ஐயங்களுக்குப் பின்னவரே ஊக்க சக்தியாக இருந்துள்ளார் என்பதை அப்போதே தெரிந்து கொண்டிருப்பேன். காந்தியின் பெருமையை மரியாதையாகவும் குறிவைத்தும் சாடியுள்ள அருந்ததி ராய், நேருவின் மீதான சாடல்களில் மென்மையான போக்கைக் கடைப்பிடித்துள்ளார்.

ஆண்டர்சனின் குற்றச்சாட்டுகளுக்கும், சில இடங்களில் அவர் எடுத்துள்ள நிலைப்பாடுகளுக்கும் நான் தக்க பதிலடி கொடுக்க வேண்டுமென்று, சிறுபான்மை உரிமைகளுக்காகக் குரல் கொடுப்பதுடன், இந்திய - பாகிஸ்தான் மக்களிடையே நட்புறவும் மலர வேண்டுமென விரும்பும் எனது மும்பை நண்பர் கேட்டுக் கொண்டார்.

இந்திய - பாகிஸ்தான் நாடுகளுக்கு இடையேயான எல்லை தாண்டிய உறவுகள் மேம்பட வேண்டுமென்றும், இந்துக்கள், கிறிஸ்தவர்கள் உள்பட பாகிஸ்தானிலுள்ள குடிமக்களுக்குச் சம உரிமை வழங்கப்பட வேண்டுமென்றும் போராடி வரும் எனது மற்றொரு நண்பரும் இதே கருத்தை வலியுறுத்தினார். காந்தி மற்றும் நேரு மீதான ஆண்டர்சனின் குற்றச்சாட்டுகளுக்குத் தக்க பதிலளிக்காவிட்டால், பல்வேறு மதங்களின் மீது நம்பிக்கை கொண்ட மக்கள் வாழும் இந்தியா போன்ற துணைக்கண்டத்தில் சிக்கல் எழும் என்று சொன்னார்.

ஸ்வாமியும் ஆண்டர்சனும் காந்தி மீது வைத்திருக்கும் குற்றச்சாட்டு கள் பரஸ்பரம் ஒன்றை ஒன்று மறுதலிப்பதாகவே இருக்கின்றன. எனவே இருவரும் எழுதியவற்றை ஒருவருக்கு எதிராக மேற்கோள் காட்டியே அந்த விவாதத்தை முடித்துவிடமுடியும். ஆனால் நான் இவர்களுக்குப் பதில் சொல்லத் தீர்மானித்ததற்கு அந்த வசதி, வாய்ப்பு காரணமல்ல.

காந்தி ஒரே நேரத்தில் முஸ்லிம்களுக்கு எதிரானவராகவும் இந்துக்களை வஞ்சித்தவராகவும் இருந்திருக்க முடியாது என்பதை நிதானமாக நடுநிலையோடு சிந்திப்பவர்கள் நிச்சயம் ஒப்புக் கொள்வார்கள். அதேநேரம் இந்துக்கள் பலவீனமடைய காந்தியே காரணம் என்று நம்பும் இந்துகள் கணிசமாக உள்ளனர் என்பதையும் நானறிவேன். அதேபோல் காந்தி ஒரு புத்திசாலித்தனமான மற்றும் ரகசிய எதிரி என்று நம்பும் இந்தியா மற்றும் பாகிஸ்தான் முஸ்லிம்களின் எண்ணிக்கையும் அதிகம். உண்மைகளும் காரணங்களும் சில மனங்களைத் தெளிய வைத்தால் மட்டுமே, தேவையானவற்றைப் பகிர்ந்து கொள்வதில் அர்த்தமிருக்கும்.

ஸ்வாமியும், ஆண்டர்சனும் குற்றம் சுமத்துவதுபோல் காந்தியின் தவறுகளே (ஆண்டர்சன் இன்னும் குறிப்பாக நேருவை) இந்தியாவின் பாரம்பரிய எண்ணங்களைச் சிதைத்துள்ளன எனில், அவர்களின் குற்றச்சாட்டுகள் மீதான ஆய்வுகளே, இந்தியாவின் சிந்தனை உண்மையிலேயே என்னவென்ற தெரிதலுக்கும், புரிதலுக்கும், எதிர்காலத்தில் என்னவாகும் என்று கணிப்பதற்கும் பயன்படும்.

ஸ்வாமியின் நூல்களில் சாதிக்கு எதிரான கருத்துகள் வலுவாக இருந்தன. ஆண்டர்சனுடைய விமர்சனங்களில் அம்பேத்கர் குறித்த பதிவுகள் முக்கியமாகவும், ஆக்கப்பூர்வமாகவும் இருந்தன. இவற்றால் எனது பகுப்பாய்வு இன்னும் வலுப்பெற்றது. ஒருவருக்கொருவர் தொடர்பில்லாத நிலையில், இருவரின் குற்றச்சாட்டுகள் மீதான கூராய்வு, நமது இந்திய அரசியலமைப்புச் சட்டம் உருவாகக் காரணமான கொள்கைகள், குறிப்பாக அனைவருக்கும் சம உரிமை ஆகியவை சுதந்திர இந்தியாவில் விளைவுகளை ஏற்படுத்தி உள்ளன. இவை குறித்த ஆய்வுகளும் வரவேற்கத்தக்கதே.

இந்நூலின் அடுத்தடுத்த பக்கங்களுக்கு இவையே அடிப்படையாக விளங்குகின்றன. 1950-ல் உருவாக்கப்பட்ட இந்திய அரசியல் அமைப்புச் சட்டத்தால் எழுந்த சிந்தனைகளுக்கு ஏனைய தனி நபர்களைப் போலவே காந்தி, நேரு, அம்பேத்கர் ஆகியோரே பொறுப்பாவர். இதன் நீட்சியாகவே சற்றேறக் குறைய அறுபத்தி ஐந்து ஆண்டுகளுக்குப் பிறகு பிரதமர் நரேந்திர மோதி நாடாளுமன்றத்தில்

அரசியல் அமைப்புச் சட்டத்தை 'இந்திய அரசின் ஒரே புனித நூல்'[7] என்று குறிப்பிட்டார்.

1946-49 காலகட்டத்தில் இந்திய அரசியல் அமைப்புச் சட்ட வரைவு தயாரானாலும், இதன் கொள்கைகளும் தத்துவங்களும் இருபது ஆண்டுகளுக்கு முன்பே உருவாகிவிட்டன என்பதே வரலாற்று உண்மை. பட்டேல் தலைமை வகித்த 1931-ல் இந்திய தேசிய காங்கிரஸின் கராச்சி மாநாட்டில் தொடங்கி, சுமார் இருபது ஆண்டுகளாகச் செழுமைப்படுத்தப்பட்டு அம்பேத்கர் வழிகாட்டுதலுடன், 1949 நவம்பர் 26 அன்று நேரு பிரதமராகவும், பட்டேல் துணைப் பிரதமராகவும், ராஜேந்திர பிரசாத் தலைவராகவும் பதவி வகித்த அரசியல் அமைப்பு மன்றம் அரசியல் அமைப்புச் சட்ட வரைவைச் சமர்ப்பித்ததோடு முடிவடைந்தது.

சட்டங்கள் சமூகத்தில் விளைவுகளை ஏற்படுத்த, சமூகம் மீண்டும் தனது சட்டமன்ற / நாடாளுமன்று உறுப்பினர்கள் மூலம் சட்டங்களை இயற்றுகிறது. நிறைவாக இந்தியாவின் பல்வேறு பிரிவு மக்கள், தங்களுக்குள்ளும், அரசியல் தலைவர்களுடனும் இணைந்து செயல் பட்டு, போராட்டம், விண்ணப்பம், பேச்சுவார்த்தை ஆகியவை மூலம் சுதந்திர இந்தியாவின் ஜீவநாடியை ஆட்சி செய்யும் அரசியல் அமைப்புச் சட்டத்தையும் விதிமுறைகளையும் உருவாக்கி உள்ளனர்.

இருப்பினும் இந்நூலின் பக்கங்கள், சரி சமமாக இல்லாவிட்டாலும், குறிப்பான கவனத்தை, மூன்று முக்கியத் தனிநபர்களான காந்தி, நேரு மற்றும் அம்பேத்கர் ஆகியோருக்கு அளித்துள்ளது. இடப்பற்றாக் குறையைக் கருத்தில் கொண்டு எழுதப்பட்டாலும், இது ஆண்டர்சன் மற்றும் ஸ்வாமி ஆகியோர் அவர்களைப் பற்றிப் பதிவு செய்த முக்கிய அம்சங்களின் தொடர்ச்சியே ஆகும். மேலும் 1920 முதல் 1950 வரையிலான இந்தியப் பயணத்தில் இம்மூவரின் அங்கீகரிக்கப்பட்ட பங்களிப்புகளின் பிரதிபலிப்பாகவும் இது விளங்கும்.

ஸ்வாமியின் எழுத்துகளைப் படித்த வரை சாதி பற்றிய குறிப்புகள் அடிக்கடி காணப்பட்டாலும், சாதியின் தவிர்க்க முடியாத எதிரியான அம்பேத்கரின் பெயர் அரிதாகவே அவரால் குறிப்பிடப்படுகிறது. ஆண்டர்சனைப் பொறுத்தவரை காந்தியும், நேருவும், அவரது முக்கிய இந்திய வில்லன்கள். அவரது முக்கிய இந்திய நட்சத்திரம் அம்பேத்கர். இதே கௌரவத்துக்காக ஜின்னாவும் போஸும் போட்டி போடுவதால், இனிவரும் பக்கங்களில் இவர்களும் இடம் பெறுவார்கள்.

ஆண்டர்சனின் புத்தகத்தில் பட்டேல் பற்றிய குறிப்புகள் இங்கும் அங்குமாக எதிர்மறையாகவே காணப்படுகின்றன. ஆனால்

ஸ்வாமியைப் பொறுத்தவரை பட்டேல் பெரிய அளவில் ஆனால் அமைதியாகப் போற்றப்படும் நபராகவே காட்சியளிக்கிறார்.

நான் ஏற்கனவே குறிப்பிட்டபடி, பேராசிரியரும், ஸ்வாமியும் கூறிய குற்றச்சாட்டுகளுக்கு வரலாற்று சான்றுகளையும் தாண்டி ஆய்வுகளை மேற்கொண்டேன். இந்தியாவுக்கான திட்டமென்ன... இந்தியா மேற்கொள்ள வேண்டிய திட்டமென்ன... இதுபோன்ற முக்கியக் கேள்விகளுக்கான விளக்கமாகவே இந்நூல் விளங்குகிறது.

இன்றைய இந்தியாவின் முக்கியப் பிரச்னை பேராசை. 'நான்தான் முதல்'என்னும் சுயநலமே எங்கும் பரவியுள்ளது. 'இந்தியா குறித்துக் கவலைப்படுகிறேன்' என்ற எண்ணமும் வியாபித்திருக்கிறது. பாலியல் வன்முறைகளும், தலித்துகளுக்கு எதிரான வன்கொடுமையும் அன்றாடம் நடைபெறுகின்றன. அதே தருணம் மாற்றுத் திறனாளிகள் குறித்த அக்கறை அதிகரித்துள்ளது. கடந்த இருபத்தைந்து ஆண்டுகளில் லட்சக்கணக்கான மக்கள் வறுமைக் கோட்டிலிருந்தும் உயர்த்தப் பட்டுள்ளனர் என்பதும் நிஜம். இந்தியாவில் கோடீஸ்வரர்களின் எண்ணிக்கையைப் போன்று, ஏற்றத்தாழ்வுகளும், சமமற்ற நிலையும் பெருகியுள்ளன. இருப்பினும் அக்கம் பக்கம் வசிப்போர் தேவைகள் குறித்த கவலையும் தயாள குணமும் சம அளவில் வளர்ந்துள்ளன.

உலகளவில் இந்தியா பதிக்கும் தடம் தொடர்ந்து விரிவடைவது குறித்து மகிழ்ந்தாலும், உள்நாட்டில் இந்துக்களுக்கும், முஸ்லிம்களுக்குமான இடையேயான செயல்பாடு குறுகிக் கொண்டே செல்வதுடன், மாறுபட்ட சிந்தனைகளுடன் எதிரெதிர் கோணங்களாகப் பிரிந்து கிடப்பதும் வருத்தத்தைத் தருகிறது.

நமது குடியரசின் தொடக்க காலத்தில் இந்தியாவின் சிந்தனையைப் பெருமளவில் காந்திஜி ஆக்கிரமித்திருந்தார் என்பது உள்நாட்டிலும், வெளிநாட்டிலும் பரவலாக ஒப்புக்கொண்ட செய்தி. அதே சமயம் நேருவும், அம்பேத்கரும் தங்கள் தடங்களை மிக அழுத்தமாக விட்டுச் சென்றுள்ளனர் என்பதையும் மறுக்க முடியாது. எனவே ஆண்டர்சன் மற்றும் ஸ்வாமி ஆகியோரின் குற்றச்சாட்டுகளை ஆய்வு செய்வது இந்தியா கடந்து வந்த பாதை குறித்த நமது புரிதலுக்கும், இனி எவ்வாறு இந்தியா எதிர்காலத்தில் பயணிக்க வேண்டும் என்ற நமது விருப்பத்துக்கும் வலு சேர்க்கும்.

அடுத்தடுத்து வரும் பக்கங்களில் இடம் பெறவிருக்கும் தலைப்புகள் பின்வருமாறு: முதலிரண்டு பாகங்களில் காந்தி மீதான ஸ்வாமி மற்றும் பேராசிரியர் ஆண்டர்சனின் குற்றச்சாட்டுகள் மற்றும் அவற்றின் உண்மைத் தன்மை பற்றிய ஆய்வு இடம் பெறும். மூன்றாம் பாகத்தில் நேரு மீதான குற்றச்சாட்டுகள் விவாதிக்கப்படும்.

நான்காவது பாகத்தில் ஆண்டர்சனின் துணைக்கண்ட கதாநாயகர்களும், ஒரு வகையில் காந்தி மற்றும் நேருவின் எதிர்ப்பாளர்களான அம்பேத்கர், போஸ் மற்றும் ஜின்னா (ஆங்கில அகர வரிசைப்படி) ஆகிய மூவரும் சுதந்திரத்துக்குப் பிந்திய இந்தியாவுக்குச் சிறந்த தொடக்கத்தைத் தந்திருக்க முடியுமா என்பது பற்றி அலசப்படும்.

இறுதிப் பாகத்தில், கலந்தாய்வில் எழுந்த சில கேள்விகள் மீதான வாதங்கள், இரு முக்கிய விஷயங்கள் மீதான புதிய சிந்தனைக்கு வித்திட முனைந்துள்ளன : பிரிவினை நிகழக் காரணம் என்ன? (கடுமையான விளைவுகளுடன்) மற்றும் இந்திய சுதந்திரத்தின் நூற்றாண்டான 2047-ல் இந்தியா எவ்வாறு இருக்க வேண்டுமென நாம் எதிர்பார்க்கிறோம்?

~

ஒன்று

குஜராத்தைச் சேர்ந்த ஸ்வாமி

குஜராத்தி மொழியில் ஸ்வாமி எழுதிய 'மேரா அனுபவ்' (என்னுடைய அனுபவம்) என்னும் மூல சுயசரிதை 1986-ல் முதன் முதலில் வெளியானது. மிகச் சிறந்த நூல் என்ற பெருமையுடன் பல விருதுகளையும் இது குவித்தது. 1989-ல் வெளிவந்த இதன் ஆங்கிலப் பதிப்பான 'மை எக்ஸ்பீரியன்சஸ்' (My Experiences) 2008-ல் மீள் பதிப்பைக் கண்டது. இந்தப் பகுதியில் காணப்படும் மேற்கோள்களும், தெளிவு காரணமாகச் சில இடங்களில் சுருக்கப்பட்டவையும், ஆங்கில மொழிபெயர்ப்பி லிருந்து எடுக்கப்பட்டவையே.[8]

1953 ஒரு நாள் நள்ளிரவில் கையில் ஒன்றேகால் ரூபாயுடன் நானாலால் வீட்டை விட்டு வெளியேறியதிலிருந்து இந்நூலில் இடம் பெறும் கதை தொடங்குகிறது. அப்போது அவருக்கு வயது இருபத்தியொன்று. பண்டைய இந்து பாரம்பரியம் மற்றும் சவாலின் அடிப்படையில் அவர் 'உலகைத் துறக்க' விரும்பினார்.

கதர் துணிகளை மட்டுமே அதுவரை அணிந்து கொண்டிருந்த ஸ்வாமி அவற்றை 1970களில் விலக்கியதுடன் கதை நிறைவு பெறுகிறது. இந்திய மண்ணில் விளைந்த பருத்தியிலிருந்து கையால் நெய்யப்பட்ட கதர் துணிதான் காந்தியின் பிரசாரங்களில் இடம் பெறும் முக்கிய அம்சம் என்பதைப் பலரும் அறிவர். ஆனால் ஸ்வாமி தனது எழுத்துகளில் ஜப்பானிய சிந்தெடிக் துணி (ஆப்பிரிக்காவில் ஸ்வாமி உரையாற்றும்போது இந்தியர் ஒருவர் அவருக்குப் பரிசளித்தது) கதரை விட நீடித்து உழைப்பதாகவும், துவைத்துக் காய வைப்பது எளிதாகவும், விலை குறைவாகவும் இருப்பதாகக் குறிப்பிட்டுள்ளார்.

புத்தகத்தின் தொடக்கம் முதல் கடைசி வரை, சாலைகளிலும், ரயில் பயணங்களிலும், வாராணசி உள்ளிட்ட பல இடங்களிலுள்ள

தர்மசாலைகளிலும், ஆஸ்ரமங்களிலும், தான் சந்தித்த வெவ்வேறு மனிதர்கள் பற்றி ஸ்வாமி பதிவு செய்துள்ளார். தன்னைப் போன்ற சாதுக்களுடனும், உலகில் வாழும் மக்களுடனும் கலந்து வாழ்ந்த பிறகு, தன்னைப் போல உலக வாழ்க்கையைத் துறந்த பலர் எடுக்கும் சபதங்களுள், முக்கியமாக பிரம்மசாரியத்தைக் கடைப்பிடிக்கும் சபதம் காரணமாக ஏற்படும் நீண்ட கால விளைவுகள் பற்றி ஒளிவு மறைவின்றி விளக்குகிறார்.

கடுமையான சுய கட்டுப்பாட்டுடன் வாழ்பவர்கள் பெரும்பாலும் தங்களது போராட்டங்கள் பற்றி வெளிப்படையாக எழுதுவதில்லை. இருப்பினும் இந்த விஷயத்தில் ஸ்வாமியின் புத்தகம் சிறப்பாக இருப்பதுடன், குடும்ப உறவுகளிலிருந்து முற்றிலுமாகத் துண்டித்துக் கொண்ட ஒருவர், பின்னாளில் ஏராளமான மனிதர்களுடன் ஆக்கப்பூர்வ உறவுகளை வளர்த்துக் கொள்வதுடன், குடும்ப வாழ்க்கை குறித்த புரிதலுடன், முழுமையான உணர்வைப் பின்னாளில் காண்பதும் சுவாரஸ்யமான விஷயம்.

அவருடைய வாழ்க்கை திருப்தியும், வருத்தமும் நிறைந்ததாகும். கீழ்க்காணும் ஸ்வாமியின் எழுத்துகள் மனத்தை வருடுவதாக உள்ளன:

> மதிப்புக்கும், மரியாதைக்கும் உரிய, நான் பார்க்கக் கொடுத்து வைக்காத மறைந்த என் பிரியமான அப்பா திரு மோதிலால் மாவ்ஜிபாய் திரிவேதிக்கும், எந்தத் தாயின் அன்புக்காக நான் ஏங்கினேனோ அதை வழங்காது மறைந்த என் பிரியமான அம்மா திருமதி வகாலிபென் மோதிலால் திரிவேதிக்கும் சமர்ப்பணம் - சச்சிதானந்த்

ஸ்வாமி மேலும் விவரிக்கிறார்:

> வீட்டை விட்டு வெளியே வந்திருக்காவிட்டால், இன்றைக்கு நான் எதுவாக இருக்கிறேனோ, நிச்சயம் அதுவாக இருந்திருக்க மாட்டேன் என்று உறுதியாகக் கூறுவேன். இதை ஒப்புக் கொண்ட பிறகு, இது இயற்கையானது அல்ல என்பதை எனது சொந்த அனுபவம் மற்றும் மற்றவர்களின் அனுபவங்களிலிருந்து சொல்லுவேன். உங்கள் குழந்தைகளைச் சாமியார்களாக்க வேண்டிய அவசியமில்லை ஆனால் கட்டாயம் அவர்களை நல்ல மனிதர்களாக்க வேண்டும். இதுவே போதுமானது.

~

காந்தியின் எண்ணங்கள் குறித்த ஸ்வாமியின் மாறும் மனோபாவத்தைப் புத்தகத்தின் பல பகுதிகளில் பார்க்கலாம். தந்தாலியில் சந்தித்த போது அவர் என்னிடம் கூறியவை, கங்கையில் காந்தியின் படத்தைத் தூக்கிப்

போட்ட செய்தியைத் தவிர்த்து, மற்றவை சுயசரிதையில் விரிவாக விளக்கப்பட்டுள்ளன.

வாராணசியில் (காசி) தங்கியிருந்த காலத்தை எழுதும் போது அங்குள்ள முக்கிய கோயிலுக்குள் தலித்துகள் நுழைவது தடுக்கப்பட்டதை நினைவுகூர்கிறார். ஸ்வாமி சரியாகத் தேதியைக் குறிப்பிடா விட்டாலும், 1950களில் இந்நிகழ்வு நடைபெற்றிருக்கலாம். இருபதுகளின் இறுதியில் இருந்த அவர் ஏற்கனவே அறிவார்ந்த பேச்சாளராகவும், விவாதங்களில் பங்கேற்கும் பிரபலமாகவும் இருந்துள்ளார். ஸ்வாமி கீழ்க்கண்டவாறு விவரிக்கிறார்:

> காசி விஸ்வநாதர் கோயில் உள்ள தெருவில் ஹரிஜன்கள் நுழைந்தவுடன் பலர் அவர்களது வழியைத் தடுத்து நிறுத்தினர். ஹரிஜனங்களைத் தடுக்கும் இதுபோன்ற போராட்டங்களில் பெண்களும் பங்கேற்பதுண்டு. மதத்தை மாசுபடுத்தியதற்காகப் பழமையில் ஊறியவர்கள் அரசையும், காங்கிரஸையும், மகாத்மா காந்தியையும் பழித்தனர். ஹரிஜனங்கள் ஏமாற்றத்துடன் திரும்பிச் செல்வர்.
>
> ஒரு நாள் காலை காசி நகர் முழுவதும் பரபரப்புடன் காணப்பட்டது. திடீரெனப் பொழுது விடியும் நேரம் ஹரிஜனங்கள் கோயிலுக்குள் நுழைந்துவிட்டனர். கூச்சலும் குழப்பமும் அங்கே நிலவியது.
>
> எங்கள் பாடசாலையின் தலைமை ஆசிரியர் தலித்துகளைக் கோயிலுக்குள் நுழைவிடக் கூடாது என்பதில் உறுதியாக இருந்தார். ‘மிகப் பெரிய சேதாரம். புனிதமான கோயிலைக் களங்கப்படுத்தி விட்டார்கள்! ஆண்டவா! இனி என்ன ஆகப் போகிறதோ?’ என்று என்னைப் பார்த்துக் கூறினார்.
>
> என்ன நிகழ்ந்தது என்று கேட்டதற்கு ‘ஹரிஜனங்கள் கோயிலுக்குள் நுழைந்துவிட்டனர்’ என்று துக்கம் நெஞ்சை அடைக்கப் புலம்பினார்.
>
> இதைக் கேட்டவுடன் என் மனம் மகிழ்ச்சியில் துள்ளியது. ‘இது நல்லதுதானே பண்டிட்ஜீ. நம்முடைய பழைய பாவங்கள் அனைத்தும் இன்றைக்குக் கழுவப்பட்டுவிட்டன’ என்றேன்.
>
> என் பதிலைக் கேட்டவுடன் அவர் முகம் கோபத்தில் சிவந்தது. ‘பண்டிட்ஜீ. நான் வேறு மாதிரியானவன். இந்த நிகழ்வு மதத்தை அழிக்காது. அதன் பாதுகாப்புக்கான புதிய தொடக்கம் இது’ என்றேன் அமைதியாக.

வாராணசியில் தான் தங்கியிருந்த காலத்தில் நடைபெற்ற நிகழ்வுகளை ஸ்வாமி தொடர்ந்து பதிவு செய்கிறார்:

> நான் எப்போதும் கதர் உடைகளையே அணிந்து கொள்வேன். என் அறையின் சுவரில் மகாத்மா காந்திஜியின் மிகப் பெரிய உருவப்படம் இருக்கும். ஹரிஜன் பிரச்னை குறித்த முற்போக்கு எண்ணங்கள் இருந்ததால், பெரும்பான்மை சாதுக்கள் என்னைத் தீவிர காந்தி தொண்டன் என்றே அழைப்பார்கள். வயதான ஒரு சாது (இவர் ராம ராஜ்ய பரிஷத் அமைப்பின் ஸ்வாமி கர்பத்ரி குழுவைச் சேர்ந்தவர்) எனது உரைகளைக் கேட்டுப் பாராட்டுவார். ஆனால் மகாத்மா காந்திஜியைப் பற்றி ஏதேனும் மேற்கொள் காட்டினால் தர்மசங்கடப்படுவார். பிறகு என்னைத் தனியே அழைத்து 'பல்வேறு விஷயங்களில் உன்னுடைய கருத்துகள் பிடிக்கும். ஆனால் தயவு செய்து உனது உரைகளில் காந்திஜியை மேற்கோள் காட்டாதே. அவர் மதத்தை முற்றிலுமாக சேதப்படுத்திவிட்டார்' என்றார்.

ஸ்வாமி கர்பத்ரி, பழமை இந்து உரிமைகளில் ஊறிய அரசியல் கட்சியான ராம் ராஜ்ய பரிஷத் (ஆர்ஆர்பி) தலைவர் ஆவார். நேரு அரசு அறிமுகப்படுத்திய இந்து விதிகள் சீர்திருத்த மசோதாவை எதிர்ப்பதற்காக 1950-ல் இது தொடங்கப்பட்டது. இந்த மசோதாவை அறிமுகப்படுத்துவதில் முழு முனைப்புடன் இருந்தவர் டாக்டர் அம்பேத்கர். 1950களில் இந்த அமைப்புக்கு உத்தரப் பிரதேசம் மற்றும் ராஜஸ்தானில் கணிசமான வரவேற்பு இருந்தது. ஸ்வாமி மேலும் தொடர்கிறார்:

> காந்திஜி மற்றும் காந்தியிஸத்துக்கு சாதுக்கள் சமூகத்தில் வெகு சிலரிடம் மட்டுமே ஆதரவும் மதிப்பும் இருந்தன. என்னுடைய அறைக்குள் யார் நுழைந்தாலும் சுவரில் மாட்டியிருக்கும் மிகப் பெரிய காந்திஜியின் படத்தைப் பார்த்தவுடன் புருவங்களைச் சுருக்குவார்கள். இருப்பினும் நான் கவலைப்படமாட்டேன். பின்னர் ஏற்பட்ட ஒரு நிகழ்வு என்னைப் பாதித்ததைத் தொடர்ந்து காந்திஜியின் அஹிம்சைத் தத்துவத்திலிருந்து முற்றிலுமாக விலகிக் கொண்டேன்.

விரைவில் அந்த நிகழ்வு என்ன என்பதைப் பார்ப்போம். அதற்கிடையே 1962-ல் சீனாவுக்கும் இந்தியாவுக்கும் இடையே நடைபெற்ற மோதலை ஸ்வாமி விவரிக்கிறார்:

> 1962-ல் இந்திய சீன நல்லுறவுகள் கடுமையான பாதிப்புக்கு உள்ளாயின. லடாக் மற்றும் என்இஎஃப்ஏவின் (இன்றைய

அருணாசலப் பிரதேசம்) சில பகுதிகளை சீனா சொந்தம் கொண்டாடியதுடன் இந்திய ராணுவ வீரர்கள் சிலரையும் கொன்றது. பண்டிட் நேரு அனைவருடனும் இணக்கமாகப் போக வேண்டும் என்ற கொள்கையின் அடிப்படையில் 'இந்தி-சீனி பாய் பாய்' என்ற கோஷத்தை முன்னிறுத்தினார். ராணுவத் தளபதி கரியப்பா இமயமலைப் பகுதிகளைப் பாதுகாக்கப் பிரத்யேக ராணுவப் படையின் அவசியத்தைக் கடந்த மூன்று ஆண்டுகளாகவே வலியுறுத்தி வந்திருந்தார். நமது ராணுவ அமைச்சர் கிருஷ்ண மேனனின் வெளியுறவுக் கொள்கை காரணமாக அமெரிக்காவுடனான நமது அரசியல் உறவுகள் சுமுகமாக இல்லை. இதன் காரணமாக மேற்கத்திய நாடுகள் இந்தியாவை கம்யூனிச ஆதரவு நாடாகவே கருதத் தொடங்கின.

ஒரு புறம் யதார்த்தவாதியான தளபதி கரியப்பா போன்றவர்கள் நமது ராணுவத்தை நவீனப்படுத்த வேண்டிய அவசியத்தைத் தொடர்ந்து வலியுறுத்தி வந்தனர். மறுபுறம் காந்தியவாதிகள் ராணுவச் செலவைக் குறைக்க வேண்டுமென்று வாதாடினார்கள். குறிப்பாக ஆச்சார்ய வினோபா பாவே போன்ற காந்தியவாதிகள் 'இது புத்தர், காந்தி பிறந்த தேசம்.... அஹிம்சைக்கு மட்டுமே இங்கு இடமுண்டு .....நமக்கு ஆயுதங்கள் தேவையில்லை' என்று கவிஞர்கள், எழுத்தாளர்கள், சிந்தனையாளர்கள் மற்றும் பொது மக்களை ஒப்புக் கொள்ள வைக்கத் தீவிர முயற்சிகள் மேற்கொண்டனர்.

எங்கள் ஆஸ்ரமத்துக்கு அடிக்கடி வருகை தரும் சர்வோதய ஊழியர் ஒருவர் 'சீனா அதிக மக்கள் தொகை கொண்ட நாடு என்பதால் அங்கு இடப் பற்றாக்குறை மிகப் பெரிய பிரச்னை ஆகும். எனவே அவர்கள் வாழ்வதற்கு நிலம் வேண்டும் என்றால் அதை நாம் கொடுப்பதில் எந்தத் தவறும் இல்லை. எல்லா நிலப்பரப்பும் ஆண்டவனுக்கே சொந்தம். ஜெய் ஜகத் (உலகுக்கே வெற்றி) என்று என்னுடன் வாதிடுவார்.

அவருடைய முட்டாள்தனமான பரந்த மனப்பான்மையும், அர்த்தமற்ற எண்ணங்களும் எங்களை அதிர்ச்சிக்கு உள்ளாக்கின. சீனாவுடன் நாம் நட்பு பாராட்டிய நிலையிலும், லடாக் மற்றும் என்இஎஃப்ஏ பகுதிகளிலுள்ள இந்திய ராணுவத்தினர் மீது தாக்குதல் நடத்தியது. சில நாள்கள் கழித்து போம்டிலா பகுதியில் சீனா திடீரென ஊடுருவியது. மேற்கத்திய நாடுகள் மீது நமக்குக் கொஞ்சம் மனவருத்தம் இருந்தாலும், படுக்கை விரிப்புகள், காலுறைகள் ஆகியவற்றுடன் நமது பாதுகாப்புக்கு வந்தன. இந்தியா கேலிக்கும், கிண்டலுக்கும், நகைப்புக்கும் உள்ளானது. நேபாளம், பூட்டான், சிக்கிம் மற்றும் பர்மா ஆகிய அண்டை

நாடுகளிடம் இது மாறுபட்ட விளைவை ஏற்படுத்தியது... ஏனோ தெரியவில்லை... சீனா திடீரெனத் தன்னிச்சையாகப் போரை நிறுத்திக் கொண்டதுடன், படைகளையும் திரும்பப் பெறுவதாகவும் அறிவித்தது.

மகாத்மா காந்திஜியிடம் அளவற்ற ஆற்றலும் தைரியமும் இருந்த காரணத்தால், அஹிம்சை பற்றிப் பேசியதுடன் நிற்காமல், உயிரைப் பணயம் வைத்து, பிரிட்டிஷ் ஆட்சியை எதிர்த்துப் போராட முடிந்தது. தைரியத்தை வெளிப்படுத்த வேண்டிய தருணங்களில் அவர் பின் வாங்கியதேயில்லை. ஆனால் போரிட நமக்குத் தைரியமே இல்லாத போது, ஆயுதங்களைக் குறை கூறி என்ன பயன்? வலிமையே இல்லாமல் அஹிம்சை பற்றி மட்டுமே பெருமை பீற்றிக் கொள்கிறோம்.

செய்தித்தாள்கள் மற்றும் இதழ்களைத் தொடர்ந்து படித்து வருவதால், இந்த நிலைமைக்கு அஹிம்சை என்னும் கொள்கையே பொறுப்பு என்று எண்ணுகிறேன். தாக்குவது பற்றி நமக்குக் காந்தி கற்றுத் தரவில்லை. மேலும் ராணுவம் மற்றும் ராணுவத்துக்குத் தேவையான ஆயுதங்கள், தளவாடங்கள் பற்றிய கருத்துகள் அவரது எழுத்துக்களில் எங்குமே இடம் பெறவில்லை.

அன்றைய கால கட்டங்களில் இரவு பகலாகப் போர் பற்றியே சிந்தித்துக் கொண்டிருந்தேன். படிப்பதற்காகப் பல்கலைக்கழகத்துக்குச் சென்ற போது பல மாணவர்கள் எனக்காகக் காத்திருந்தனர்... சூழலை அவர்களுக்கு விவரிக்க ஒரு வரைபடத்தைத் தீட்டிப் போர்த் தந்திரங்கள், ஆயுதங்கள் மற்றும் போர்கள் பற்றி விவாதித்தேன். சிலர் என்னை ஓய்வு பெற்ற ராணுவ வீரன் என்று எண்ணினர்.

ஸ்வாமி ஒரு முடிவுக்கு வந்தார்:

அவமானகரமான இந்தத் தோல்விக்கு முக்கியக் காரணம் அஹிம்சைக் கொள்கை மீது நமக்கிருந்த அளவுக்கு மீறிய, அபரிமிதமான நம்பிக்கையே. நமது கண்களைத் திறந்ததுடன், நடைமுறைச் சாத்தியமற்ற கற்பனைகளையும் சிதைத்த வகையில், 1962 போர் நமக்கு நன்மையைத்தான் செய்துள்ளது என்று எண்ணுகிறேன். ராணுவம் மற்றும் ஆயுதங்களின் அவசியத்தை விரைவில் உணர்ந்ததுடன், விழிப்புணர்வின் விளைவையும் 1965 போரில் கண்டோம்.

அவருடைய எண்ணத்தில் ஏற்பட்ட மாற்றத்துக்கான நிகழ்வைச் சுயசரிதையில் இடம்பெற்றுள்ள அவரது எழுத்துகளில் காண்போம்:

‘சீனாவுடனான போர் முடிந்த பிறகு வாராணசியிலிருந்து தில்லிக்குப் புறப்பட்டேன். மூன்று படுக்கை வசதி கொண்ட ரயில் பெட்டியில் தூங்கிக் கொண்டிருந்த நான் கான்பூர் அல்லது லக்னோ வந்த பிறகே விழித்துக்கொண்டேன். பெட்டியில் என்னுடன் மூன்று ராணுவ வீரர்களும் பயணித்துக் கொண்டிருந்தனர். இவர்களிடமிருந்து சமீபத்திய செய்திகளைத் தெரிந்து கொள்ள ஆர்வமாக இருந்தேன். ஆனால், எல்லோரும் அமைதியாக இருந்ததால், எப்படி ஆரம்பிப்பது என்று யோசித்தேன். ஒருவேளை பேசுவதற்கு விருப்பமின்றி என்னை அவமதித்து விட்டால் என்ன செய்வது என்ற குழப்பமும் இருந்தது.

ஜன்னலுக்கு அருகேயுள்ள இருக்கையில் அமர்ந்து கொண்டேன். தேர்நீர் விற்கும் சிறுவன் ஒருவன் ஜன்னலுக்கு அருகே வர, ராணுவ வீரர்கள் அவனிடம் தேநீர் வாங்கிப் பருகினர். ஓரிரு முறை கோப்பைகளை எடுக்க அச்சிறுவன் வந்தான். ஆனால் இவர்கள் இன்னும் குடிக்காமல் தேநீரை ருசித்துக் கொண்டிருந்தனர். ரயில் கிளம்பத் தயாராகவும், இவர்கள் அருந்தி முடிக்கவும் சரியாக இருக்கச் சிறுவன் ஜன்னல் வழியே கோப்பைகளை எடுத்துக் கொண்டான்.

ரயில் கிளம்பத் தொடங்கவே அச்சிறுவன் தேநீருக்கான காசைக் கேட்டான். ராணுவ வீரனோ பத்து ரூபாயைக் காட்டி, முதலில் மீதியைக் கொடு; பிறகு பணத்தைத் தருகிறேன் என்றான். ரயில் வேகமெடுக்கவே கையிலுள்ள கோப்பைகளை அச்சிறுவன் தவற விடுவான் அல்லது அவனே கீழே விழுவான் என்று பயத்தேன். எனவே விரைந்து என் பாக்கெட்டில் இருந்த பத்து ரூபாயை அவனிடம் கொடுத்துக் கணக்கைச் சரி செய்தேன். அந்தக் காலத்தில் இரண்டு ரூபாய்க்குக் குறைந்தது ஐந்து கோப்பை தேநீர் வாங்கலாம். சிறுவன் முகம் சந்தோஷத்தில் ஜொலித்தது.

‘ஓ... ஸ்வாமிஜி! என்ன அவசரம்? எதற்காக எங்கள் தேநீருக்கான பணத்தைக் கொடுத்தீர்கள்?’ என்று வீரர்களுள் ஒருவர் கேட்க நான் அமைதியாக ‘பரவாயில்லை. உங்களிடம் சில்லறை இல்லாததால் தந்தேன். பிறகு வாங்கிக் கொள்கிறேன்’ என்றேன். பின்னர் அவர்களும் மறக்காமல் காசைக் கொடுத்தார்கள்.

ரயில் புறப்படும் இந்த யுக்தியைப் பயன்படுத்தி நாம் எத்தனை முறை தேநீர், தண்ணீர் மற்றும் பொருள்களை விற்பனை செய்யும் சிறுவர்களை ஏமாற்றுகிறோம்?

பிறகு நாங்கள் பேசத் தொடங்கினோம். அவர்களுள் மூத்தவர் ஒடிஸ்ஸாவைச் சேர்ந்தவர். அவருடைய சொந்த சகோதரரே ஒரு சாது என்பதால் என்னைப் பார்த்தவுடன் மகிழ்ச்சி அடைந்தார்.

ராணுவத்தில் பணியாற்றினால் கொல்ல வேண்டியிருக்கும் என்பதால் தான் அங்கு வேலை பார்ப்பது தனது சகோதரருக்குப் பிடிக்கவில்லை என்று ஸ்வாமியிடம் அந்த வீரர் தெரிவித்தார். இருப்பினும் ராணுவத்தில் சேர்ந்துவிட்டதால் ஒரு யோசனை சொன்னாராம். அதாவது எதிரியைக் கொல்ல வேண்டியிருந்தால் அவனை நோக்கிச் சுடாமல், வானத்தை நோக்கிச் சுடவேண்டும் என்றாராம்.

> தனது சகோதரர் சொன்னதை வேத வாக்காக எடுத்துக் கொண்டு 'இதுவரை எல்லாத் தோட்டாக்களையும் வானத்தை நோக்கியே சுட்டிருக்கிறேன். இதன் மூலம் வன்முறையைத் தவிர்த்துள்ளேன்' என்று அந்த வீரர் சொன்னதைக் கேட்டு ஸ்வாமி அதிர்ந்தார்.
>
> 'நீங்களும் உங்கள் சகோதரரும் நரகத்துக்குத்தான் போவீர்கள். ராணுவ வீரர் என்னும் கடமையிலிருந்து நீங்கள் தவறிவிட்டீர்கள். உங்கள் சகோதரரும் அப்படித்தான். அரசாங்கம் உங்களுக்குக் கொடுக்கும் சம்பளம் எதிரியைத் தடுத்து நிறுத்தவும், சுட்டுத் தள்ளவும் தானே தவிர வானத்தை நோக்கிச் சுடுவதற்காக இல்லை' என்று பொரிந்து தள்ளிவிட்டார்.
>
> எனது வாதம் அந்த வீரரின் மனதை மாற்றியிருக்க வேண்டும். 'நான் செய்தது சரியா தவறா என்று தெரியவில்லை. நான் செய்த பாவத்துக்கு ஏதேனும் பரிகாரம் இருந்தால் சொல்லுங்கள்' என்று காதில் கிசுகிசுத்தார்.
>
> 'சரி! சொல்கிறேன். இதுபோல் ஒரு போர் மீண்டும் நிகழ்ந்தால் உங்களுடைய சக வீரர்கள் கொல்லும் ஒவ்வொரு எதிரிக்கும் இணையாக நீங்களும் குறைந்தபட்சம் நான்கு எதிரிகளைக் கொல்ல வேண்டும். செய்த பாவத்துக்கு இதுதான் பரிகாரம்' என்றேன்.

நூலின் நிறைவுப் பகுதியில் ஸ்வாமி கீழ்க்கண்டவாறு எழுதுகிறார்:

> இதுபோன்ற சிந்தனைகள் வருவதற்கு மூல காரணம் காந்திஜியின் அஹிம்சைதான் என்ற முடிவுக்கு வந்தவுடன் அவரிடமிருந்து விலகி விட்டேன். இருப்பினும் மகாத்மா மீது கொஞ்சம் மரியாதை இருப்பதற்குக் காரணம் அவரது ஒழுக்கமும், மதிப்பும், தெளிவும் நிறைந்த வாழ்க்கையே ஆகும். மிகப் பெரிய ஆளுமையாகவே அவரைப் போற்றுகிறேன். ஆனால் நிச்சயம் பாதுகாப்புத் துறையில் அஹிம்சை என்னும் அவரது கொள்கையை மட்டும் எங்களால் ஏற்றுக் கொள்ளவே முடியாது.

~

இந்திய, சீன மற்றும் மேற்கத்திய அறிஞர்கள் பலர் 1962-ல் நடைபெற்ற இந்திய - சீனப் போர் பற்றி விரிவாக எழுதி உள்ளனர். இந்தியா

மோசமான தோல்வியைத் தழுவியது அனைவருக்கும் தெரிந்ததே. போர் முடிந்தவுடன் இந்திய ராணுவத்தைச் சேர்ந்த இரு மூத்த அதிகாரிகளான லெஃப்டெனண்ட் ஜெனரல் டி பி ஹெண்டர்சன் ப்ரூக்ஸ் மற்றும் பிரிகேடியர் பி எஸ் பகத் ஆகியோர் போர் குறித்த ஆய்வை மேற்கொள்ள உத்தரவானது. ப்ரூக்ஸ் - பகத் ஆய்வறிக்கையின்[9] ஒரு சில பகுதிகள் மட்டுமே வெளியானாலும், அது இன்னும் அதிகாரப்பூர்வ ரகசிய ஆவணமாகவே பாதுகாக்கப்பட்டு வருகிறது.

ஸ்வாமியின் முடிவுகளுடன் ஒத்துப்போகும் வகையில் இந்தியாவிலோ வெளிநாட்டிலோ எந்தவொரு ஆய்வாளரும் இந்தியாவின் தோல்விக்குச் சரியான விளக்கமளிக்கவில்லை. 1962-ல் இமயமலை உச்சியில் நடைபெற்ற போரில் இந்தியா தன்னை முழுமையாகத் தயார்படுத்திக் கொள்ளவில்லை என்பதே பெரும்பான்மை அறிஞர்களின் கருத்தாக உள்ளது.

இருப்பினும் ஸ்வாமி குறிப்பிடுவதைப் போல் 1948-ல் மறைந்த காந்தியும், 1950களிலும், 1960களிலும் நிலமற்றவர்களுக்கு நிலம் வழங்கும் பூதான இயக்கத்தில் ஈடுபட்டவருமான வினோபா பாவேவின் 'ராணுவத்தைக் கலைத்து விடுங்கள்' என்னும் கோரிக்கையே எதிர்பாராத நிகழ்வுக்குக் காரணம் என்று சொல்லப்படவில்லை.

ப்ரூக்ஸ் - பகத் அறிக்கை இந்திய ராணுவம் செய்த தவறுகளைக் கீழ்க்கண்டவாறு பட்டியலிடுகிறது:

1. நமது சொந்த ராணுவ பலத்தின் மீது நம்பிக்கை இல்லாமல், சீனத் தரப்பிலிருந்து எந்த எதிர்வினையும் ஏற்படாது என்னும் அர்த்தமற்ற, அடிப்படையற்ற எண்ணத்தில் செயலாற்றினோம்.

2. உயர்மட்ட முடிவுகள் அனைத்தும் ராணுவத்தின் ஒப்புதல் பெறாமலும், சீனாவை எதிர் கொள்ளத் தேவையான முழுமையான திட்டங்கள் ஏதுமில்லாமலும் எடுக்கப்பட்டன.

3. புதிய ராணுவ முகாம்களை அமைத்தால் சீனாவால் எந்த எதிர் வினையும் ஏற்படாது என்பதுடன், இந்திய முகாம்களின் மீது தாக்குதலும் நடத்தாது என்று அரசு அதிகாரவர்க்கம் தவறாகக் கணித்தது.

4. இதற்கு மாறாக சீனா தனது பகுதியை மீட்டெடுக்க நிச்சயம் தாக்குதலில் இறங்கும் என்று ராணுவ உளவுப் பிரிவு கணித்தது.

5. உறுதியான கொள்கை முடிவு மூலம் ராணுவ ரீதியாக எடுத்த தவறான நடவடிக்கையைத் தடுத்து நிறுத்தியிருக்கலாம்.

ப்ரூக்ஸ் - பகத் அறிக்கையின் எந்தப் பகுதியிலும் மற்றும் ஆய்வறிஞர்களின் கருத்துகளிலும், இந்தியாவின் ராணுவம் தோற்றுப் போனதற்கு அதன் பாதுகாப்பு அம்சங்களில் 'அஹிம்சைத்' தத்துவங்கள் ஊடுருவியதே முக்கியக் காரணம் என்று பதிவு செய்யப்படவில்லை.

இந்தியாவின் விடுதலைப் போராட்டம் 'அஹிம்சை' வழி நடைபெற வேண்டும் என்று காந்தி வலியுறுத்தினாலும் கூட, சுதந்திரத்துக்குப் பிறகு இந்திய ராணுவத்தைக் கலைத்துவிட வேண்டுமென்று அவர் யோசனை சொன்னதாக எங்கும் ஆதாரங்கள் இல்லை. அது மட்டுமின்றி 1947 அக்டோபர் - நவம்பரில், அதாவது அவர் மரணமடைவதற்குச் சில மாதங்களுக்கு முன்பு காஷ்மீருக்குள் ஊடுருவிய பாகிஸ்தானியர்களை விரட்டியடித்துப் பள்ளத்தாக்கைப் பாதுகாக்கத் தில்லியிலிருந்து காஷ்மீருக்குப் பறந்த இந்திய விமானப் படையை வாழ்த்தி வரவேற்று அறிக்கை வெளியிட்டார்.

பின்னர் விவாதிக்க இருக்கும் விமர்சனங்களை எழுதிய பெர்ரி ஆண்டர்சன், காந்தியைத் தாக்கிப் பதிவு செய்தவற்றுள் முக்கியமானது 'காஷ்மீரை வெற்றி கொள்ள குண்டுகளை வீசிய இந்திய விமானப் படையை அவர் வாழ்த்தி வரவேற்றதுதான்[10]'. ஆனால் ஆண்டர்சன் தவறான தகவலைக் கூறியுள்ளார். 1947 செப்டம்பர் - நவம்பரில் ஸ்ரீநகருக்குப் பறந்த விமானங்களில் ராணுவ வீரர்கள் மட்டுமே இருந்தனர். குண்டுகளோ ஆயுதங்களோ ஏதுமில்லை என்பது குறிப்பிடத்தக்கது.

இருப்பினும் காஷ்மீர் பள்ளத்தாக்கைப் பாதுகாக்கும் இந்திய ராணுவத்தையும், ஷேக் அப்துல்லாவின் தன்னார்வத் தொண்டர்களையும் காந்தி பாராட்டினார் என்று ஆண்டர்சன் எழுதியது சரிதான். எனவே இந்திய ராணுவப் பாதுகாப்பை காந்தி குறைத்து மதிப்பிட்டார் என்ற ஸ்வாமியின் கருத்து முற்றிலும் தவறானதே.

பாகிஸ்தானிலிருந்து ஊடுருவியவர்களைக் காஷ்மீர் இந்துக்களும், முஸ்லிம்களும் கூட்டாகத் தடுத்து நிறுத்திய போது, காந்தி அவர்களின் முயற்சிகளை வரவேற்றார். இந்திய ராணுவத்தின் பாதுகாப்பு நடவடிக்கைகள் கடுமையாக இருந்த போதும் அதையும் வரவேற்றார். 1947 இறுதியில் இந்துக்களுக்கும், முஸ்லிம்களுக்கும் இடையே பரஸ்பர நல்லுறவை உறுதிப்படுத்துவதே காந்திக்கு முக்கியமாக இருந்தது.

ஸ்ரீநகருக்கு ராணுவ வீரர்களை விமானங்கள் மூலம் அனுப்புவது குறித்த காந்தியின் கருத்துகள் பொது மக்கள் முன்னிலையில் நடைபெறும் பஜன் கூட்டங்களில் வெளியாகிப் பின்னர் பத்திரிகைகளில் செய்திகளாயின. அப்போது வாராணசி ஆஸ்ரமத்தில் தங்கியிருந்த ஸ்வாமிக்கு காந்தியின் கருத்துகள் தெரிந்திருக்க வாய்ப்பில்லை.

இன்றுவரை கூட ஸ்வாமி அவை பற்றி அறியாமல் இருக்க வாய்ப்புண்டு.

'எப்படித் தாக்குவது என்று காந்தி எங்களுக்குக் கற்றுத் தரவில்லை' என்று ஸ்வாமி சொன்னது சரியே. காந்தியின் எழுத்துகளில் கூட 'ராணுவம் பற்றியும், ராணுவத்தில் பயன்படுத்தப்படும் ஆயுதங்கள் குறித்தும் எந்தக் கருத்துமில்லை' என்ற ஸ்வாமியின் கருத்தும் உண்மையே. ஆனால் 1962 போரில் இந்தியா தோல்வி அடைந்ததற்கும், ராணுவத் தாக்குதல்கள் மற்றும் ராணுவத் தளவாடங்கள் நவீனப் படுத்துதல் குறித்து காந்தியிடமிருந்து எந்தக் கட்டளையும் வரவில்லை என்பதற்கும் எந்தத் தொடர்புமில்லை.

சுதந்திர இந்தியாவில் காந்தி உயிருடன் வாழ்ந்தது ஐந்தே மாதங்கள்தான். இந்தக் குறுகிய காலத்தில் அவர் இந்திய ராணுவத்தின் வழிகாட்டியாக இருந்திருக்க வாய்ப்பேதும் இல்லை. பிரதமர் நேரு, துணைப் பிரதமர் பட்டேல், பாதுகாப்பு அமைச்சர் பல்தேவ் சிங் ஆகியோர் ராணுவத்தைக் கட்டுப்பாட்டுக்குள் வைத்திருக்க, தளபதிகள், பிரிகேடியர்கள் உள்ளிட்ட ஏராளமான ராணுவ உயர் அதிகாரிகள் ஆணைகளை நிறைவேற்றும் பொறுப்பில் இருந்தனர்.

தனது வாழ்க்கையின் இறுதி மாதங்களில் காந்தி ஒதுக்கப்பட்டாலும், தேசத் தந்தையாக மதிக்கப்பட்டார். அவரது தெளிவான மற்றும் உறுதியான பல இலக்குகளுள், இந்தியத் துணைக்கண்டத்தின் இரு பகுதிகளில் ஆரம்பித்த மனித இனப் படுகொலைகள் நிறுத்தப்பட வேண்டும் என்பது முக்கியமாகும். இரண்டாவது இலக்கு இந்திய அதிகார மையத்தில் நேருவையும் பட்டேலையும் ஒருங்கிணைத்து ஒற்றுமையாகச் செயல்பட வைக்க வேண்டும்.

மூன்றாவது இலக்கு இந்துக்கள், முஸ்லிம்கள், கிறிஸ்தவர்கள், சீக்கியர்கள், தலித்துகள், தலித் அல்லாதவர்கள் என யாராக இருப்பினும், சுதந்திர இந்தியாவில் அனைத்து மக்களையும் சமமாக நடத்த அதிகாரிகளை வலியுறுத்தவேண்டும். கலவரங்களுக்கு இடையேயும் இந்திய மக்கள் தங்கள் மனித நேயத்தைக் கடைப்பிடித்து நடக்கவேண்டும் என்பது நான்காவது இலக்காகும். சமஸ்தானங்கள் சுதந்திர நாடுகளாக உருவாவதைத் தடுக்கவேண்டும் என்பது ஐந்தாவது இலக்கு.

இந்திய ராணுவத்துக்கு அமைதியைக் கற்றுத் தருவது காந்தியின் கருத்துகளின்படி அவரது பணிகளில் இடம்பெறவில்லை. அப்போது பதவியிலிருந்த மிக மூத்த ராணுவ அதிகாரியான தளபதி கே எம் கரியப்பா சந்திக்க வந்தபோதுகூட[11] அவரிடம் துப்பாக்கிகளையும் பீரங்கிகளையும் எதிர்த்துப் பேசவில்லை.

காந்தி இறந்து பதினைந்து ஆண்டுகள் கழித்து, 1962-ல் நடைபெற்ற சீனாவுக்கு எதிரான போரில் இந்தியா தோல்வி அடைந்ததற்கு, காந்தியின் தவறான போதனைகளின் தொடர்ச்சியே காரணம் என்பது ஸ்வாமியின் கருத்தாகும். 1948 ஜனவரியில் படுகொலை செய்யப்பட்ட காந்தியே 1962 போரில் இந்தியா தோல்வி அடையக் காரணம் எனில், நேருவுடன் இணைந்து கூட்டாக அதிகாரப் பொறுப்பு வகித்து 1950-ல் மறைந்த பட்டேல் இந்தத் தோல்விக்கு இன்னும் கூடுதல் பொறுப்பேற்க வேண்டும். ஆனால் 1962 தோல்விக்கு காந்தியோ, நேருவோ இருவருமே பொறுப்பல்ல.

இமயமலையில் நடைபெற்ற போருக்கு ஓர் ஆண்டு முன்பாக, அதாவது 1961-ல், சர்வ வல்லமை பொருந்திய நேருவின் தலைமையிலான இந்திய ராணுவம், இந்தியாவின் கிழக்குக் கடற்கரையோர போர்ச்சுகீஸிய ஐரோப்பிய காலனியான கோவாவைக் கைப்பற்றியது. இந்திய ஆளுமையின் சித்தாந்தத்தில் 1961 - 1962-ல் ஏன் 1947-ல் கூட அஹிம்சை இடம் பெறவேயில்லை.

சீன ராணுவம் 1962 அக்டோபர் - நவம்பரில் ஊடுருவுவதற்குச் சில நாள்கள் முன்பாகச் சர்வோதயா ஆர்வலர் ஒருவர் வாராணசியிலுள்ள தனது இடத்துக்கு வந்து இந்திய - சீன நட்பு பற்றி அனுபவமின்றியும், முதிர்ச்சியில்லாமலும் பேசியதாக ஸ்வாமி தெரிவிக்கிறார். இந்திய அரசு அல்லது ராணுவத்துடன் சர்வோதயா ஊழியர்களுக்கு எந்தத் தொடர்பும் இல்லை என்பதுடன் ராணுவப் பாதுகாப்பில் அரசோ ராணுவமோ அஹிம்சை வழியையும் கடைப்பிடிக்கவில்லை.

இந்திய அரசும், ராணுவமும் பீஜிங்கின் மனநிலையையும், இமயமலையில் நிலவும் சூழலையும் தவறாகப் புரிந்து கொண்டன. பிரதமர் நேருவும், பிராந்திய முதன்மை கமாண்டராக இருந்த லெஃப்டனெண்ட் ஜெனரல் பி எம் கௌலும், மலைப்பகுதிகளில் ஊடுருவிய சீன வீரர்களை 'அப்புறப்படுத்துவது' என்று அவசர கதியில், கடைசி நிமிடத்தில் எடுத்த முடிவு, சுவரில் அடித்த பந்தாகத் திருப்பித் தாக்கி மோசமான விளைவுகளை ஏற்படுத்தின.

இமயமலையில் இந்தியாவுக்கு ஏற்பட்ட படுதோல்வி காரணமாக, ஸ்வாமியின் பெருமைப்படத்தக்க தேசிய சிந்தனையும் எண்ணமும், உருக்குலைந்து போயின. இந்த அவமானமும் வலியுமே அவரது பகுப்பாய்வைக் கடுமையாகப் பாதித்திருக்கக் கூடுமென நாம் சந்தேகிப்பதில் அர்த்தமுண்டு.

எதிரிகளை நோக்கிச் சுடாமல் வானத்தில் சுடுவேன் என்று போலித்தனமான அன்புடன் ஸ்வாமியுடன் பேசிய ரயிலில் பயணித்த

ஒரிஸ்ஸா வீரர் காந்தியின் அஹிம்சையில் நம்பிக்கை உள்ளவர் அல்ல. ஸ்வாமியின் பதிவின்படி, அந்த ஒரிஸா வீரர் தன்னுடன் ரரயில் பயணத்தின் போது உரையாடுகையில், எந்தவொரு தருணத்திலும் காந்தியைப் பற்றியோ, அவருடைய கருத்துகள் பற்றியோ பேசவே யில்லை. இந்த வீரரும், அவரது சாது சகோதரரும், உலகிலுள்ள ஏனையோரைப் போலவே வன்முறையின் கொடூரத்திலிருந்து தங்களை விடுவித்துக் கொள்ளவே விரும்பியதாகத் தெரிகிறது.

போர் மீதான இந்த வெறுப்புக்கும், காந்தியின் அஹிம்சைக்கும் எந்தவொரு பொதுவான தொடர்புமில்லை என்பதுடன், அச்சத்திலிருந்து விடுதலை, பணிந்து போக மறுப்பு ஆகியவை காந்தியின் வாழ்க்கையில் மையக் கருத்தாகவும், செய்தியாகவும் விளங்கின என்பதை ஸ்வாமி வெளிப்படையாக ஒப்புக்கொள்கிறார். இருப்பினும் இந்தியர்களுக்கும், இந்திய ராணுவத்துக்கும், 'போர் புரியும் முறைகள்' குறித்தும், 'துப்பாக்கிகளையும், பீரங்கிகளையும் நவீனப் படுத்தும் தொழில்நுட்பங்கள்' பற்றியும் காந்தி வலியுறுத்தவில்லை என்பதையும் வருத்தத்துடன் குறிப்பிடுகிறார்.

பீரங்கிகளும் குண்டுகளுமே ஒரு தேசத்தின் அதிகபட்ச வலிமை என்பதை காந்தி ஒப்புக் கொள்ள மறுத்தார். சுகாதாரம், கல்வி, நாட்டு மக்களின் ஒற்றுமை ஆகியவையே மிக முக்கியம் என்பது அவரது கருத்து. 1947 ஜூலையில், அதாவது பாகிஸ்தானிலிருந்து ஊடுரு வியவர்கள், காஷ்மீரைத் தாக்குவதற்கு மூன்று மாதங்கள் முன்பும், இந்தியாவும், பாகிஸ்தானும், சுதந்திர நாடுகளாக உருவாவதற்கு ஒரு மாதம் முன்பும், காந்தி இரு நாடுகளுக்கும் இடையேயான ஆயுதப் போர் குறித்துக் கடுமையாக எச்சரித்தார்:

> இந்தியாவுக்கு எதிராகத் தங்களைப் பாதுகாத்துக் கொள்வதற் காகவே ஆயுதங்களை அதிகரிக்கவேண்டும் என்ற பாகிஸ்தானியர் களின் வாதத்தை இந்தியாவும் அப்படியே தனக்குச் சாதகமான மறுமொழியாக வலியுறுத்தும். இதன் முடிவு... போர்... நமது நிதி ஆதாரங்களை எதற்குச் செலவழிப்போம்? நமது குழந்தைகளின் கல்விக்கா... அல்லது துப்பாக்கிகளுக்கும், தோட்டாக்களுக்குமா? *(1947 ஜூலை 6)*.

துப்பாக்கிகளை விடக் கல்வியே முக்கியம் என்பதை அங்கீகரிக்க வேண்டி இந்தியாவுக்கும் பாகிஸ்தானுக்கும் காந்தி அறிவுறுத்தியதில் தவறேதும் இல்லை. 'நாம்' என்று காந்தி குறிப்பிட்டது இந்தியர்கள் மற்றும் பாகிஸ்தானியர்கள் இருவரையுமே என்பதை நாம் கவனத்தில் கொள்ள வேண்டும். 1947 ஜூலையில் பாகிஸ்தான் என்னும் நாடு உருவாக, காந்தி உள்பட அனைவரும் ஒப்புக் கொண்ட நிலையில்,

பெரும்பாலான வங்காளிகள், பஞ்சாபிகள், பதான்கள், சிந்திக்கள், பலூசிஸ்தான்கள், ஒரே இரவில், பாகிஸ்தானியர்களாக மாறினர். ஆனால் காந்தியைப் பொறுத்தவரை அவர் எந்த மக்களுக்காகக் கவலைப்பட்டாரோ அந்த மக்களாகவே அவர்கள் திகழ்ந்தனர்.

~

காந்தி இந்திய ராணுவத்துக்கு வழங்கிய அல்லது வழங்காத ஆலோசனை பற்றித் தவறான தகவல் ஸ்வாமிக்கு அளிக்கப்பட்ட சூழலில், 1947 மதக் கலவரங்களில் நடைபெற்ற படுகொலைகள் தொடர்பாகக் காந்தி எடுத்த நிலைப்பாடு அவரை வருத்தமடையச் செய்தது. ஸ்வாமியின் சுயசரிதை நிறைவுப் பகுதியில் இடம் பெறும் அவரது வரிகள் விவாதத்துக்கு உட்பட்டவை:

> 'பிரிவினைக்குப் பின்னர் நடைபெற்ற மதக் கலவரங்கள் தொடர்பாக காந்தி எடுத்த முடிவில் எனக்கு உடன்பாடு இல்லை. இந்து மதத்துக்கும், இந்து சமூகத்துக்கும் அவரது பங்களிப்பு அளப்பரிதாக இருப்பினும், இந்து சமூகத்தின் வளமான மற்றும் நிச்சயமான எதிர்காலத்துக்கு அவரால் எதுவும் செய்ய இயலவில்லை...'

இந்து சமூகத்தில் நிலவும் தீண்டாமை எதிர்ப்பு மற்றும் தீண்டாமை ஒழிப்பில் காந்தியின் கொள்கையை ஸ்வாமி பின்பற்றினார் என்பதைப் பார்த்தோம். தலித்துகள் பிரச்னையில் காந்தி எடுத்த நடவடிக்கை களைப் பழமையில் ஊறிய காசிவாசிகள் கடுமையாகக் கண்டித்த போது ஸ்வாமி காந்திக்கும் தலித்துக்கும், ஆதரவாக இருந்தார்.

இந்தப் பிரச்னையில் ஸ்வாமி தனித்து விடப்படவில்லை. தேசிய அளவில் பழமை இந்துக்கள் மட்டுமே காந்தியை எதிர்க்கப், பெரும்பாலான நடுநிலை இந்துக்கள் அவரை ஆதரித்தனர்.

மத்திய பிரதேசத்தைச் சேர்ந்த ஒரு ஆர்எஸ்எஸ் தலைவர் சில ஆண்டுகளுக்கு முன்பு என்னைச் சந்தித்த போது, 1932-ல் காந்தி பூனே சிறையில் உண்ணாவிரதம் இருந்த போதுதான், அவரது பணிகள் உச்சக்கட்டத்தை அடைந்ததுடன் பல முக்கிய முடிவுகளுக்குக் காரணமாக இருந்ததாகக் கூறினார். தீண்டாமை என்னும் பாவத்தின் ஆழத்தை சாதி இந்துக்கள் உணர்ந்ததையும், இதனைத் தொடர்ந்தே டாக்டர் அம்பேத்கரும் தனது பங்குக்குத் தனி தலித் வாக்காளர்களும், தொகுதிகளும், பிரத்யேகமாக வேண்டும் என்ற தனது கோரிக்கையைத் திரும்பப் பெற்றுக் கொண்டதையும் நினைவுபடுத்தினார். 'இந்த மகத்தான சாதனையைத் தொடர்ந்து மகாத்மா ஓய்வெடுத்துக் கொண்டிருக்கவேண்டும். ஏனெனில் 'அதற்குப் பிறகு' அவர் செய்த

அனைத்துமே இந்து சமூகத்தைப் பலவீனமடைய வைத்தன' என்று வருத்தப்பட்டார் ஆர்எஸ்எஸ் தலைவர்.

'அதற்குப் பிறகு' அதாவது 1930 மற்றும் 1940களில் குறிப்பாக 1947 பிரிவினைக்கு முன்னும் பின்னும் நடைபெற்ற மதக் கலவரங்களின் போது காந்தி என்ன செய்தார் என்று பார்ப்போம். முதலாவதாக அவர் இந்துக்களும் முஸ்லிம்களும் இணைந்து ஒற்றுமையாக வாழ வேண்டும் என்று சொல்லத் தவறியதே இல்லை. இரண்டாவது, இந்தியாவும் பாகிஸ்தானும், மத ரீதியில் பிளவுபடுவதைக் (அவரது முயற்சி வெற்றி பெறவில்லை ஏன்றாலும்) கடைசி வரை எதிர்த்தார். ராவல்பிண்டி மற்றும் முல்தானில் நடைபெற்ற படுகொலைகளைத் தொடர்ந்து காங்கிரஸ் செயற்குழுவும், பஞ்சாப் சீக்கியர்கள் - இந்துக்களும், 1947 மார்ச்சில் பஞ்சாபையும் (மறைமுகமாக வங்காளத்தையும்) பிரிக்குமாறு வேண்டுகோள் விடுத்தனர்.

காந்தி இந்தத் தீர்மானத்தைக் கேள்விக்குட்படுத்தி அதற்கு விளக்கம் அளிக்குமாறு நேருவையும் பட்டேலையும் கோரினார். ஏப்ரலில் ஜின்னாவுக்கு ஆதரவு நிலையையும் எடுத்தார். ஆனால் அதற்குள்ளாக பட்டேலும் நேருவும் (இராஜாஜி, பிரசாத், ஜே பி கிருபளாணி உள்பட) இந்தியா - பாகிஸ்தான் பிரிவினையின் தீவிர ஆதரவாளராக மாறினர். கஃபார் கானின் ஆதரவு மட்டுமே காந்திக்கு இருந்த நிலையில் காந்தியின் வேண்டுகோள்கள் புறக்கணிக்கப்பட்டன.

மூன்றாவதாகச் சுதந்திர இந்தியாவின் முதல் அமைச்சரவையில் இணைவதுடன், இந்திய அரசியலமைப்புச் சட்டத்தை உருவாக்கும் பொறுப்பையும் ஏற்றுக் கொள்ள அம்பேத்கருக்கு அழைப்பு விடுக்க நேருவையும் பட்டேலையும் சம்மதிக்க வைத்தார். நான்காவதாகக் கல்கத்தா (1947 செப்டம்பர்) மற்றும் டெல்லியில் (1948 ஜனவரி) மேற்கொண்ட உண்ணாவிரதங்கள் உள்ளிட்ட பல்வேறு மத்யஸ்தங்கள் மூலம் இந்து சமூகம், ஆளும் காங்கிரஸ் கட்சி, அரசு மற்றும் அரசியல் அமைப்புச் சட்டம் ஆகியவற்றிடமிருந்து தம், சாதி, இனம் வேறுபாடு இன்றி அனைத்து மக்களுக்குமான நாடாக இந்திய விளங்கும் என்ற உறுதிமொழியைப் பெற்றார்.

இவை காந்தியின் தனிப்பட்ட முனைவுகள் அல்ல. பண்டித நேரு, சர்தார் பட்டேல், ராஜன் பாபு, இராஜாஜி, பாபா சாஹெப் அம்பேத்கர், மௌலானா ஆசாத் உள்ளிட்ட காந்தியின் எண்ணற்ற தோழர்களும் இந்த முக்கியப் பயணத்தில் இடம் பெற்றுள்ளனர். இருப்பினும் 1930 மற்றும் 1940களின் இந்திய வரலாற்று ஆசிரியன் இச்சாதனையின் முக்கியப் பெருமையை காந்திக்கே அளிக்கும் சாத்தியமுண்டு.

காந்தி இல்லாவிட்டால், இந்தியா 1947 அல்லது 1948-ல் ஓர் இந்து நாடாக உருவாகியிருக்க முடியும் என்று கூட வாதிட வாய்ப்புண்டு. அதாவது நிழல் உருவமாக, பாகிஸ்தான் இஸ்லாமியக் குடியரசுக்கு இணையாக ஓர் இந்து ராஜ்ஜியம்.

இதுபோன்று நடக்காமல் இந்தியா தப்பித்தது பிடிக்காதவர்கள் காந்தியின் பங்களிப்பைக் குறைசொல்வதைப் புரிந்துகொள்ள முடியும். இருப்பினும் இந்திய மண்ணில் இந்து ராஜ்ஜியம் வேண்டுமென்று ஸ்வாமி சச்சிதானந்த் ஆசைப்பட்டாரா என்பது தெளிவாகத் தெரியவில்லை. மேலும் அவருடைய எழுத்துகளைப் படித்ததில் எங்குமே முஸ்லிம் களுக்கு எதிரான கருத்துகள் இடம் பெறவில்லை என்பதையும் கூற விரும்புகிறேன்.

இந்திய முஸ்லிம்களிடம் உள்ள பல நல்ல குணங்களை ஸ்வாமி பாராட்டுவதாகவே எனக்குத் தோன்றுகிறது. கூட்டுப் பிரார்த்தனை களில் வெளிப்படும் இஸ்லாமியர்களின் கட்டுப்பாடும், ஒற்றுமையும் அவரைக் கவர்ந்துள்ளன. சராசரி இஸ்லாமியரின் எளிமையான இறை நம்பிக்கையை அவர் அங்கீகரிக்கிறார். தனது சுயசரிதையின் முன்னுரையில் 'அல்லாவின் மீது படிக்காத ஒரு இஸ்லாமியருக்கு இருக்கும் தெளிவான மற்றும் உறுதியான நம்பிக்கை, தனது கடவுளின் மீது படித்த ஒரு இந்துவுக்கு இல்லை' என்று குறிப்பிடுகிறார்.

அதே சுயசரிதையில் ஜம்மு - காஷ்மீரில் உள்ள புகழ் பெற்ற அமர்நாத் கோயிலுக்குப் புனிதப் பயணம் மேற்கொண்ட தகவலையும் விவரிக்கிறார். அங்குள்ள முஸ்லிம் கூலிகள் மற்றும் உதவியாளர்களால் பயணம் 'களங்கப்படுகிறது' என்னும் வாதத்தை ஸ்வாமி ஏற்றுக் கொள்ளவில்லை.

புகழ் பெற மடத்தலைவர் தலைமையில் நான்கு சாதுக்கள்1963 ஆம் ஆண்டு இந்தப் புனிதப் பயணத்தை மேற்கொண்டனர். அப்போது ஸ்வாமிக்கு முப்பது அல்லது முப்பதொன்று வயதிருக்கலாம். அறுபது கிலோ எடையுள்ள கனமான சிலைகளுடன் கூடிய பெட்டிகள் கட்டாயம் பயணத்தின் போது இடம் பெற வேண்டும் என்பதில் மடத்தலைவர் உறுதியாக இருந்தார். கோயிலுக்குச் செல்லும் பாதை கரடு முரடாகவும், பனிப்பாறைகள் நிறைந்தும் காணப்பட்டதால் கனமான பெட்டிகளைத் தூக்கி வர முஸ்லிம்கள் சிரமப்பட்டனர். ஆனால் மடத்தலைவரோ புனிதமான டிரங்க் பெட்டி உள்படத் தனது மூட்டை முடிச்சுகளை முஸ்லிம்கள் தொட்டுத் தூக்கியதால் 'களங்கப் பட்டதாகப்' புலம்பினார்.

'இந்து கூலிக்காரர்கள் கிடைக்காததால் முஸ்லிம் கூலிக்காரர்கள் மூலம் பெட்டிகளைச் சுமக்க வைத்தோம். நீங்கள் கவலைப்பட வேண்டாம்.

கடவுளை யாரும் களங்கப்படுத்திவிட முடியாது. அவ்வாறு களங்கப் பட்டால் நிச்சயம் கடவுளாக இருக்க முடியாது. புனிதம் இல்லாததையும் புனிதமாக மாற்றும் சக்தி கடவுளுக்கு மட்டுமே உண்டு' என்று மடத் தலைவரிடம் தெரிவித்ததாக ஸ்வாமி குறிப்பிடுகிறார்.

பயணத்தின் போது நாங்கள் தங்கியிருந்த ஆஸ்ரமத்தையும், சுற்றியுள்ள இடத்தையும் சுத்தப்படுத்துவது, தண்ணீர் எடுத்து வருவது உள்பட அனைத்துப் பணியையும் செய்தவர்கள் முஸ்லிம்கள்தான். அவர்கள் தொட்டால் 'களங்கப்பட்டு விடும்' என்ற அச்சம் அங்கு யாருக்கும் இருந்திருக்கவில்லை. இஸ்லாமியர்கள் இங்கும் அங்கும் சுதந்திரமாக வேலை பார்த்துக் கொண்டிருந்தனர்.

புகழ் பெற்ற அமர்நாத் குகைக் கோயிலுள்ள பனி லிங்கத்தைப் பார்த்தவுடன் பரவசம் அடையவில்லை என்றும், அதிசயமாகவும் கருத்தவில்லை என்றும் சுயசரிதையில் குறிப்பிடுகிறார் ஸ்வாமி. கடுமையான குளிர் காரணமாகப் பனி உறைந்து கட்டியானதால் ஏற்பட்ட உருவம் என்பதே அவரது கருத்து.

~

இருப்பினும் காந்தியின் கருத்துக்கும் ஸ்வாமியின் கருத்துக்கும் தெளிவான வேறுபாடு உண்டு. காஷ்மீரிலுள்ள முஸ்லிம் கூலிகள் பற்றிய ஸ்வாமியின் கருத்துகள் நடைமுறைக்கு ஏற்றதாகவும், சில சமயம் பாராட்டுபடியும், அவர்கள் அங்கிருப்பதை இயல்பான விஷயம்தான் என்று கூறினாலும், அவர்கள் 'அவருடைய மக்கள் இல்லை' என்பதில் உறுதியாக இருந்தார். அவரைப் பொறுத்தவரை 'நாம்' என்பது அவர் சார்ந்த இந்து சமூகத்தைத்தான்.

Caste System: The Root of our Downfall என்னும் அவருடைய நூலில் இடம்பெறும் 'நாம்' (*our*) என்னும் சொல் இந்துக்களையே குறிக்கிறது. இந்தப் புத்தகம் 'இந்து மக்கள்' மற்றும் 'இந்து நாடு' ஆகியோருக்காகவே எழுதப்பட்டதுடன், இச்சொற்றொடர்கள் மீண்டும் மீண்டும் அந்நூலில் பயன்படுத்தப்பட்டுள்ளன. நூலின் முன்னுரை 'இந்து மக்கள்' என்னும் இரு சொற்களுடனும், கட்டுரை 'இந்து நாடு' என்னும் இரு சொற்களுடனும் தொடங்குகின்றன. அவருடைய வெளிப்படைத் தன்மை இங்கு முழுமையாகத் தெரிகிறது. இந்திய மக்கள் அனைவரையும் ஒட்டு மொத்தமாக அவர் குறிக்கவில்லை.

ஆனால் காந்தியின் 'நாம்' என்பது முஸ்லிம்களையும் உள்ளடக்கிய தாகும். ஸ்வாமியின் இந்து சமூகம் விசாலமானது என்பது உண்மையே. காந்தியுடையது தலித்தையும் சேர்த்துத்தான். ஸ்வாமியைப் பொறுத்தவரை பெரிய சமூகத்துக்கு வெளியே இருப்போர் 'வெளி ஆட்கள்'. ஆனால் காந்தியைப் பொறுத்தவரை அப்படி அல்ல.

1947-ல் நடைபெற்ற மதப் படுகொலைகள் பற்றி காந்தி எப்போது பேசினாலும், பாதிக்கப்பட்ட அப்பாவிகளும், மேற்கு பஞ்சாபிலும், பாகிஸ்தானிலும் கொல்லப்பட்ட இந்துக்களும், சீக்கியர்களும், இன்னும் அதிக எண்ணிக்கையில் கிழக்குப் பஞ்சாபில் கொல்லப்பட்ட முஸ்லிம்களுமே அவர் மனதில் நிறைந்திருப்பார்கள். 1947-ல் நடைபெற்ற இந்தச் சோகத்தின் சரிசமமான வெளிப்பாடும் பிரிவினை தொடர்பான மத வன்முறைகளும் ஸ்வாமியின் பதிவுகளில் காணப்படவில்லை.

இரண்டாவது ஸ்வாமியின் எழுத்துகளில் போர் ஆயுதங்கள் மீது அவருக்குள்ள விருப்பம் தெள்ளத் தெளிவாகவே தெரிகிறது. இந்தியா தனது பீரங்கிகளையும் துப்பாக்கிகளையும் அகற்ற வேண்டுமென்று காந்தி கூறாவிட்டாலும், ஒரு தேசத்தின் வலிமைக்கான ஆதாரங்களாக ஆயுதங்களே விளங்கும் என்றும் அவர் கருதவில்லை. அவரைப் பொறுத்தவரை அந்த ஆதாரங்கள் வேறு எங்கோ உள்ளன.

மூன்றாவது, இருவருமே பகவத் கீதையின் மையக் கருத்தில் மாறுபடுகின்றனர். பகவத் கீதைக்கு உரை எழுதிய காந்தி அந்நூலை மனிதனுக்கு உள்ளேயே நன்மைக்கும் தீமைக்கும் முடிவின்று நடைபெற்றுக் கொண்டிருக்கும் போரை விளக்கும் மறைநூலாகவே பார்க்கிறார். ஆனால் ஸ்வாமியோ தான் எழுதிய 'கீதை' நூலில் (*Gita and our Problems*) எந்தவொரு ஐயப்பாடும் இன்றி, உண்மையை நிலைநிறுத்தவும், ஒருவரது உரிமையை வெற்றி கொள்ளவும் போரை வலுவாக ஆதரிக்கும் நூலாகவே கீதையை அங்கீகரிக்கிறார்.

பண்டைய இந்தியருக்குப் போர் மீதிருந்த வெறுப்பை ஸ்வாமி விமர்சிக்கிறார். பல நூற்றாண்டுகளுக்கு முன்பு தென் இந்தியாவைச் சேர்ந்த தமிழ் மன்னர்கள் கடல் கடந்து கிழக்கு ஆசியாவிலுள்ள ஜாவா, சுமத்ரா, போர்னியோ உள்ளிட்ட நாடுகளை வென்று அங்கே இந்திய கலாசாரத்தைப் பரப்பியது குறித்துப் பூரிக்கிறார். ஆனால் இதுபோல் வட நாட்டு மன்னர்கள் யாரும் செய்யாததற்கு அப்போதிருந்த ஒட்டு மொத்த சமூகத்துக்கும் போர் மீதான வெறுப்பு, சோம்பேறித்தனம், ஆர்வமின்மை ஆகியவையே காரணம் குற்றம் சாட்டுகிறார்.

காஷ்மீர், கட்ச், பங்களாதேஷ் தொடர்பாக பாகிஸ்தானுடனான இந்தியாவின் போர் குறித்த தகவல்கள் இடம் பெற்றுள்ளன. 1971 போருக்குப் பிறகு 100,000 க்கும் அதிகமான போர்க் கைதிகள் விடுவிக்கப்பட்டு பாகிஸ்தானுக்குத் திருப்பி அனுப்பியது பற்றி ஸ்வாமி எழுதுகையில் 'இந்தியாவுடன் மீண்டும் பாகிஸ்தான் மோதாமலிருக்க அதன் பலத்தைக் குறைக்க நமக்குக் கிடைத்த மகத்தான வாய்ப்பு, ஆனால் நாம் தவற விட்டுவிட்டோம்' என்றார்.

அலெக்சாண்டர் அல்லது நெப்போலியனைப் போல ஒரு மாவீரனை இந்தியா உருவாக்காமல் போனதற்கு அல்லது பல நூற்றாண்டுகளாக அண்டை நாடுகளின் மீது படையெடுக்காமல் இருந்ததற்கான காரணங்கள் பற்றி ஸ்வாமி விவாதிக்கையில்:

> 'இந்தியாவின் விரிவான கலாச்சாரத்தை உருவாக்கியதில் பிராமண, வணிகர் சமூகங்களுக்கு மட்டுமே பெரும் பங்கு உண்டு, போர் வீரர்களுக்கு இல்லை. எனவேதான் இந்துக்களுக்குப் பொதுவாகவே போர் குறித்த ஆர்வமோ விருப்பமோ பெரிய அளவில் இல்லை'.

'ராணுவத் தளவாடங்கள் குறித்த நமது கவனக்குறைவைக்' கண்டிப்பதுடன், தவறான தத்துவம் மற்றும் சிந்தனையில் உருவான நமது மோசமான ராணுவக் கொள்கை காரணமாக வரலாற்றில் மிகப் பெரிய விலையைக் கொடுத்தோம்' என்று வருத்தப்படுகிறார். அவரது பார்வையில் 'இந்தியக் கோயில்களில் சேகரித்து வைக்கப்பட்டுள்ள சொத்தின் ஒரு சின்னஞ்சிறிய பகுதியையேனும் ராணுவத்துக்கோ, போருக்குத் தயாராவதற்கோ செலவழித்திருந்தால், இந்தியாவின் மீதான படையெடுப்புகளைத் தடுத்திருக்கலாம் அல்லது விரட்டி யிருக்கலாம். நமது செல்வங்களையும் கொள்ளை போகாமல் பாதுகாத்திருக்கலாம். எனவே போருக்குத் தயாராவது என்பது ஆரோக்கியமான பொருளாதாரமே' என்று அடித்துச் சொல்கிறார். இதுவே ஸ்வாமியின் பகவத் கீதை நூலின் ஆய்வு முடிவு.

'பல நூறு ஆண்டுகளாக மேற்கொள்ளப்பட்ட தவறான மற்றும் முரணான சிந்தனைகளே விருப்பத்துக்கு மாறான முடிவுகளைத் தந்துள்ளன' என்பது ஸ்வாமியின் கருத்து. இந்தியாவை வெளிநாட்டவர்களே தொடர்ந்து ஆட்சி புரிந்துள்ளனர். சாதி, இனம், பிரிவு, கலாசாரம் என இந்துக்கள் பிளவுபட்டுக் கிடந்தனர். புலனடக்கமும் சுயகட்டுப்பாடும் கொண்ட இந்துக்கள் அதிக எண்ணிக்கையில் உலகத்தைத் துறந்தாலும், எந்தத் தெளிவும், உறுதியும் எழவில்லை. மண் மற்றும் இயற்கையின் ஆசிகள் இருந்தும் இந்தியா ஏழை நாடாகவே உள்ளது. பல நூற்றாண்டுகளாக இந்தியர்கள் மூட நம்பிக்கைகளிலும் தவறான நம்பிக்கைகளிலும் மூழ்கிக் கிடந்துள்ளனர்.

இந்தியாவின் எதையும் கண்டு கொள்ளாமல் அடங்கிப் போகும் குணமும் போர் மீதான வெறுப்பும் ஸ்வாமியை பாதித்தன. காந்தி இந்தப் பாரம்பரியத்தை உடைத்ததை ஒப்புக் கொள்வதுடன், அடங்கிப் போகும் குணமோ அச்சமோ அவரிடம் காணப்படவில்லை என்பதையும் அங்கீகரிக்கிறார். எனினும் காந்தியை செயல்படாதவர் களில் ஒருவராகவே ஸ்வாமி கருதுகிறார்.

பகவத் கீதைக்கு ஸ்வாமி எழுதிய உரை நூலில் பல இடங்களில் சிறப்பாக எழுதியிருந்தாலும், ஒட்டு மொத்தமாகப் பகவத் கீதையை ஆயுதங்களை வரவேற்கும் நூலாகவே முன்னிறுத்த முனைகிறார்.

நாட்டின் வலிமையையும், பாதுகாப்பையும் பற்றிய கருத்துகளைப் பார்ப்போம். கல்வி, சுகாதாரம், ஒற்றுமை தொடர்பான காந்தியின் கருத்துகளுடன், ஸ்வாமியின் கருத்துகளை ஒப்பிட்டுப் பார்க்கும் போது ஒரு விஷயம் புலனாகிறது. ஸ்வாமியைவிட காந்தி இவற்றுக்குக் கூடுதல் முக்கியத்துவத்தை அளித்திருக்கிறார். ஆயுதங்களின் நவீனம் மற்றும் அளவு மீது குறைவாகவே அழுத்தம் கொடுத்துள்ளார். இருப்பினும் ஸ்வாமி முக்கியமான ஒரு விஷயத்தைத் தெளிவுபடுத்துகிறார்:

> ‘போர் பற்றிய எனது ஆதரவை அதிகம் எழுதும் அதே நேரம், பரஸ்பரம் பேச்சுவார்த்தைகள், சந்திப்புகள் மூலம் அமைதியான, சுமுகமான தீர்வுகள் சாத்தியப்படுகையில், சண்டைக்கு நான் பரிந்துரைக்கவில்லை என்பதையும் ஆழமாகப் பதிவு செய்ய விரும்புகிறேன். போர் மற்றும் வன்முறைக்கான காரணங்களைத் தேடும் ஃபாசிஸ்ட் மனோபாவத்தில், அதன் பின்விளைவாக யாரும் உயிருடன் இருக்க மாட்டார்கள் என்பதே யதார்த்தம். இது ஒரு வகை மனநோய்க்கான சான்றாகும்’.

கீழ்க்காணும் சொற்றொடர்கள் இன்னும் சுவாரஸ்யமானவை:

> ‘ஹிட்லர் அல்லது முசோலினியைப் போல் நாங்கள் ஃபாசிஸ்ட் களாக இருக்க விரும்பவில்லை. அதே சமயம் சேம்பர்லின் போன்று போரை எதிர்க்கவும் மாட்டோம். எங்களுக்கு முன்னுதாரணம் சர்ச்சில்’.

சர்ச்சிலை வியந்து பாராட்டும் ஒரே இந்திய நபர் ஸ்வாமி மட்டுமே என்று சொல்ல முடியாது. காந்தி குறித்து இந்த ‘பிரிட்டிஷ் புல்டாக்’ பல கடுமையான சொற்களைப் பயன்படுத்தி இருந்தாலும், இரண்டாம் உலகப் போரில் பிரிட்டிஷ் சாம்ராஜ்யத்தைக் காப்பாற்றிய பெருமை சர்ச்சிலையே சேரும் என்பதை காந்தி முழுமையாக ஒப்புக் கொள்கிறார் (1947 செப்டம்பர் 28). ஈடு இணையற்ற ஆற்றல், தைரியம், பேச்சுத் திறமை என அனைத்தும் சர்ச்சிலுக்கு இருந்தும், காந்தியின் முழு அன்பைப் பெற முடியாமல் போனதற்குக் காரணம், இந்தியர் களைச் சரி சமமாக மதிக்காததுடன், சுதந்திரம் பெறுவதற்கான எந்தத் தகுதியும் இந்தியர்களுக்குக் கிடையாது என்று அவர் கூறியதே ஆகும்.

~

> காந்தி மிகப் பெரிய மனிதர் ஆனால் வாளின் மதிப்பையும், இஸ்லாத்தின் பயங்கரத்தையும் அவர் புரிந்து கொள்ளத் தவறிவிட்டார். - ஸ்வாமி சச்சிதானந்த்

பண்டைய இந்து சொல்லான 'அஹிம்சை', பௌத்த மற்றும் சமண மதங்களின் சொல்லும் கூட, நமது காலத்தில் சைவம் (புலால் உண்ணாமை), சமாதானப்படுத்துதல், அமைதியான போராட்டம், வீரம், மன்னிப்பு, உடன்பாடு எனப் பல்வகை மாறுபட்ட அர்த்தங் களைத் தரும். ஆனால் இச்சொல் காந்தியிடமிருந்து பிரிக்க முடியாத, பின்னிப் பிணைந்த சொல்லாக மாறிவிட்டது.

மலைப் பிரசங்கம் (Sermon on the Mount) பற்றி அதிகம் தெரியாத ஒரு சராசரி இந்தியரிடம் 'மறு கன்னத்தைக் காட்டுவது' குறித்துக் கேட்டால், இந்த ஆலோசனைக்கான மூலாதாரமே காந்திதான் என்பார்.

இருப்பினும், வரலாற்றை ஆய்வு செய்தால் காந்தி அஹிம்சையின் முழுமையான ஆதரவாளராக இருந்ததில்லை என்பது தெரிய வரும். தென் ஆப்பிரிக்காவில் 1899 மற்றும் 1906 ஆம் ஆண்டு நடைபெற்ற இரு ஆயுதப் போராட்டங்களின் போதும் பிரிட்டிஷ் அரசுக்கு ஆதரவாக இந்தியர்களைக் கொண்ட ஆம்புலன்ஸ் படையை இயக்கி வந்தார். முதலாம் உலகப் போர் நடைபெற்ற போது, இங்கிலாந்தில், முதலில் இந்திய ஆம்புலன்ஸ் படையையும் பின்னர் கேடா மாவட்டத்தில் ராணுவத்துக்காக குஜராத் வீரர்களைச் சேர்க்கும் முயற்சியிலும் (குறைந்த அளவு வெற்றியுடன்) ஈடுபட்டார்.

இரண்டாம் உலகப் போரின் போது, இவரது தலைமையில் உருவான 'வெள்ளையனே வெளியேறு' தீர்மான வரைவு இந்திய மண்ணில் நேச நாடுகளின் ராணுவத் துருப்புகள் தடம் பதிக்க வழிவகுத்தது.

காந்தி தனது வாழ்க்கையின் கடைசி ஐந்து மாதங்களை, 1947-ல் நடைபெற்ற வன்முறைகளின் போது தில்லியில் கழித்த போது, ஆர்எஸ்எஸ் உள்ளிட்ட கோபத்தில் கொந்தளித்துக் கொண்டிருந்த இந்தியர்களிடம், 'சட்டத்தைக் கையில் எடுக்கக் கூடாது என்றும், மக்களைக் காப்பாற்றுவது அரசின் கடமை என்றும்' கூறினார். ஆனால் காவல் துறையும் ராணுவமும் அஹிம்சை வழியில், அமைதியாக இருக்க வேண்டும் என்று சொல்லவில்லை.

1947 அக்டோபர் - நவம்பரில் காஷ்மீருக்கு இந்திய வீரர்களை அனுப்பியதற்குத் தனது ஒப்புதலை வழங்கினார். கிர்பானை எப்போது, எப்படிப் பயன்படுத்தலாம் என்பது குறித்து 1947 செப்டம்பர் 11-ல் கீழ்க்கண்டவாறு குறிப்பிடுகிறார்:

> 'புனிதமான கிர்ப்பானை புனிதமான மற்றும் சட்டப்பூர்வ நிகழ்வுகளுக்கு மட்டுமே பயன்படுத்தவேண்டும். சந்தேகத்துக்கு இடமின்றி வலிமையின் அடையாளமாகக் கருதப்படும் கிர்ப்பானை வைத்துள்ளவர்கள், சுயகட்டுப்பாடுடன் இருக்கும்

பட்சத்திலும், அசாதாரணச் சூழல்களிலும் அதைப் பயன் படுத்தினால் மட்டுமே அவர்களுக்கு அழகு சேர்க்கும்'.

காந்தி வாளின் மதிப்பைப் புரிந்து கொள்ளவில்லை என்னும் ஸ்வாமியின் கருத்துக்கு மேற்கண்ட இரு சொற்றொடர்களுமே நிறைவான பதிலைத் தரும். கிர்ப்பானைச் சட்டப்பூர்வமாகவும், கட்டுப்பாட்டுடனும், பாதுகாப்பு இல்லாதவர்களுக்கு உதவ மட்டுமே பயன்படுத்த வேண்டும் என்பதே காந்தியின் கருத்து. இவை கணிசமான வரையறைகளுக்கு உட்பட்டவை மற்றும் எந்தச் சூழலிலும் இவற்றின் பொருள் விவாதத்துக்கு உட்பட்டவை.

இதை அறிவுறுத்தியதில் காந்தி நிச்சயம் ஒரு நாகரிகமான ஸ்டேட்ஸ்மென்தான். அவரைப் பொறுத்தவரை 'வீரமான மற்றும் கட்டுப்பாடுள்ள மனிதர், ஓர் உயிரைக் காப்பாற்ற மட்டுமே வாளைப் பயன்படுத்தினால்தான் அந்த வாளுக்கு மதிப்பு' என்கிறார்.

சீனா மீதான 1962 போர் தொடர்பான ஸ்வாமியின் நினைவலைகளில் இடம் பெற்ற மனிதர்களைப் போன்று இல்லாமல், காந்தி பிரச்னைகள் குறித்து அஞ்சவில்லை. ஆனால் வாள் அல்லது துப்பாக்கி உள்ளிட்ட பயங்கர ஆயுதங்களைப் பயன்படுத்துவதில் பலருக்கு விருப்பம் என்பதையும் காந்தி உணர்ந்தே இருந்தார். தென் ஆப்ரிக்கப் போர்க்களத்தில் தான் கற்ற பாடங்கள் பற்றி காந்தி 1909 அக்டோபரில் லண்டனில் கூறியதாவது:

> 'பயிற்சி பெற்ற வீரர்களை மனதளவில் போர் கெடுக்கிறது. இயற்கையாகவே அமைதியான குணம் கொண்டவர்களை மிருகமாக்குகிறது. அழகான தர்ம நியதிகளைச் சேதப்படுத்துகிறது. அதன் மேம்பட்ட பாதை இச்சைகளால் நாற்றமடிப்பதுடன், படுகொலைக் குருதியில் சிவந்தும் கிடக்கிறது. நமது இலக்குக்கான பாதை இதுவல்ல.'

அதே ஆண்டு (1909) தொடக்கத்தில் ஏனைய இந்திய மாணவர்கள் ஏற்பாடு செய்த தேநீர் நிகழ்ச்சிக்கு வந்திருந்த பிரிட்டிஷ் அதிகாரியை ஓர் இந்திய இளைஞன் சுட்டுக் கொன்றான். அந்த ஆங்கிலேயரைக் காப்பாற்ற முயன்ற இந்திய மருத்துவரும் சம்பவ இடத்திலேயே கொல்லப்பட்டார். 'சிந்தனையில் ஏற்பட்ட கோளாறே இந்த வன்முறைக்குக் காரணம்' என்கிறார் காந்தி:

> 'இதுபோன்ற கொடூரமான செயல்களால் ஒரு வேளை பிரிட்டிஷார் விலகிச் சென்றாலும்[12], அவர்களது இடத்திலிருந்து ஆளப்போவது யார்? ஆங்கிலேயர் என்பதற்காகவே ஆங்கிலேயர் கெட்டவனா? இந்தியத் தோல் கொண்ட அனைவரும் நல்லவர்களா? இது

உண்மை எனில் இந்திய அரசர்களின் அடக்குமுறைகளைக் கண்டிக்கும் வகையில் எந்த எதிர்ப்பும் இருக்கக் கூடாது. கொலைகாரர்களின் ஆட்சியில், அவர்கள் கருப்போ, வெள்ளையோ, இந்தியாவுக்கு எந்த நன்மையும் கிடைக்காது. அத்தகைய ஆட்சியின் கீழ் இந்தியா மோசமான நிலைக்குப் படுகுழியில் தள்ளப்படும்.'

சுதந்திரம் பெறுவதற்காகக் கொலைகாரச் செயல்களில் ஈடுபடும் எண்ணம் இந்திய ராணுவத்தினருக்கு வரக் கூடாது. இந்தியாவின் லட்சக்கணக்கான மக்களுக்குத் தேவை சுயராஜ்ஜியம் அல்லது சுயாட்சியே தவிர எஜமானர்களின் மாற்றம் அல்ல என்பதை வலியுறுத்தி 'ஹிந்த் ஸ்வராஜ்' பத்திரிகையில் பின்வருமாறு காந்தி எழுதுகிறார்:

'மில்லியன் கணக்கான மக்களுக்கு சுயராஜ்ஜியம் எப்படிக் கிடைக்கும்?[13] *இந்திய சமஸ்தானங்களை ஆளும் பல மன்னர்கள் தங்களுடைய மக்களைத் துன்புறுத்தி நசுக்கிக் கொண்டிருக்கின்றனர். இவர்களின் கொடுமை ஆங்கிலேயர்களை விடவும் மோசமானது (ஆகவே அவர்களையும் பதிலுக்குக் கொன்று விடலமா என்பதுதான் காந்தியின் கேள்வியின் உட்பொருள்).*

ரத்தக் களறியின் மூலம் இந்தியாவுக்கு விடுதலை பெற்றுத் தர முடியும் என்னும் எண்ணமே உங்களை நடுங்கச் செய்யவில்லயா? படுகொலைகளுக்குப் பிறகு யாரை விடுவிக்கப்போகிறீர்கள்? (உங்களுக்கு யாருடைய விடுதலையும் வேண்டாம். அதிகாரம் உங்கள் கைகளுக்கு மாற வேண்டும் என்பதுதானே நோக்கம் என்று கேட்கிறார் காந்தி). இந்தியாவிலுள்ள கோடிக்கணக்கான இந்தியர்கள் இதை விரும்பவில்லை. உயிர்களைக் கொன்று குவித்து ஆட்சிக்கு வருகிறவர்களால் நாட்டை நிம்மதியாக வைத்திருக்க முடியாது.'

பல ஆண்டுகளுக்குப் பிறகு ஆங்கிலேயே காவல் அதிகாரியான ஜான் சாண்டர்ஸைச் சுட்டுக் கொன்றதற்காக 1931-ல் பகத் சிங் தூக்கிலிடப் பட்ட போது இந்தியா முழுவதுமுள்ள இளைஞர்கள் கோபத்தில் கொந்தளித்தனர். அப்போது காந்தி 'பகத் சிங்கின் வீரத்துக்கும் தியாகத்துக்கும் தலை வணங்குகிறேன்' என்று கூறினார். மேலும்...

'இந்தியாவில் வறுமையில் வாடும் லட்சக்கணக்கான ஏழைகளுக்கும், செவிடர்களுக்கும், ஊமைகளுக்கும், முடவர்களுக்கும், வாள் முனையில் சுயராஜ்ஜியத்தை வென்றிட முடியாது. அதி உயர்ந்த ஒன்றைச் சாட்சியாகவைத்து இந்த உண்மையைப் பிரகடனப்படுத்த விரும்புகிறேன்' என்றார்.

படுகொலையை கௌரவப்படுத்தும் நாட்டில் அதிக பலமுள்ள, ஆயுதம் ஏந்திய, அதிகார வர்க்கம் ஏழைகள் மீது வன்முறையைக்

கட்டவிழ்த்து, அச்சுறுத்தும் என்று எச்சரிக்கிறார் காந்தி. 1931 மார்ச் 29 நவஜீவன் பத்திரிகையில் பகத் சிங்கின் வீரத்தைப் போற்றும் வகையில் அவர் விடுத்த இரங்கல் செய்தியில் இதே வாதத்தை முன் வைக்கிறார்:

> 'படுகொலைகள் மூலம் நீதியை நிலைநாட்டும் போக்கு நம்மிடையே வளர்ந்தால், நாம் எது நீதி என்று நம்புகிறோமோ அதை நிலைநிறுத்த ஒருவரை ஒருவர் கொல்லத் தொடங்குவோம். ஆதரவற்றவர்களும், நொடித்துப் போனவர்களும், கோடிக் கணக்கில் உள்ள நாட்டில் இந்தப் போக்கு பயங்கர விளைவுகளை ஏற்படுத்தும்'.

~

இஸ்லாம் மற்றும் முஸ்லிம்கள் குறித்த காந்தியின் புரிதல் என்ன? இந்துக்களுக்கு மிகப் பெரிய பாதிப்பு ஏற்படும் வகையில் அவர் முஸ்லிம்களைத் திருப்திப்படுத்தினாரா இல்லையா?

பெர்ரி ஆண்டர்சன் இதற்கு மாறான விஷயத்தை உண்மை என்று எண்ணுவதைச் சிறிது நேரத்தில் பார்ப்போம். இந்துக்களின் நலனே காந்திக்கு முக்கியம் என்ற வாதத்தை முதன் முதலில் வெளியிட்டவர் ஆண்டர்சன் அல்ல. இந்தக் குற்றச்சாட்டு பற்றிப் பின்னர் விரிவாகப் பார்ப்போம். முஸ்லிம்களின் அடிப்படை மதவாதத்தை காந்தி ஆதரித்துப் போற்றினார் என்று ஸ்வாமி பகிர்ந்து கொள்ளும் கருத்தை இப்போது இங்கு பார்ப்போம்.

ராஜ்கோட்டில் தனது பதின்பருவ வயதில் இந்து-முஸ்லிம் நட்பு குறித்துத் தான் கண்ட கனவை 1948 ஜனவரியில் காந்தி நினைவு கூர்ந்ததிலிருந்து தொடங்குவோம்:

> 'நான் சிறுவனாக இருந்த போது செய்தித் தாள்களைக் கூடப் படிப்பதில்லை. ஆங்கிலத்தைக் கொஞ்சம் கஷ்டப்பட்டுப் படிப்பேன். குஜராத்தியோ திருப்திகரமாக இருக்காது. ஆனால் அப்போது முதற்கொண்டே ஒரு கனவு உண்டு: இந்துக்கள், சீக்கியர்கள், பார்சீக்கள், கிறிஸ்தவர்கள், முஸ்லிம்கள் ஆகியோர் ராஜ்கோட்டில் மட்டுமின்றி இந்தியா முழுவதும் ஒற்றுமையாக வாழ்ந்தால், அனைவருக்கும் சந்தோஷமான வாழ்க்கை கிடைக்கும் என்பது தான் அந்தக் கனவு. அது இப்போதாவது நனவானால், மரணத்தை எதிர் நோக்கியிருக்கும் தள்ளாத வயதிலும், என் இதயம் துள்ளிக் குதித்து நடனமாடும். குழந்தைகள் ஆனந்தமாகக் குதூகலிப்பார்கள்'.

1939 இறுதியில், தனி முஸ்லிம் நாடு கோரிக்கை வலுப்பெற்ற போது, இந்தியா ஒன்றாக இருக்க வேண்டியதன் அவசியத்தை வலியுறுத்திக் காந்தி சில பொதுவான காரணங்களைப் பட்டியலிட்டார்: 'நாட்டின்

ஒவ்வொரு மூலை முடுக்கிலும் இந்துக்களும், முஸ்லிம்களும் பக்கத்துப் பக்கத்து வீட்டில் வசிக்கும் நிலையில் ஒரு ஏழை நாட்டைக் கூறு போடுவதென்பது அராஜகத்தை விடவும் கொடுமையானது' (1940 செப்டம்பர் 16 பேசியது 'ஹரிஜன் சேவக்' பத்திரிகையில் 1940 அக்டோபர் 12 வெளியானது).

இந்திய முஸ்லிம்களை இந்துக்களிடமிருந்து பிரிக்கும்வகையில் அவசியமான அல்லது அடிப்படையான ஏதோவொன்று இருக்கிறது என்பதை காந்தி ஒப்புக் கொள்ளவே மாட்டார்.

> வங்காள முஸ்லிம் பேசும் அதே மொழியைத்தான் வங்காள இந்துவும் பேசுகிறார், அதே உணவைச் சாப்பிடுகிறார். இந்துக்களுக்கு உள்ள அதே பொழுதுபோக்கு அம்சங்கள்தான் முஸ்லிம்களுக்கும்... ஆடைகளும் ஒரே மாதிரிதான் (ஹரிஜன் : 1940 ஏப்ரல் 6).

> பஞ்சாபிய முஸ்லிம்கள் எந்த வகையில் இந்துக்கள் மற்றும் சீக்கியர்களிடமிருந்து வேறுபடுகின்றனர்? அதே தண்ணீரைக் குடித்துக் கொண்டு, அதே காற்றை சுவாசித்துக் கொண்டு, அதே மண்ணிலிருந்து இயற்கை வளங்களைப் பெற்றுக் கொண்டுவாழும் அவர்கள் அனைவருமே பஞ்சாபியர்கள் இல்லையா? (ஹரிஜன் : 1939 அக்டோபர் 28).

இக்கருத்தைப் பதிவு செய்து ஏழு ஆண்டுகளுக்குப் பின்னர் முஸ்லிம்கள் அதிகம் வாழும் கிழக்கு வங்காளம் நவகாளி பகுதியில் வன்முறை நடைபெற்றபோதும் 'வங்காளத்தின் இந்துக்களும் முஸ்லிம்களும், ஒரே மண்ணிலிருந்து விளையும் உணவை உண்கின்றனர். ஒரே ஆற்றுத் தண்ணீரைக் குடித்துத் தாகத்தைத் தணித்துக் கொள்கின்றனர், பிறகு அதே பூமியில் தங்கள் வாழ்க்கையை முடித்துக் கொள்கின்றனர்' என்று முன்பு கூறிய அதே எண்ணத்தை 1946 டிசம்பர் 10-ல் காந்தி மீண்டும் வெளிப்படுத்தினார்.

1946 செப்டம்பர் - அக்டோபரில் இந்துக்களுக்கு எதிரான வன்முறை, படுகொலை, கற்பழிப்பு மற்றும் கட்டாய மதமாற்றம் ஆகியவை நடைபெற்ற போது 1946-47-ல் காந்தி அமைதியை நிலைநாட்ட நவகாளியில் தங்கியிருந்தார். கிட்டத்தட்ட நான்கு மாத காலம் நவகாளி பகுதி முழுவதும் பயணித்த காந்தி, எளியவர்கள் மீது வன்முறை அரங்கேறியபோது செல்வாக்குள்ள முஸ்லிம்கள் அதைக் கட்டுப்படுத்தாதது குறித்துக் கோபப்பட்டார்.

'இந்துக்கள் மதம் மாறியதால்தான் தங்கள் உயிர்களையேனும் காப்பாற்றிக் கொண்டனர்' என்று மௌல்வி ஒருவர் கூறிய போது 'இதுபோன்ற எண்ணம் கொண்ட உங்களைப் போன்றவர்களை

எல்லாம் இஸ்லாத்தில் ஞானம் உள்ளவர்களாகக் கடவுள் அனுமதித்து விட்டாரே[14] என்றுதான் எனக்கு ஆச்சரியமாக இருக்கிறது' என்று காந்தி வெடித்தார். உயிர் பிழைத்தல், மதமாற்றம் இரண்டில் ஏதேனும் ஒன்றைத் தேர்ந்தெடுக்க வேண்டிய கட்டாயத்துக்கு மக்கள் நிர்பந்திக்கப்பட்டது குறித்தும் காந்தி ஆத்திரப்பட்டார்.

இந்துக்களின் புகார்ப் பட்டியலில் மிகைப்படுத்தப்பட்ட அனைத்தையும் அகற்ற வேண்டுமெனக் கூறிய காந்தி, அதே நேரம் நவகாளியில் இந்துக்கள் மீது குறைந்த அளவிலேயே தாக்குதல் நடைபெற்றது என்று சொல்லிய முஸ்லிம்களையும் ஆதரிக்க மறுத்துவிட்டார். 'நிலைமை இன்னும் மோசமாகப் போகாததற்கு ஆண்டவனுக்குத்தான் நன்றி சொல்ல வேண்டும், மனிதனுக்கு அல்ல' என்று ஜனவரி 22 அன்று பானியலாவில் நடைபெற்ற கூட்டத்தில் உரையாற்றினார். 'இந்துக்களைக் காப்பாற்றிய ஒரு சில முஸ்லிம்களும் அங்கிருந்தனர்' என்று அவர்களின் பெருந்தன்மையைப் பாராட்டவும் காந்தி தவறவில்லை.

அவரது ஆதங்கத்தையும், கோபத்தையும் உள்ளடக்கித் தனது பிரிட்டிஷ் சிஷ்யை மெடெலின் ஸ்லேடுக்குப் (மீரா பென்) பதினாலே சொற்களில் காந்தி கடிதம் எழுதினார்:

> *1947* பிப்ரவரி *6* - 'சத்தியத்தைச் சென்றடைவதற்கான பாதை முழுவதும் எலும்புக் கூடுகள் சிதறிக் கிடப்பதால், அவற்றின் மீது நடக்கும் துணிச்சல் எங்களுக்கு இல்லை.'

காந்தியின் வாக்கியம் மூன்று செய்திகளை உணர்த்துகின்றன. 'முதலாவது அவரும் அவரது சகாக்களும் செய்து கொண்டிருக்கும் செயல் பற்றிய சிறு விளக்கத்தைத் தருகிறார். அடுத்தது அவசரமான, அறிவீனமான, சோகத்தின் மீது நடப்பதை ஒப்புக் கொள்கிறார். நிறைவாக நவகாளியில் வாழும் மக்கள் முழு உண்மையை மறைத்ததை மறைமுகமாகக் குற்றம்சாட்டுகிறார். நிஜமாகவே என்ன நடந்தது என்பதற்குச் சிதறிக் கிடக்கும் எலும்புக் கூடுகளே சாட்சி.'

நவகாளி வன்முறைக்கு எதிரான காந்தியின் வாதங்கள், சம்பந்தப் பட்டவர்களிடமிருந்து முழுமையான ஒப்புதல் வாக்குமூலத்தைப் பெறவில்லை என்றாலும், வருத்தம் வெளிப்பட்டது. இந்து சகோதரர்கள் மீது வன்முறையைக் கட்டவிழ்த்துவிடுவோரையும், கொள்ளை அடிப்போரையும் மூத்த முஸ்லிம் பெரியவர்கள் தண்டித்தார்கள். அச்சத்தில் வெளியேறிய இந்துக்கள் மீண்டும் திரும்பினர்;[15] மந்திரங்களும், பக்திப் பாடல்களும் மீண்டும் ஒலிக்கத் தொடங்கின; சங்குகள் முழங்கின; இந்துப் பெண்கள் நெற்றியில் குங்குமம் மின்னிடக், கைகளில் வளையோசை கலகலவென்று ஒலித்தது.

பாடியால்பூர் கிராமத்தைச் சேர்ந்த முஸ்லிம்கள் ஒன்று கூடித் தங்கள் உயிரைக் கொடுத்தேனும் இந்துக்களைக் காப்போம் என்றும் கொள்ளை போன பொருள்களையும், கடத்திச் சென்ற பெண்களையும் மீட்டுத் தருவோம் என்றும் உறுதி அளித்தனர். எந்த முஸ்லிம்கள் முன்னிலையில் சிலை உடைக்கப்பட்டதோ அந்த முஸ்லிம்கள் முன்னிலையிலேயே சிலை மீண்டும் கோயிலில் வைக்கப்பட்டது. காந்தியுடன் நடை பயணம் மேற்கொண்ட பாடியால்பூர் கிராமத்து முஸ்லிம்கள் மீண்டும் இந்துக்கள் மீது இது போன்ற தாக்குதல் நடைபெறாது என்றும் உத்தரவாதம் தந்தனர் (அம்ரித பஜார் பத்திரிகா, 1947 ஜனவரி 19).

பாட்டியாலாவுக்கு அருகே ராஜ்பூராவைச் சேர்ந்த அம்தஸ் சலாம் என்னும் முஸ்லிம் பெண்மணி நவகாளியில் காந்தி தங்கியிருந்த போது அவருக்கு அறிமுகமானார். படுக்கும் போது கூடத் தலையணைக்கு அருகே எப்போதும் புனித குரான் இருக்கும். அந்த அளவுக்குக் கடவுள் பக்தி மிகுந்தவர். சிரண்டி கிராமத்தில் இந்துக்களுக்கு எதிராக வன்முறையின் போது பயன்படுத்திய வாளைத் திரும்ப ஒப்படைக்க வேண்டும் என்று வேண்டுகோள் விடுத்தார். ஆனால் யாரும் செவி சாய்க்காத நிலையில் தனது கோரிக்கையை வலியுறுத்தி உண்ணாவிரதப் போராட்டத்தில் இறங்கினார். இருபத்தி ஐந்து நாள்கள் கடந்தும் யாரும் வாளை ஒப்படைக்கவில்லை. ஆனால் சிரண்டி கிராமத்தைச் சேர்ந்த பதினோரு முஸ்லிம்கள் 'கடவுள் சாட்சியாக[16]' இந்துக்களின் மத சம்பிரதாயங் களில் குறுக்கிடாமல் அவர்கள் நம்பிக்கையைப் பாதுகாப்போம் என்றதுடன் காணாமல் போன வாளைக் கண்டுபிடித்துக் கொடுப்போம் என்றும் கூறினர். இவர்களது உறுதிமொழியைத் தொடர்ந்து அம்தஸ் சலாம் தனது உண்ணாவிரதத்தை முடித்துக் கொண்டார்.

நவகாளியில் நடைபெற்ற மதக் கலவரங்களைத் தடுக்க மேற்கொண்ட அதே முயற்சியை காந்தி மீண்டும் பீகாரில் தொடர்ந்தார். ஆனால் இங்கு நிலைமை முற்றிலும் வேறாக இருந்தது. நவகாளியில் இந்துக்கள் தாங்கப்பட்டது போல், பீகாரில் முஸ்லிம்கள் கடுமையான தாக்குதலுக்கு உள்ளானார்கள். பட்டேல், நேரு மற்றும் பெரும் பான்மை காங்கிரஸ் தலைவர்கள் பிரிவினைக்கு ஒப்புக் கொள்ள இவ்விரு நிகழ்வுகளுமே முக்கிய காரணங்களாக அமைந்தன. இந்துக்களையும், முஸ்லிம்களையும் இரு நாடுகளாகப் பார்க்கத் தன்னால் முடியாது என்று மறுத்ததுடன் 'இந்தியா பாகிஸ்தான் இரண்டுமே எனது தாய்நாடுகள். பாகிஸ்தானுக்குப் போக என்னால் கடவுச் சீட்டு (விசா) எடுக்க முடியாது' என்று உறுதிபடக் கூறினார் (1947 ஜூலை 2).

'பகவத் கீதையும், குரானும் அருகருகே ஓதப்படும் வகையிலும், மசூதிக்கு அளிக்கும் அதே மரியாதை குருத்வாராவுக்கும் கிடைக்கும்

வகையிலும் பாகிஸ்தானை உருவாக்க முடியுமா?' என்று 1947 ஜூன் 7-ல் ஜின்னா மற்றும் அவருடைய சகாக்களுக்கு காந்தி சவால் விடுத்தார். ஆறு நாள்கள் கழித்து இந்தியாவிலும் பாகிஸ்தானிலும் பரஸ்பரம் சிறுபான்மையினர் உரிமைகள் வழங்கவேண்டும் என்ற கோரிக்கையை மீண்டும் முன்வைத்தார்.

> ரஹீம் அன்று அழைப்பவர்கள் இந்தியாவை விட்டு வெளியேற வேண்டுமா? பாகிஸ்தான் என்று அழைக்கப்படும் பகுதியில் ராமா என்று அழைக்கத் தடை வருமா? கிருஷ்ணா என்று அழைப்பவர்கள் பாகிஸ்தானை விட்டு நாடு கடத்தப்படுவார்களா? என்று காந்தி கேள்வி எழுப்பினார் (ஜூன் 13).

ஜூலை 5 ஆம் தேதி பாகிஸ்தானில் சிறுபான்மையினருக்கு உரிமை வேண்டும் என்ற தனது முந்தைய கருத்தை காந்தி மீண்டும் வலியுறுத்தினார்.

> ஆனால் பாகிஸ்தான் எதிர்கொள்ளவிருக்கும் உண்மையான சிக்கல் முஸ்லிம்கள், கிறிஸ்தவர்கள், சீக்கியர்கள் மற்றும் இந்துக்களை எப்படி நடத்தப் போகிறது என்பதுதான்? குறிப்பாக முஸ்லிம்களி லேயே ஷியா, சுன்னி உள்படப் பல்வேறு பிரிவுகள் உள்ளன. இவர்களைப் பாகிஸ்தான் எவ்வாறு நடத்தப் போகிறது என்பதையும் பொறுத்திருந்துதான் பார்க்க வேண்டும்'.

இந்திய சுதந்திரம் மற்றும் பாகிஸ்தான் உருவான அதே 1947 ஆகஸ்ட் மத்தியில் பஞ்சாபில் பெரிய அளவில் படுகொலைகள் அரங்கேறின. ஆனால் அதே நேரம், இந்திய சுதந்திரப் போரின் முக்கியத் தலைவரான காந்தி, ஒரு சாதாரண மனிதராக, ஏழைகள் வாழும் கல்கத்தாவின் ஒரு பகுதியில் தங்கியிருந்தார். நிலைமை கட்டுக்குள் வரத் தன்னாலான உதவிகளைச் செய்த பிறகு, அந்த இடத்தை விட்டு வெளியேறி செப்டம்பர் 5 ஆம் தேதி தில்லி வந்தடைந்தார். அங்கிருந்து பஞ்சாப் செல்லத் திட்டமிட்ட நிலையில், இந்தியத் தலைநகரில் வன்முறை வெடிக்கவே வேறு வழியின்றி அங்கேயே தங்க வேண்டிய நிர்பந்தத்துக்கு உள்ளானார்.

இந்துக்கள் மற்றும் சீக்கியர்கள் மீது பாகிஸ்தானில் நடைபெற்ற வன்முறையும், கொலைவெறித் தாக்குதல்களும் காந்தியின் இதயத்தைக் கிழித்தன. தில்லியிலிருந்து கிளம்பி பாகிஸ்தான் போக முடிவெடுத்த நிலையில், அங்குள்ள மக்களுக்குத் தனது கருத்தை வெளிப்படையாகக் கூறினார்:

> (செப்டம்பர் 18) 'நான் பாகிஸ்தான் சென்றால் அங்குள்ள மக்களைத் தொடர்ந்து வன்முறையில் ஈடுபடவிடமாட்டேன். இந்துக்கள்

மற்றும் சீக்கியர்களுக்காக உயிரை விடுவேன். அங்கேயே சந்தோஷமாகச் சாவேன். அதேபோல் இங்கும் மகிழ்ச்சியுடன் உயிரை விடத் தயாராக இருக்கிறேன்'.

(செப்டம்பர் 20) 'குதா, அல்லா, ஈஸ்வர் மற்றும் இராமா ஆகியோரை நினைவுபடுத்திக் கொள்ள இதுவே தருணம். இந்த மூன்று பிரிவினரின் இரத்தம் (இந்துக்கள், முஸ்லிம்கள் மற்றும் சீக்கியர்கள்) ஒன்றுதான். இதை நிரூபிக்க என்னால் முடிந்த அனைத்து முயற்சிகளையும் மேற்கொள்வேன். இதைச் செய்து முடிக்கக் கடவுள் முன்பு கதறி அழுது கண்ணீர் விடுவேன். மனிதன் முன்னால் அழ மாட்டேன். ஆனால் ஆண்டவன் முன்பு செய்வேன்'.

(செப்டம்பர் 23) நான் லாகூருக்குப் போக வேண்டும் .... நான் ராவல்பிண்டிக்குப் போக வேண்டும் .... தில்லியில் நீங்கள் சண்டை போடுவதைத் தவிர்த்தால், ஆண்டவன் எனது பிரார்த்தனைக்குச் செவிசாய்த்தான் என்று எடுத்துக் கொள்வேன். பிறகு ஆண்டவன் அருளுடன் பஞ்சாபுக்குச் செல்வேன். உங்களுக்கு ஒன்றைச் சொல்லிக் கொள்கிறேன். தில்லியில் அமைதி திரும்பியவுடன், ஒரு நாள் கூட இங்கே தங்க மாட்டேன்'.

ஜனவரி 13 அன்று காந்தி தனது கடைசி உண்ணாவிரதத்தைத் தொடங்கினார். பாகிஸ்தான் மற்றும் இந்தியா இரு நாடுகளிலுள்ள சிறுபான்மை மதத்தவரின் பாதுகாப்பே இதன் நோக்கம் என்று அறிக்கை வெளியிட்டார். ஆறு நாள்கள் கழித்து தில்லி மக்கள் பிரதிநிதிகள் அங்கு வாழும் சிறுபான்மையினர் பாதுகாக்கப் படுவார்கள் என்று உறுதியளித்தனர். காந்தி தனது உண்ணாவிரதத்தை முடித்துக்கொண்டு பாகிஸ்தான் கிளம்பத் தயாரானார்.

ஜனவரி 18 வழக்கமாக நடைபெறும் மாலை நேரப் பிரார்த்தனைக் கூட்டத்துக்காகக் கீழ்க்காணும் அறிக்கையைத் தயாரிக்க காந்தியின் உடலில் போதிய தெம்பு இருந்தது:

இப்போது முதல் இந்துக்களும், சீக்கியர்களும், முஸ்லிம்களும் சகோதரர்களைப் போல் ஒற்றுமையாக வாழ்வோம் என்றும், எந்தச் சூழலிலும், எந்தத் தூண்டுதலிலும், தில்லியில் வாழும் மக்கள், அகதிகள் உள்பட, ஒருவரை ஒருவர் எதிரிகளாகக் கருத மாட்டோம் என்றும் உறுதி அளித்துள்ளனர். இது மிகச் சாதாரண விஷயம் அல்ல...

கடவுளை மீது நம்பிக்கை வைத்துவிட்டால் பின்னர் எந்தச் சூழலிலும் மாற மாட்டேன் என்று உறுதி எடுத்துக் கொள்ள வேண்டும். இது நடைபெற்றால் இந்தியாவும், பாகிஸ்தானும் கூட்டாக இணைந்து உலகுக்குச் சேவை செய்வதுடன் அதை

இன்னும் புனிதமாக்குவார்கள். இந்த ஒரேயொரு விஷயத்தைத் தவிர வேறு எதற்காகவும் நான் உயிர் வாழ விரும்பவில்லை.

காந்தி அடிக்கடி குறிப்பிடும் வரிகளில் 'கடவுள்' என்பதற்குப் பதிலாக ஏன் 'சத்தியம்' குறித்து அதிகம் பேசினார் என்பதையும் அவரே விளக்குகிறார்:

'சத்தியம்' என்பதன் பரிச்சயமான அர்த்தம் 'கடவுள்' என்பதால் நான் 'சத்தியத்தின்' பெயரில் உண்ணாவிரதத்தைத் தொடங்கினேன். 'ஆண்டவனின்' பெயரால் மக்கள் நிரபராதியா குற்றவாளியா, ஆண்களா பெண்களா, குழந்தைகளா பச்சிளம் குழந்தைகளா என்று எதைப் பற்றியும் கவலைப்படாமல் பொய், பித்தலாட்டம், படுகொலைகளில் ஈடுபடுகிறோம். கடத்தல், கட்டாய மதமாற்றம் ஆகியவற்றையும் வெட்கமின்றிச் செய்து முடித்தோம். ஆனால் இவை அனைத்தையும் யாரேனும் 'சத்தியத்தின்' பெயரால் செய்தார்களா என்று எனக்குத் தெரியாது. எனவே எனது உதட்டில் அதே 'சத்தியத்தின்' பெயரை உச்சரித்தபடியே இந்த உண்ணாவிரதத்தை முடித்துக் கொள்கிறேன்.

1948 ஜனவரி *20*-ல், பாகிஸ்தானிய அகதியும் காந்தியைக் கொல்லச் சதித் திட்டம் தீட்டியவர்களுள் ஒருவனுமான மதன்லால் பஹ்வா, திட்டமிட்டபடி, தில்லியில் நடைபெற்ற காந்தியின் பிரார்த்தனைக் கூட்டத்தின் மீது குண்டை வீசினான். ஆனால் அதே கூட்டத்தில் பங்கேற்ற இவனது கூட்டாளிகளால் மேலும் சில குண்டுகளை வீசவோ, துப்பாக்கியால் சுடவோ முடியாமல் போனது. அவர்கள் எப்படியோ தப்பித்துக் கொள்ள, பஹ்வா மட்டும் சிக்கிக் கொண்டான். அவன் மாட்டிக் கொள்ள தெய்வ பக்தி நிறைந்த ஒரு பெண்மணியே காரணம். அடுத்த நாள் நடைபெற்ற பிரார்த்தனைக் கூட்டத்தில் பஹ்வா மற்றும் அந்தப் பெண்மணி குறித்துக் காந்தி கீழ்க்கண்டவாறு கூடியிருந்தோரிடம் பகிர்ந்து கொண்டார்:

'இதற்குக் காரணமானவன் மீது உங்களுக்கு எந்தவிதமான வெறுப்பும் இருக்கக்கூடாது. நான் இந்து மதத்துக்கு எதிரானவன் என்று இவனாகவே கருதிக் கொண்டான். தீயவர்களுக்குப் பலம் அதிகரித்துத் தர்மத்துக்குக் கேடு விளைவித்தால், அவர்களை அழிக்க ஆண்டவன் ஒருவரை அனுப்பி வைப்பான் என்று பகவத் கீதை நான்காவது அத்யாயத்தில் சொல்லப்பட்டிருக்கிறது அல்லவா. குண்டை எறிந்த இவனோ, என்னை அழிக்க ஆண்டவனால் அனுப்பி வைக்கப்பட்டதாக அவனாகவே நினைத்துக் கொண்டான். நான் அவனைப் பார்க்கவில்லை. ஆனால் காவல் துறையினர்

கேட்ட போது நான் சொன்னதைத்தான் பதிலாகக் கூறினான் என்று கேள்விப்பட்டேன். அவன் நன்றாக உடை உடுத்தியிருந்தானாம்.

ஆனால் .... ஒருவனை நமக்குப் பிடிக்கவில்லை எனில் அவன் கெட்டவன் என்று அர்த்தமா? என்னைக் கெட்டவன் என்று கருதிக் கொண்டு யாராவது என்னைக் கொன்றால், ஆண்டவன் முன்பாக அவன் பதிலளிக்க வேண்டாமா? ஆண்டவனின் கட்டளையைத்தான் நிறைவேற்றினேன் என்று சொன்னால், அவனுடைய தீய செயல்களுக்கு ஆண்டவனையும் கூட்டாளி ஆக்குகிறான் என்பது தானே பொருள்...

இவனுக்குப் பின்னால் இருப்பவர்களும், யாரோ ஒருவரின் கருவியாக உள்ள இவனும், இதுபோன்ற செயல்கள் இந்து மதத்தைக் காப்பாற்றாது என்பதைப் புரிந்து கொள்ள வேண்டும். இந்து மதத்தைக் காப்பாற்ற வேண்டுமெனில், என்னைப் போன்று செயல்பட்டால் மட்டுமே காப்பாற்ற முடியும். நான் குழந்தைப் பருவம் முதற்கொண்டே இந்து மத தர்மங்களைக் கடைப்பிடித்து வருகிறேன். என்னை வளர்த்த செவிலித்தாய், எப்போதெல்லாம் அச்சப்பட்டேனோ, அப்போதெல்லாம் இராம நாமத்தைச் சொல்ல வேண்டுமென்று கற்றுக் கொடுத்தார்.

எல்லாப் பரிசோதனைகளிலும் தேர்ச்சி பெற்ற நிலையில், ஐந்து அல்லது ஆறு வயதில் எப்படி இருந்தேனோ, அப்படியேதான் இன்றைக்கும் தீவிர இந்துவாக இருக்கிறேன். என்னைப் போன்ற தீவிர இந்துப் பற்றாளரைக் கொல்வதன் மூலம் இந்து தர்மத்தை அழிப்பதுதான் உனது விருப்பமா? சில சீக்கியர்கள் என்னிடம் வந்து இந்தப் பாதகச் செயலில் ஒரு சீக்கியன் ஈட்டுபட்டிருப்பான் என்று நினைக்கிறார்களா என்று கேட்டார்கள். ஆனால் அவன் சீக்கியன் இல்லை என்பது நிச்சயமாகத் தெரியும். அப்படியே அவன் சீக்கியனாக இருந்தால் என்ன? அல்லது ஒரு இந்து வாகவோ, முஸ்லிமாகவோ இருந்தாலும் என்ன? அவனுக்கு நல்ல புத்தியைக் கொடுத்து ஆண்டவன் ஆசீர்வதிக்க வேண்டும் என்பதே எனது பிரார்த்தனை...

அவன் சிக்கிக் கொள்ளப் படிப்பறிவில்லாத ஒரு பெண்மணியின் வீரமே காரணம். அவளின் தைரியத்தை மனமாரப் பாராட்டுகிறேன்'.

மேற்கூறிய கருத்துகளைக் கூறிய காந்தி ஒன்பது நாள்கள் கழித்துச் சுட்டுக் கொல்லப்பட்டார். ஜனவரி 20 அன்று காந்தியைக் கொல்லச் சதித் திட்டம் தீட்டியவர்களுள் ஒருவனான நாதுராம் கோட்சே,

ஜனவரி 30 அன்று மீண்டும் திரும்ப வந்து காந்தியின் நெஞ்சை மூன்று குண்டுகளால் துளைத்துக் கொன்றான்.

~

கடந்த பல பக்கங்களில் கூறப்பட்ட செய்திகளைப் படிப்பவர்கள் அனைவரும் காந்தி முழுக்க முழுக்க இந்துக்களின் உரிமைகளுக்காக வாதாடினார் என்றும் முஸ்லிம்களின் தவறுகளை எதிர்த்தார் என்றும் அறிவார்கள். ஆனால் இதை ஸ்வாமி புரிந்து கொள்ளவில்லை. இச்செய்திகளின் வெகு சில மட்டுமே வடக்கு குஜராத் பதான் மாவட்டத்திலிருந்து ஸ்வாமி 1953-ல் வெளியேறுவதற்கு முன்பாக அல்லது அவரது பரபரப்பான வாழ்க்கையில் இந்தியச் சாலை, ரயில் ஆகியவற்றில் பயணப்பட்டுக் கொண்டிருக்கும் போது அல்லது வாராணசியில் தங்கியிருந்த போது சென்றடைந்திருக்கும்.

~

இரண்டு

அமெரிக்கப் பேராசிரியர்

பெர்ரி ஆண்டர்சன் 'தி இந்தியன் ஐடியாலஜி' என்பது 'நமது காலத்திய முன்னணி சக்திகளின் கூட்டாட்சி அமைப்பு' குறித்த அவரது வரப்போகும் ஆய்வின் வரலாற்று அறிமுகம் அல்லது பின்னணி ஆய்வு என்று குறிப்பிட்டதை முன்னுரையில் பார்த்தோம்.

இருப்பினும், 'பிரிவினையால் ஏற்பட்ட கடுமையான பாதிப்புகளின் உண்மையான விவரங்களை' இந்தியர்களுக்கு தெரிவிக்கவும், சுதந்திரத்துக்குப் பின்பு இந்தியக் குடியரசில் நடைபெற்ற தவறுகள் குறித்துப் புரிய வைக்கவும், காந்தி நேரு பட்டேல் ஆகியோர் பற்றி உருவகப்படுத்தியவற்றைப் புறந்தள்ள வேண்டியதன் அவசியத்தை நியாயப்படுத்தவும்' இந்தியாவில் 'முதற்கட்ட' பதிவை வெளியிட்டதாகவும் அதில் தெரிவித்துள்ளார்.

வசதியான ஆங்கிலோ-ஐரிஷ் குடும்பத்தில் பிறந்து, ஈட்டன் (Eton) பள்ளியில் படித்து, கலிஃபோர்னியா பல்கலைக்கழகத்தில் பேராசிரியராகப் பணியாற்றும் ஆண்டர்சன், புதிய இடதுசாரி முன்னணி வரலாற்று ஆசிரியராகக் கருதப்படுகிறார்.[17] 'தி இந்தியன் ஐடியாலஜி' நூலில் ரத்தினச் சுருக்கமாக 'இந்திய இடதுசாரிகளின் அடிப்படை அரசியல் பலவீனங்களிலிருந்து கம்யூனிஸ்ட்களை விடவும் சோஷியலிஸ்ட்களே தப்பிப்பது கடினம்' என்கிறார்.

'சுதந்திரத்துக்கான போராட்டத்தில் நாடுடன் மதம் கலந்ததே பலவீனத்துக்கான அடிப்படை' என்கிறார். 'இந்திய இடதுசாரிகள் வெற்றி பெறவில்லை என்பதற்கான காரணத்தை விட ஏன் வெற்றி பெறமுடியவில்லை என்பதை இது இன்னும் எளிமையாக விளக்கும். இந்தக் கலப்புக்கு அவர்கள் காரணமில்லை என்றாலும், இதன்

காரணமாகவே அவர்கள் தோல்வியைத் தழுவ வேண்டிய நிலை ஏற்பட்டது.

இந்தக் கண்டுபிடிப்பு, தற்போதைய மற்றும் எதிர்காலத்தில், பயனுள்ள பங்களிப்பை அளிக்க வேண்டுமென விரும்பும் இந்திய இடதுசாரிகளுக்கு எந்த விதத்தில் உதவியாக இருக்கும் என்பது தெளிவாக இல்லை. இந்தக் 'கலப்பை' அகற்ற அவர்கள் முனையலாம் என்பதே ஆண்ட்சனின் கருத்தாகும். இதைச் செயல்படுத்தத் தேவையான குறிப்பையும் அவரே தருகிறார்.

'அம்பேத்கர், பெரியார் ராமசாமி ஆகியோர் தங்கள் வாழ்க்கையின் மிகச் சிறந்த காலக் கட்டங்களில் காட்டிய உறுதித் தன்மையில் கொஞ்சமாவது கடைப்பிடிக்க வேண்டும். நிறைவாக இந்திய இடதுசாரிகள் காந்தி, நேரு, பட்டேல் மற்றும் அவர்களது சகாக்களின் அடையாளங்களையும், சிந்தனைகளையும் முழுமையாக இல்லா விட்டாலும் சிலவற்றையேனும் ஒதுக்கித் தள்ளவேண்டும்' என்கிறார்.

அருந்ததி ராய் இந்திய இடதுசாரிகளில் ஓர் அங்கமாகத் தன்னைக் கருதினாலும் கருதாவிட்டாலும், ஆண்டர்சனின் கருத்தையே பிரதிபலிக்கிறார். 2014-ல் 'தி டாக்டர் அண்ட் செயிண்ட்' (The Doctor and the Saint) என்ற தலைப்பில் சமர்ப்பித்த ஆய்வறிக்கை அம்பேத்கர் மற்றும் காந்தி பற்றி இருந்தாலும், பெரும்பான்மை காந்தியைப் பற்றியே (அவரது தலித் விமர்சகர்கள் புகாரின்படி) உள்ளது. காந்தி குறித்த நினைவுகளை அகற்றுவது குறித்து எழுதியதாக விளக்குகிறார்.[18]

ராய் பதிவு செய்த கருத்துகளை ஆண்டர்சன் எழுதிய நூலுக்கான அணிந்துரையாகவே கொள்ளலாம்.

காந்தி மீதான விமர்சனங்களின் ஒரு பகுதி ஏற்றுக் கொள்ளத்தக்கதாக இருந்தாலும் அவை புதிதோ அவரது சொந்தக் கருத்தோ அல்ல. மேலும் அவரது விமர்சனத்தில் காணப்பட்ட கணிசமான தவறுகள் மற்றும் மறைக்கப்பட்ட தகவல்களில் சிலவற்றை 'இகனாமிக் அண்ட் பொலிடிகல் வீக்லி' என்ற பத்திரிகையில் 'சுதந்திரமும் சமூக நீதியும்: அம்பேத்கர் - காந்தி விவாதம் குறித்த புரிதல் (Independence and Social Justice: Understanding the Ambedkar Gandhi Debate) என்ற தலைப்பில் மிக விரிவாக எழுதி உள்ளேன்.[19]

அருந்ததி ராய்மீது செல்வாக்கு செலுத்திய, ஆனால் அவருக்கு முன்பே ஆண்டர்சன் எழுதிய, தாமதமாக 2015 ஜனவரியில் நான் படித்த அப்பதிவுகளின் மீதான எனது கருத்துகளைக் கீழே தருகிறேன்:

சுதந்திரத்துக்குப் பிறகான இந்தியாவின் பிரச்னைகளுக்குப், பெயர் குறிப்பிடாத பல்வேறு காந்தியின் சகாக்களின் பங்களிப்பு குறித்து,

ஆண்டர்சன் குற்றம் சுமத்தினாலும், காந்தி மற்றும் நேரு ஆகியோரே முக்கிய இடம் பெறுகின்றனர். பட்டேலும் கடுமையான குற்றச்சாட்டுக்குத் தப்பவில்லை. 'தில்லியிலுள்ள அதிகாரம் இல்லாத முஸ்லிம் காங்கிரஸ் தலைவர்' என்று ஆறே சொற்களால் அபுல் கலாம் ஆசாத் ஓரங்கட்டப்படுகிறார்.

காந்தியையும் நேருவையும் எதிர்த்தவர்கள் விமர்சனத்திலிருந்து தப்பினர். இன்னும் அதிகமாகத் தப்பித்தவர்கள் இவர்களின் தீவிர எதிர்ப்பாளர்களான அம்பேத்கரும் ஜின்னாவும். ஆண்டர்சனின் ஆய்வில் இவ்விருவரும் கதாநாயகர்களோ, உதாரண புருஷர்களோ இல்லை என்றாலும் கடுமையாகப் பாதிக்கப்பட்டவர்களாகச் சித்தரிக்கப்படுகின்றனர். 1930களில் காந்தியின் கடுமையான விமர்சகரான கதாநாயகன் போஸும், 1909 முதல் காந்தியின் எதிர்ப்பாளரும், அவரது படுகொலையில் பங்கிருப்பதாகக் குற்றம் சாட்டப்பட்டவருமான விநாயக் சாவர்க்கரும் மிகுந்த மரியாதையுடன் விவரிக்கப்படுகின்றனர். இந்துத்வா ஓர் அச்சுறுத்தலாகப் பேசப் பட்டாலும், காங்கிரஸின் அழிவுக்கு அதையே காரணமாக்க ஆண்டர்சனின் இதயம் விரும்புகிறது. இதற்குக் காந்தியின் கருத்துகளையும் துணைக்கு அழைத்துக் கொள்கிறார்.

கடுமையான உழைப்பாளி, திறமையானவர், மிகுந்த கவனமுடன் திட்டமிடுபவர், சிறந்த ஒருங்கிணைப்பாளர், தனிப்பட்ட அதிகாரம் பற்றிக் கவலைப்படாமல் காங்கிரஸை மேலிருந்து கீழ்வரை உருவாக்கியவர், நன்நடத்தையின் நீதிமான் என்று காந்தியை அங்குமிங்குமாக ஒப்புக்குக் கொஞ்சம் பாராட்டுகிறார். ஆனால் அவரது விமர்சனங்களுடன் ஒப்பிடுகையில் புகழுரைகள் மிகக் குறைவே.

ஆண்டர்சனைப் பொறுத்தவரை சாதி அடிப்படையிலான வர்ணாஸ்ரம தர்மத்தைப் புதுப்பிக்கும் இந்து தீவிரவாதியாகவே காந்தியைக் கருதுகிறார். அவருடைய சுதந்திர இந்தியா மென்மையான முஸ்லிம் களையும், அடங்கிப் போகும் தலித்களையும் சகித்துக் கொள்ளும். ஆனால் சரிசமமாக ஏற்றுக் கொள்ளாது. இரண்டாவதாகத் தேசிய இயக்க அகராதியிலும், செயல்பாடுகளிலும் மதத்தைப் புகுத்தியது ஜின்னா அல்ல காந்தியே என்பது அவரது முடிவு. மூன்றாவதாக, ஆண்டர்சன் கோணத்தில், காந்தி வன்முறைக்கு எதிராகப் பேசி வந்தாலும், வன்முறையை முற்றிலுமாக ஒழிப்பதல்ல அவரது இலக்கு. சாதி இந்து ஆதிக்கமே அவரது நோக்கம் என்கிறார். சாதி இந்துக்களின் தயவில் தலித்துகள் வாழ்வதைக் கட்டாயமாக்கும் 1933 பூனா ஒப்பந்தத்தை அம்பேத்கர் ஏற்றுக் கொள்ள காந்தி நிர்பந்தித்தார் என்றும் அவர் மீது ஆண்டர்சன் குற்றம் சாட்டுகிறார்.

காந்தி சிந்தித்த மற்றும் எதிர்பார்த்த இந்திய ஒற்றுமை முன்னெப் போதுமே இருந்ததில்லை என்று தொடர்கிறார் ஆண்டர்சன். அவருடைய அதிர்ஷ்டம் பிரிட்டிஷ் சாம்ராஜ்யம் அரசியல் மற்றும் நிர்வாக ஒற்றுமையை இந்தியாவுக்கு உருவாக்கிக் கொடுத்தது. மேலும் பிரிட்டிஷ் சாம்ராஜ்யத்தின் ரயில் இந்தியாவின் தொலைதூர மூலை முடுக்குகளுக்கு காந்தி செல்லவும், தந்திக் கம்பிகளும், பத்திரிகைகளும் அவர் விடுக்கும் செய்திகளை மக்களிடையே கொண்டு செல்லவும் பெரிதும் உதவின என்கிறார்.

நிறைவாக இந்தியா விடுதலை பெற காந்தியுடனும், காங்கிரஸுடன் தொடர்புடைய சத்தியாகிரகமோ, தேசிய அளவிலான போராட்டங்களோ உதவவில்லை என்றும் அவருக்குத் தொடர்பே இல்லாத இரு விஷயங்கள் அதற்குக் காரணம் என்கிறார் ஆண்டர்சன். முதலாவது பிரிட்டிஷ் அரசாங்கம் அனுமதித்த, முழுமையாக இல்லாவிட்டாலும், பகுதி ஜனநாயக சட்டமன்றங்களே இந்திய சுதந்திரத்துக்கு வழிவகுத்தன. மற்றொன்று இரண்டாம் உலகப் போரில் ஜப்பானின் சம்மட்டி அடி பிரிட்டிஷ் ஆட்சியை இந்தியாவில் சிதற அடித்தது.

கடைசியாக இந்தியப் பிரிவினைக்கு மட்டுமே காந்தியும், காங்கிரஸும் பொறுப்பானார்கள்.

‘தொலை தூரச் சிந்தனை இல்லாதவனும், முட்டாளுமான கோட்சே, ஒரு சாதாரண மனிதனாக இயற்கையாகச் சாக வேண்டிய காந்தியைச் சுட்டதன் மூலம் அவரைத் தியாகியாக்கிவிட்டான்’ என்று கோட்சேவைத் தாக்கி காந்தியின் விமர்சகர் மன்கத்நாத் குப்தா விடுத்த அறிக்கையை ஆண்டர்சன் ஆமோதித்து மேற்கோள் காட்டுகிறார்.

காந்தியின் நம்பகமான கூட்டாளியாக நேரு நேரடியாகவும், மறைமுகமாகவும் செயல்பட்டார் என்கிறார் ஆண்டர்சன். சுதந்திரம் மற்றும் காந்தியின் மறைவுக்குப் பிறகு, 1964-ல் சாகும் வரை, இந்தியக் குடியரசில் சாதி இந்துக்கள் தங்கள் ஆதிக்கத்தைச் செலுத்த நேரு அனுமதித்தார். மேலும் காஷ்மீர் மற்றும் வட கிழக்கு மாநிலங்களில் அடக்குமுறையை ஏவிவிட்டுச் சீனாவைப் போருக்குத் தூண்டியதுடன், நீண்ட காலப் பரம்பரை ஆட்சியையும் நேரு நிறுவினார்.

~

காந்தியை இந்து மத மீட்பாளர் என்று வர்ணிக்கும் ஆண்டர்சன் இந்துக்களிடையே நிலவும் சகிப்பின்மை மற்றும் பிழையான பழக்க வழக்கங்கள் குறித்து காந்தி கூறியதைப் பொருட்படுத்தவே இல்லை (தனது நூலிலும் பதிவு செய்யவில்லை). புனித நூல்கள் என்பவை ‘கேள்விகளுக்கும் ஒழுக்க நெறிகளுக்கும் மேலானவை அல்ல’ என்று

காந்தி தனது கருத்தைத் தீர்மானமாக 1917-ல் கூறியதுடன் ஆயுள் முழுமைக்கும் உறுதியாகக் கடைப்பிடித்தார்.

காந்தியை 1930களில் இரு முறையும், 1948 ஜனவரி 20-ல் ஒரு முறையும் கொல்ல முயன்று, கடைசியாகப் பத்து நாள்கள் கழித்துத் தங்கள் நோக்கத்தை நிறைவு செய்த தீவிர இந்துச் சிந்தை கொண்டவர்கள் பற்றியோ, 2015-ல் அவர்கள் கொள்கை வழி வந்தவர்கள், கொன்றவர் களைப் பெருமைப்படுத்த வேண்டும் என்று விடுத்த கோரிக்கை பற்றியோ, ஆண்டர்சன் கவலைப்பட்டதாகவே தெரியவில்லை.

இந்துக்களைப் போலவே முஸ்லிம்களுக்கும், கிறிஸ்தவர்களுக்கும் இந்தியா சொந்தம் என்று காந்தி கூறினார். தனது பிரார்த்தனைக் கூட்டங்களுக்கு எல்லோரையும் வரவழைக்க ஈஸ்வரனைப் போலவே அல்லாவும் கடவுள் என்று கூறினார். அதனால் இந்து மதத்திலுள்ள கொலைகாரர்களும், கொலைகாரர்களாகத் திகழப் போகிறவர்களும் (ஏனைய மதங்களிலும் அவருக்கு எதிரிகள் உண்டு) அவரை 'ஏற்க முடியாத நபராகவே' கருதினார்கள்.

1930களில் காந்தியை இந்து மத மீட்பாளர் என்று ஜின்னா அழைத்தாலும், நவீன இந்திய மற்றும் மேற்கத்தியவர்களையும், முஸ்லிம்களையும் உள்ளடக்கிய தெற்காசிய அறிஞர்கள் அவரை இந்து மீட்புக்கு எதிரானவராகவும், சிறுபான்மையினர் உரிமைக்காகப் போராடும் ஆற்றல் கொண்டவராகவுமே பார்க்கின்றனர்.

சாதி, வன்முறை, காஷ்மீர் விஷயங்களில் காந்தி சொன்னதாக அவருக்கு எதிராகப் பல செய்திகளை ஆண்டர்சன் மேற்கோள் காட்டியிருந்தாலும், காந்தி இந்து மத மீட்பாளர் என்பதற்கோ, இந்திய சுதந்திர இயக்கத்தை இந்துமயமாக்கி முஸ்லிம்களைத் தனிமைப் படுத்தியதன் மூலம் பிரிவினைக்கு இந்தியாவைத் தள்ளினார் என்பதற்கோ ஒரு மேற்கோளைக் கூடக் காட்டவில்லை.

காந்தியின் மதம் மற்றும் ஆன்மிகம் மீதான ஆண்டர்சனின் மூன்று பக்க விவாதம் அவரது சகிப்புத் தன்மை, வன்முறைக்கு எதிரான தன்மை, பிரம்மச்சர்யம், டால்ஸ்டாய் மற்றும் அவர் மீதான கிறிஸ்தவ பாதிப்பு ஆகியவற்றை உள்ளடக்கியிருந்தது. எனினும், முஸ்லிம்கள் அல்லது ஆங்கிலேயரிடமிருந்து இந்திய இந்துக்களைப் பிரிக்க காந்தி பயன்படுத்திய எந்தச் சொற்களையும், அறிக்கையையும் ஆண்டர்சனால் சுட்டிக் காட்ட முடியவில்லை. எந்த ஆதாரத்தையும், மேற்கோளையும் காட்டாமல் அதிகபட்சம் சொல்வதெல்லாம் கீழ்க்கண்டவாறுதான்:

> ''தனது கூட்டங்களில் பங்கேற்கும் மக்களைப் பார்த்துக் காந்தி அடிக்கடி குறிப்பிடும் 'இராம ராஜ்யம்', அயோத்தியில் பிறந்த

அசுரன் இராவணனை வென்ற இந்து புராணங்களில் வரும் கடவுளான இராமனின் பொற்காலம் என்றும் தனது அறிவுரைகளைக் கேட்டுப் பின்பற்றினாலே சாத்தியப்படும்'' என்று சொன்னதை ஆண்டர்சன் மீள் பதிவு செய்கிறார்.

ஒவ்வொரு கூட்டடத்திலும் தவறாமல் அசுரனைக் கொன்ற கடவுள்-கதாநாயகன் இராம ராஜ்ஜியத்தின் பொற்காலம் மீண்டும் வர வேண்டும் என்பதே காந்தியின் விருப்பம் என்று ஆண்டர்சனே குறிப்பிடுவதுபோல், காந்தியின் இக்கருத்து பேச்சிலும் எழுத்திலும் நூற்றுக்கணக்கான அத்யாயங்களில் காணப்படுகின்றன என்றால், அவர் வன்முறையைத் தூண்டுவது போலவோ, சர்ச்சைக்குரிய வாதங்களையோ பேசியது போலவோ, எழுதியது போலவோ, ஏன் ஒன்றைக் கூட ஆண்டர்சனால் காட்சிப்படுத்த முடியவில்லை? என்ற கேள்வி எழுகிறது.

ஆண்டர்சனால் காட்சிப்படுத்த முடியாமைக்குக் காரணம் அதுபோல் எதுவுமே இல்லை என்பதுதான் உண்மை. காந்தியும், கோடிக் கணக்கான இந்துக்களும் (இந்துக்கள் அல்லாதவரும் கூட) கடவுள் என்று குறிப்பிடும் இராமன் என்ற பெயரையும், இராமயணக் கதையையும் அவர் பல முறை குறிப்பிட்டுள்ளார். ஆனால் ஒரு முறை கூட இந்துக்கள் அல்லாதவரைத் தாக்கவும், ஆதிக்கம் செலுத்தவும், இராமனே எனக்கு உந்து சக்தியாக விளங்கினான் என்று காந்தி சொன்னதே இல்லை.

காந்தியின் இராமன் (கோடிக்கணக்கான இந்துக்களுக்கும் கூட) மனிதர்கள் அனைவரும் தங்கள் சுற்றத்தார் மீது அன்புடனும், மன்னிக்கும் குணத்துடனும் இருக்கவேண்டும் என்று உபதேசித்தார். 'இராமன்' என்ற சொல் அல்லது 'இராம' நாமத்தின் ஒலியோடு 'அல்லா' அல்லது கடவுளைக் குறிக்கக் 'கருணை மிகுந்தவன்' என்ற பொருளில் முஸ்லிம்கள் பயன்படுத்தும் குரானில் காணப்படும் 'ரஹீம்' என்று சொல்லையும் காந்தி அடிக்கடி இணைத்தே கூறி வந்தார்.

நானூற்றி ஐம்பது ஆண்டுகளுக்கு முன்பு ராம் - ரஹீம் குறித்துப் பேசிய, நெசவுத் தொழிலாளியான கபீர் என்னும் கவிஞரை காந்தி முன் உதாரணமாகக் கொண்டுள்ளார். கபீரைத் தொடர்ந்து பல கவிஞர்கள் மற்றும் கோடிக் கணக்கான சாதாரண இந்தியர்களின் உதடுகளிலிருந்து 'ராம்-ரஹீம்' என்னும் சொற்கள் பல நூற்றாண்டுகளாகவே உச்சரிக்கப்பட்டு வந்துள்ளன.

எனவே, முஸ்லிம்கள் அருகே இந்துக்களை நெருக்கமாகக் கொண்டு வரவே 'ராமன்' என்ற பெயரைக் காந்தி பயன்படுத்தினாரே தவிர இரு

மதங்களையும் பிரிப்பதற்காக அல்ல என்றால் ஆண்டர்சன் ஒப்புக் கொள்ளமாட்டார்.

இராமனின் பெயரை காந்தி பயன்படுத்துகிறார் என்னும் குற்றச்சாட்டை மீண்டும் ஆண்டர்சன் சுமத்துவது முற்றிலும் தவறாகும். 1947 பிரிவினை குறித்து காந்தி காங்கிரஸுக்கு அறிவுறுத்துகையில் 'பிரிவினை என்பது இலங்கைக்குச் சீதையை இராவணன் கடத்திக் கொண்டு சென்றதற்கு இணையானது. இராமன் அவளை மீட்டதுபோல் நாமும் (ஒன்றாக) முடியும்' என்கிறார்.

பாகிஸ்தான் பிரிவினையை சீதையின் கடத்தலுக்கு காந்தி ஒப்பிட்டதாகக் கூறப்படுவதை எப்போது எந்தச் சூழலில் பேசினார் என்பதை ஆண்டர்சன் கூற மாட்டார். இதே குற்றச்சாட்டை ஒரு முறை தேதியோ, இடமோ, அடைப்புக் குறிகளோ இல்லாமல் பொத்தாம் பொதுவாக ஆண்டர்சன் மீண்டும் ஒரு முறை சுமத்தி உள்ளார். குறிப்பையோ, நூல் ஆதாரத்தையோ எதையுமே அவர் அளிக்கவில்லை.

புது தில்லியில் நடைபெற்ற அகில இந்திய காங்கிரஸ் கமிட்டி கூட்டத்தில் கலந்து கொள்ளச் சென்ற போது 1947 ஜூன் 14 அன்று இராமாயணத்தை மேற்கோள் காட்டி காந்தி பேசியது உண்மைதான். அப்போது அவர் பிரிவினையை மனதார ஏற்றுக் கொண்டதுடன் காங்கிரஸும் அதை ஏற்றுக்கொள்ள வேண்டும் என்று கீழ்க்கண்டவாறு அறிவுரை வழங்கினார்:

> 'நான் இராமனை உதாரணமாகக் குறிப்பிடுவேன். இராமன் காட்டுக்கு அனுப்பப்பட்ட பிறகு அப்பா இறந்துவிட்டார்; அம்மா நிலை குலைந்தார். அயோத்தி மக்கள் சோகத்தில் மூழ்கினாலும், கடைசியில் எல்லாம் நல்லபடியாகவே முடிந்தது. நான் இராமாயணத்தை வரலாறாகப் பார்க்கவில்லை. இராவணனுக்குப் பத்துத் தலைகள் இருந்தன என்று நம்புவதும் தவறுதான். ஆனால் இராவணன் என்ற பெயரில் 'அதர்மம்' இருந்தது. இந்த இராவணனைத்தான் காட்டில் வசித்த போது இராமன் கொன்று தர்மத்தைக் காப்பாற்றினான்'.
>
> இன்றைக்கு நாம் செய்ய வேண்டியதும் இதுதான். கெட்டதிலும் ஒரு நல்லதைச் செய்ய வேண்டும். அதாவது மண்ணிலிருந்து தங்கத்தையும், வைரத்தையும் எடுப்பதுபோல...'

பதிவு செய்யப்பட்ட உரையில் காந்தி தொடர்ந்து தீண்டத் தகாதவர்கள் / தாழ்த்தப்பட்டவர்கள் என்று அழைக்கப்பட்டவர்கள், ஆதிவாசிகள், முஸ்லிம்கள், பார்சிக்கள், யூதர்கள் என ஒவ்வொரு பிரிவையும் குறிப்பிட்டுப் பிரிவினைக்குப் பிந்திய இந்தியப் பகுதியில்

அவர்கள் பாதுகாப்புடன் இருப்பார்கள் என்று கூறியிருந்தால், அந்த வலியிலும் ஒரு நல்ல விஷயம் நடந்திருக்கும்.

பிரிவினையை ரத்து செய்ய வேண்டும் என்று காந்தி நேரடியாகவோ, மறைமுகமாகவோ கூறவே இல்லை. சரி என்றோ, வலுக்கட்டாய மாகப் பாகிஸ்தான் பிரிவினையைச் சாதித்தது என்றோ, சிதையைக் கடத்திச் சென்றதுபோல் பாகிஸ்தான் ஏமாற்றியது என்றோ, பாகிஸ்தான் பிரித்துக் கொள்ளப் போகும் பகுதியை இராமன் செய்ததுபோல் இந்தியா மீட்கவேண்டும் என்றோ காந்தி சொல்லவே இல்லை. 'ஆனால் இவை அனைத்தையும் ஆண்டர்சன் கற்பனை செய்து கொண்டு, தானாக, அதே சமயம் காந்தி சொன்னதாக மென்மை யாகக் கூறுகிறார்.' அவருடைய குற்றச்சாட்டுகளுக்கு, அதாவது காந்தி சொன்னதற்கு நேர் எதிரான கருத்துகளைக் கூறியதற்குப், போதிய ஆதாரங்களை அளிக்காத பட்சத்தில் அவருடைய விமர்சனங்கள் 'முழுவதுமே தவறு' எனும் முடிவுக்குத்தான் வரவேண்டும்.

~

பிரிவினைக்கு வழிவகுக்கும் வகையில் மதத்தைத் தேசிய இயக்கத்தில் காந்தி எவ்வாறு நுழைத்தார் என்று ஆண்டர்சன் கூறும் குற்றச்சாட்டு பின்வருமாறு:

> 'தேசிய இயக்கத்தின் அகராதியிலும், செயல்பாட்டிலும், மதத்தை நுழைத்தவர் ஜின்னா இல்லை. அது காந்திதான். பொற்கால ராம ராஜ்ஜியத்தை மீண்டும் கொண்டு வர இந்துக்களை அழைத்தது போல், அதே மூச்சில், காலிஃப்களின் ராஜியத்தை மீண்டும் கொண்டு வர முஸ்லிம்களுக்கு அவர் அழைப்புவிடுத்தார் என்பது உண்மைதான். ஆனால், ஆங்கிலேயர்களுக்கு எதிரான பொதுவான போராட்டத்தில் தோழமை சக்திகளைத் தன்னிச்சையாக அந்நியப் படுத்தியதைப் பார்க்கும்போது இது பெரிய விஷயமே இல்லை என்று ஆகிவிட்டது. மேல்தட்டு மக்களிடம் மட்டுமே புழங்கிய காங்கிரஸை அடித்தட்டு மக்களிடம் கொண்டு சென்றதுதான் அவரது சாதனை என்று சொல்லும் அளவுக்கு அது குறுகிவிட்டது. இதுதான் சந்தேகமில்லாமல் பிரிவினைக்கு வழிவகுத்த அரசியல் செய்முறைக்கான தொடக்கமாகும்'.

மேற்கண்ட பத்தியில் காணப்படும் ஆண்டர்சனின் கருத்துக்கான காரணம் தெளிவாக இல்லை. இந்தியாவைப் பிரிவினைக்கான பாதையில் காந்தியின் எந்த அணுகுமுறை அழைத்துச் சென்றது? 'பொற்கால ராம இராஜ்ஜியத்தை மீண்டும் கொண்டு வர' இந்துக்களை அழைத்தாரே அதுவா? 'காலிஃப்களின் ராஜ்ஜியத்தை மீண்டும்

கொண்டு வர' முஸ்லிம்களுக்கு வேண்டுகோள் விடுத்தாரே அதுவா? 'சௌரி சௌரா வன்முறை வெடிப்பைத் தொடர்ந்து ஒத்துழையாமை இயக்கப் போராட்டத்தைத் தன்னிச்சையாக ஒத்திவைத்தாரே' அதுவா? 1922-ல் முஸ்லிம்களை வெளியேற்றியதன் மூலமா?', 'காங்கிரஸின் பேச்சுகள், செயல்பாடுகளை இந்து குறியீடுகள் மூலம் நிறைத்ததன் மூலமா', இந்தியப் பிரிவினைக்கு காந்தியே காரணம் என்பதை மேலே சொல்லியிருக்கும் வாதங்களில் எதன் மூலம் ஆண்டர்சன் நிரூபிக்க முனைகிறார்.

ஆண்டர்சன் இவை பற்றிக் கூறவே இல்லை. அவர் முழுவதும் தெளிவில்லாமல் இருக்கிறார். ஒவ்வொரு சொற்றொடரும் முழுவதுமாக அல்லது பகுதியாகத் தவறாகவும் உள்ளது.

ராமாயணம் மூலம் எதிர்காலத்தில் முஸ்லிம்களுடன் நட்பாக இருக்கக் கற்றுக் கொள்ளுங்கள் என்று இந்துக்களைக் கேட்டுக் கொண்டாரே தவிர இந்துக்கள் மட்டுமே இருக்கும் பொற்காலத்துக்குத் திரும்புங்கள் என்று சொல்லவே இல்லை. அதேபோல் காலிஃப்களின் ராஜ்ஜியத்தை மீண்டும் கொண்டு வர முஸ்லிம்களுக்கு வேண்டுகோள் விடுக்கவே இல்லை. மாறாக இஸ்லாமியரின் புனித இடங்கள் மீது ஐரோப்பியர்கள் தங்கள் ஆதிக்கத்தைச் செலுத்திய போது முஸ்லிம் சகோதரர்களுக்குத் தங்கள் ஆதரவை இந்துக்கள் தெரிவிக்க வேண்டும் என்றார்.

முஸ்லிம்கள் மட்டுமல்ல, எல்லாக் கூட்டணிக் கட்சிகளுமே, 1922-ல் ஒத்துழையாமை இயக்கத்தைக் காந்தி ஒத்தி வைத்தபோது அதிர்ந்தனர். எனினும், பெரும்பான்மை முஸ்லிம் கட்சித் தலைவர்களான அபுல் கலாம் ஆசாத், பாதுஷா கான், எம் ஏ அன்சாரி, ஹகிம் அஜ்மல் கான், ஜாகிர் ஹுசேன் ஆகியோர் ஏனைய இந்து சகாக்களைப் போலவே கடைசி வரையில் காந்திக்கு உறுதுணையாக இருந்தனர்.

காங்கிரஸின் பேச்சுகள், செயல்பாடுகளை இந்துக் குறியீடுகளால் காந்தி நிறைத்துவிட்டிருந்தார் என்பது அவர் மீது அடிக்கடி சுமத்தப்படும் குற்றச்சாட்டாகும். இந்தக் குற்றச்சாட்டை நானும் ஒரு முறை காந்தி மீது சுமத்தி உள்ளேன். ஏதேனும் ஒரு கட்டத்தில் இதைச் சரி செய்தாக வேண்டும்.

இராமர், கிருஷ்ணர், இராம ராஜ்ஜியம், அஹிம்சை, ஸ்வராஜ், சத்தியாக்கிரகம் ஆகிய சொற்களை காந்தி அடிக்கடி பயன்படுத்தினார் என்பது உண்மைதான். இவை இந்து சொற்களா? இந்தி சொற்களா? இரண்டும் இருக்கலாம்! இருப்பினும் 'சத்தியாகிரஹம்' என்னும் சொல் கண்டிப்பாக இந்து அகராதியிலிருந்து எடுக்கப்படவில்லை. இந்தச் சொல் (அல்லது வழிமுறை) காந்தியால் உருவாக்கப்பட்டது.

இந்துக்களுடனான இயற்கை உறவை வலுப்படுத்திக் கொள்ள இந்தி மற்றும் வாசகங்களைக் காந்தி பயன்படுத்தும் போது அவர் முக்கிய மாகக் கருதும் இந்து - முஸ்லிம் ஒற்றுமையை உறுதிப்படுத்தும் வகையில் அவர்களை வெற்றி கொள்ளவே விரும்பினார். மேலும் இந்து வாசகங்களைக் காந்தி பயன்படுத்தியதால்தான் அவரது வழிகாட்டுதலின் கீழ் காங்கிரஸ் மிகப் பெரிய மக்கள் இயக்கமாக உருவெடுத்தது என்னும் ஆண்டர்சனின் கருத்து தவறான புரிதல் மற்றும் கவனக் குறைவின் வெளிப்பாடே ஆகும்.

பீகாரிலுள்ள இண்டிகோ செடி உற்பத்தியாளர்கள் மீதான அடக்கு முறை அல்லது குஜராத் நில வரி அல்லது தேசிய அளவில் உப்பு வரி அல்லது தீண்டாமை ஆகியவற்றை எதிர்ப்பது அல்லது இந்தியா முழுவதும் கை ராட்டை மூலம் நெசவுத் தொழிலை மீட்டெடுப்பது உள்பட இந்தியாவிலுள்ள ஏழை விவசாயிகளின் பிரச்னைகளைக் காந்தியும், காங்கிரஸும் கையில் எடுத்ததால்தான் காங்கிரஸ் மக்கள் இயக்கமாக உருவெடுத்தது என்பதே நிஜம்.

தனது பிரசாரங்களில் இந்து வாசகங்களை காந்தி பயன்படுத்தியதன் மூலம், பிரிவினை கோருபவர்களுக்கு முதலில் தன்னை ஒரு இந்துவாக முத்திரை குத்த காந்தி அனுமதித்தார் என்பது உண்மைதான்.

அவருக்கு வேறு வாய்ப்புகளில்லை. மத நம்பிக்கைகள் ஆழமாக வேரூன்றிய நாட்டில் மதச் சார்பற்ற சொற்கள் மூலம் மிகப் பெரிய மக்கள் பங்கேற்பை அவரால் திரட்டியிருக்க முடியாது. காந்திக்கு முன்னோடியாக வெகு காலத்துக்கு முன்பு தொலைதூர அமெரிக்காவில் ஆபிரகாம் லிங்கன் கூட மத ரீதியான - அவரது விஷயத்தில் பைபிள் - வாசகங்களைக் கொத்தடிமைத்தனத்துக்கு எதிரான போராட்டத்தில் பயன்படுத்தினார். இந்திய அரசியலில் காந்தி விடுதலைப் போராட்டங்களில் பங்கேற்பதற்கு முன்பே மதம் சர்வ சாதாரணமாகப் பயன்படுத்தப்பட்டது.

இந்திய அரசியலில் காந்தி மதத்தைப் புகுத்தினார் என்ற தனது குற்றச்சாட்டை ஆண்டர்சனே தவறு என்று வெளிப்படையாக ஒப்புக் கொள்கிறார்.

> ‘பிராந்தியத்தில் எங்கு நோக்கினும் அரசியல் விழிப்புணர்வு மத மீட்புடன் பின்னிப் பிணைந்துள்ளது. காந்தி வருவதற்கு முன்பாகவே வங்காளத்தில் ஏற்பட்ட முதல் தேசியக் கிளர்ச்சிகள் நவீன இந்து கோரிக்கைகளில் ஊறித் திளைத்தவையே’.

பங்கிம் சந்திர சாட்டர்ஜி எழுதிய ‘ஆனந்தமடம்’ நூலில் இடம் பெற்றுள்ள ‘வந்தே மாதரம்’ பாடல் முஸ்லிம்கள் மீதான

தாக்குதலையும், பால கங்காதர திலகர் பத்தொன்பதாம் நூற்றாண்டு இறுதியில் பொது வாழ்க்கையில் விநாயகர் சிலை ஊர்வலத்தை அறிமுகப்படுத்தியதையும் ஆண்டர்சன் மேற்கோள் காட்டுகிறார்.

ஆனால் ஆண்டர்சன் முக்கியமான ஒன்றைக் குறிப்பிடவில்லை. அதாவது இந்தியத் துணைக்கண்ட அரசியலில் முஸ்லிம்களுக்கெனத் தனி வாக்காளர்களை உருவாக்கியது ஆங்கிலேய இம்பீரியல் அரசாங்கம்தான்!

1909-ல் முஸ்லிம்களுக்கெனத் தனி வாக்காளர்களை உருவாக்கிய அப்போதைய வைஸ்ராய் எர்ல் ஆஃப் மிண்டோவின் தெரிந்தே செய்த பிரித்தாளும் சூழ்ச்சியைச் (1914 மிண்டோ மறைவு) சற்றேறக் குறைய இருபத்தி ஐந்து ஆண்டுகள் கழித்து அவரது மனைவி லேடி மிண்டோ தனது நூலில் மேற்கோள் காட்டியுள்ளார். 1906-ல் சிம்லாவிலுள்ள செல்வாக்கான முஸ்லிம் குழுவிடம் அவர்களுக்கெனத் தனி வாக்காளர்களை உருவாக்கித் தருவதாக அளித்த உறுதிமொழியைத் தொடர்ந்து ஆங்கிலேய அதிகாரி ஒருவர் மிண்டோவுக்கு எழுதிய கடிதத்தை அவரது மனைவி லேடி மிண்டோ 1934-ல் மீள் பதிவு[20] செய்துள்ளது மிக மிக முக்கியத்துவம் வாய்ந்ததாகும்:

> 'யுவர் எக்ஸெலன்ஸி, இன்றைக்கு மிக மிக முக்கியமான நிகழ்வு நடைபெற்றுள்ளது. இந்தியாவையும், இந்திய வரலாற்றையும் இன்னும் பல ஆண்டுகளுக்கு இது பாதிக்கும். 62 மில்லியன் மக்களை (இந்தியாவில் அப்போதைய முஸ்லிம் மக்கள் தொகை) புரட்சிகரமான எதிர்கட்சியான காங்கிரஸுடன் இணையாமல் பிரித்து விட்டோம்'.

லேடி மிண்டோவின் இந்த ஒப்புதல் வாக்குமூலத்துக்குப் பத்தாண்டு களுக்கு முன்பே வைஸ்ராயின் வாழ்க்கை வரலாற்றை எழுதிய ஜான் புச்சன் சிம்லாவில் மிண்டோ அளித்த வாக்குறுதி 'இஸ்லாமியர்களின் உரிமைச் சாஸனமாகவே ஏற்றுக் கொள்ளப்பட்டது[21]' என்று பதிவு செய்துள்ளார். இந்திய அரசியலில் மதத்தைப் புகுத்திவிட்டார் என்று காந்தி மீது மட்டுமே குற்றம் சுமத்திவிட்டு, மற்றவர்களையும், பிரிட்டிஷ் சாம்ராஜ்யத்தையும், ஆன்டர்சன் கண்டு கொள்ளாமல் இருப்பது வரலாற்றுப் பிழை என்பதுடன் நடுநிலையற்ற அவரது போக்கையே காட்டுகிறது.

இந்து-முஸ்லிம் ஒற்றுமைக்காக காந்தி நடத்திய போராட்டம் ஆண்டர்சனுக்குத் தெரியாமலில்லை. '1947-ல் கல்கத்தாவில் இனக் கலவரம் மூண்டபோது அதைத் தடுக்க என்னவெல்லாம் செய்ய வேண்டுமோ அதை காந்தி செய்தார்' என்று அவரது நற்பணியை

அங்கீகரிக்கிறார். இருப்பினும் காந்தியை இந்து மீட்பாளராக முத்திரை குத்தும் ஆண்டர்சன் அவரை மேலாதிக்க மனப்பான்மை கொண்டவர் என்றும் சொல்லாமல் சொல்கிறார்.

காந்தியை இந்து மத மீட்பாளராக வர்ணிப்பதில் ஆர்வம் கொண்ட ஆண்டர்சன், இந்தியர்கள் காந்தியின் தலைமையில் ஏற்பாடு செய்த மத அடிப்படையற்ற, மதச் சார்பற்ற அனைத்து சத்தியாகிரகப் போராட்டங்களையும் மூடி மறைக்கிறார். *1917*-ல் பிகார் மாநிலம் சம்பாரண் பகுதியிலுள்ள விவசாயிகளை மிகக் குறைந்த விலையில் அவுரி இழையைப் பயிரிட ஐரோப்பிய முதலாளிகள் நிர்பந்தித்தனர். *1918*-ல் குஜராத்தில் நடைபெற்ற இரு சத்தியாகிரகங்கள் நில வருவாய் மற்றும் கூலி தொடர்பானவை.

1919-ல் ரௌலத் சட்டம் மற்றும் பேச்சுரிமைத் தடை ஆகியவற்றை எதிர்த்து நாடு முழுவதும் சத்தியாகிரகம் நடைபெற்றது. *1930*-ல் அரசுக்கு எதிராக நடைபெற்றது உப்பு சத்தியாகிரகம். *1940*-ல் மீண்டும் பேச்சுரிமைக்குத் தடை விதிக்கப்பட்டது. செய்தித்தாளுக்கும் தடை விதிக்கப்பட்டால் ஒவ்வொரு தனி மனிதரும் நடமாடும் செய்தித் தாளாக மாற வேண்டுமென காந்தி அறைகூவல் விடுத்தார். நிறைவாக நாடு தழுவிய அளவில் நடைபெற்ற சத்தியாக்கிரகம் ஆங்கிலேய சாம்ராஜ்யத்துக்கு எதிரான 'வெள்ளையனே வெளியேறு' போராட்டம்.

1917 தொடங்கி *1945* வரை மத அடிப்படையில் *1920-22*-ல் மட்டும் ஒரேயொரு ஒத்துழையாமைப் போராட்டம் நடைபெற்றது. முதலாம் உலகப் போரில் ஜெர்மனியிடம் தோற்றதைத் தொடர்ந்து துருக்கியிலுள்ள இஸ்லாத்தின் புனித இடங்கள் மீது ஐரோப்பியர்கள் தாக்குதல் நடத்தியபோது, இந்திய இந்துக்கள் முஸ்லிம் சகோதரர் களுக்கு முழு ஆதரவு தெரிவித்தனர்.

மேற்கண்ட ஆதாரங்கள் எதையும் கவனத்தில் கொள்ளாமல், இந்திய சுதந்திரப் போராட்டத்தை இந்துமயமாக்கிய இந்து மத மீட்பாளர் என்று காந்தி மீது ஆண்டர்சன் அபாண்டமாகக் குற்றம் சுமத்துகிறார்.

~

உலகம் முழுவதும் அஹிம்சையின் தூதராகவே காந்தி பார்க்கப் படுகிறார் என்றும் இந்தியாவில் வன்முறையை எதிர்கொள்ளத் தயாராக இருப்பதாக அவர் அடிக்கடி கூறினார் என்றும் ஆண்டர்சன் பதிவு செய்தது சரிதான். இதை உறுதிப்படுத்த காந்தி ஆறு முறை கூறியதையும் மேற்கோள் காட்டுகிறார். ஆனால் காந்தியின் இந்த வெளிப்படையான பேச்சுகளுக்குக் காரணமாக இருந்த கருத்துகளை யும், அச்சுறுத்தல்களையும் ஆண்டர்சன் ஒவ்வொரு முறையும் மூடி மறைத்துவிடுகிறார்.

1946-ல் வைஸ்ராய் வேவெலின் நாட்குறிப்பேட்டில் 'இந்தியாவுக்கு ரத்தம் தேவைப்படுமெனில் அதைக் கொடுக்கவும் தயாராக இருக்கிறோம்' என்று காந்தி அவரிடம் கூறியதை மேற்கோள் காட்டுகிறார் ஆண்டர்சன். ஆனால் வேவெல் விடுத்த இறுதி எச்சரிக்கைக்குப் பதிலடியாகவே காந்தி மேற்கண்டவாறு கூறினார் என்பதை ஆண்டர்சன் மீண்டும் மறைத்துவிட்டார். வைஸ்ராய் வேவெல் தட்டச்சு செய்யப்பட்ட காகிதத்தை காந்தி மற்றும் நேரு ஆகியோர் முன் வைத்து 'இதில் இருவரும் கையெழுத்துப் போடாவிட்டால் வன்முறை வெடிக்கும் என்றும் சமீபத்தில் அமைக்கப்பட்ட அரசியல் அமைப்பைக் கூட்டவும் நான், வேவெல், மறுத்துவிடுவேன்[22]' என்றும் கூறியதைத் (1946 ஆகஸ்ட் 27) தொடர்ந்தே காந்தி மேற்கண்டவாறு பேசினார்.

இந்தியத் தெருக்களில் அமைதி நிலவுவதற்கு விலையாக பிரிட்டிஷ் சாம்ராஜ்யத்தின் மிரட்டல்களுக்குப் பயந்து அடிபணிந்து போக வேண்டுமெனில் காந்தி அந்த விலையைக் கொடுக்கத் தயாராக இல்லை. 'சண்டை போட வேண்டிய கட்டாயம் ஏற்பட்டால் அதற்கும் தயார்' என்று வன்முறைக்கு மட்டுமின்றி அதிகாரத்துக்குப் பணிந்து போவதற்கும் எதிராகக் காந்தி பலமுறை பிரிட்டிஷ் சாம்ராஜ்யத்திடம் கூறியுள்ளார். பிரிட்டிஷ் ஏகாதிபத்தியத்தை அமைதி என்னும் ஆயுதம் மூலம் மட்டுமே எதிர்க்கும் காந்தி, இந்து-முஸ்லிம் ரத்த வெள்ளத்தைச் சுட்டிக் காட்டி, ஆங்கிலேய அரசு விடுதலை தர மறுக்கும் பட்சத்தில் சண்டை போடவும் தயங்கவும் மாட்டார்.

வன்முறை தலைவிரித்தாடிய போது காந்தி என்ன செய்து கொண்டிருந்தார்? அவருடைய வாழ்க்கையில் ஒவ்வொரு முறையும் இந்நிகழ்வு நடைபெற்ற போது, இந்தியன் அல்லது ஆங்கிலேயர், காவல்துறை அதிகாரி அல்லது அரசியல்வாதி உள்பட வேறு யாரும் கற்பனை கூடச் செய்து பார்க்க முடியாத அளவுக்கு வன்முறை பரவாத வகையில் நெருப்பு ஜுவாலைகளை அணைக்க காந்தி கடுமையாக உழைத்தார்.

அமைதியை நிலைநாட்டவும், உயிர்களைப் பாதுகாக்கவும் காந்தி மேற்கொண்ட முனைவுகளைப் பதிவு செய்த பலருள், 'காந்தி வீல்ட்ஸ் த வெப்பன் ஆஃப் மாரல் பவர்' (*Gandhi Wields the Weapon of Moral Power*) என்ற நூலை எழுதிய ஜீன் ஷார்ப் மற்றும் கொலம்பியா பல்கலைக்கழகப் பேராசிரியரும், 1947-ல் கல்கத்தாவில் காந்தியின் பங்களிப்பு குறித்து 'மகாத்மா காந்தி: நான் வயலெண்ட் பவர் இன் ஆக்ஷன்' (*Mahatma Gandhi: Non Violent Power in Action*) நூலை எழுதிய டென்னிஸ் டால்டன் ஆகிய இரு அமெரிக்கக் கல்வியாளர்கள் முக்கியமானவர்கள்.[23]

ஆண்டர்சனைப் போன்று இந்தியாவின் பிரபல வரலாற்றுப் பேராசிரியரும், மார்க்சியவாதியுமான இர்ஃபான் ஹபீப் 2015-ல் 'காந்தீஸ் ஃபைனெஸ்ட் ஆர்' *(Gandhi's Finest Hour)* என்ற தலைப்பில் நிகழ்த்திய உரையில் 1946 முதல் 1948 வரையிலான காலகட்டத்தில் வங்காளம், பீகார் மற்றும் தில்லியில் வெற்றிகரமான தலையீடுகள் மூலம் காந்தி பல உயிர்களைக் காப்பாற்றியதையும் பட்டியலிடுகிறார்.[24]

1947-ல் கல்கத்தாவில் அமைதி நிலவ காந்தி எடுத்த நடவடிக்கைகள் பற்றிய ஆண்டர்சனின் கருத்துகளைக் குறிப்பிட்டோம். ஆனால் அதே முனைப்புடன் தீர்வு காண 1946-47-ல் கிழக்கு வங்காளம் மற்றும் பீகாரில் காந்தி செயல்பட்டார்; 1947-48-ல் தில்லியில் வன்முறையை நிறுத்த ஐந்து மாத காலம் காந்தி கடுமையாக உழைத்தார்; துணைக் கண்டத்தில் அமைதி நிலவவும், எண்ணிலடங்கா பஞ்சாபியர்களின் உயிர்கள் காப்பாற்றப்படவும், ஜின்னாவைப் பிரதமராக்க வேண்டு மென்று 1947 ஏப்ரலில் காந்தி துணிச்சலான மற்றும் புத்திசாலித் தனமான யோசனையை முன்வைத்தார். இவைபற்றியெல்லாம் ஆண்டர்சன் ஒருபோதும் கூறமாட்டார்.

உலகில் பெரும்பாலானோர் இந்தியாவின் விடுதலையோடு காந்தியை ஒப்பிடும் அளவுக்கு, அமைதியுடனும் ஒப்பிடுவதற்குக் காரணம் உள்ளது. அவர்களுடைய நினைவில் நவகாளி நடைபயணமும், உப்பு சத்தியாகிரக நடைபயணமும் ஒன்றுதான். சுதந்திர இந்தியாவில் கல்கத்தாவிலும், தில்லியிலும் அமைதியை நிலைநாட்டக் காந்தி மேற்கொண்ட உண்ணாவிரதங்கள் அவர்கள் நினைவை விட்டு அகலவில்லை. மேலும் 1931-ல் பிரிட்டிஷ் மன்னரின் பிரதிநிதிகளுடன் பேச்சுவார்த்தை நடத்த வைஸ்ராய் அரண்மனைக்குக் காந்தி வந்திருந்த போது 'அரை நிர்வாண சாமியார்' என்று அவரை அவமதித்த சர்ச்சிலின் ஆணவத்தையும் மறக்கவில்லை.

1963 ஏப்ரலில் மார்ட்டின் லூதர் கிங் ஜூனியர் 'பர்மிங்ஹாம் சிட்டி ஜெயிலில்' இருந்து எழுதிய கடிதத்தின் வரிகளைப் பெர்ரி ஆண்டர்சனுக்கும் (அவருக்கு ஏற்கனவே தெரிந்திருந்தாலும்) இந்நூலைப் படிப்பவர்களுக்கும் மேற்கோள் காட்டுகிறேன். குறிப்பாக அஹிம்சை வழியில் நடைபெறும் சட்ட மறுப்பு உள்ளிட்ட அமைதியான போராட்டங்களைத் தொடர்ந்து வன்முறை வெடிக்கும் என்று அஞ்சுவோரின் கேள்விக்குப் பதிலாக மார்ட்டின் லூதர் கிங் இதைப் பதிவு செய்துள்ளார். 'அநியாயமான சட்டத்தை ஒருவர் தகர்க்க நினைத்தால் அதை ஒளிவு மறைவின்றியும், விருப்பத்துடனும் செய்ய வேண்டும்' என்றும் வலியுறுத்தும் அவர் மேலும் கூறுகையில்:

வன்முறை அழுத்தத்துக்கு நான் நேர்மையாக உழைத்ததுடன், பிரசாரம் மேற்கொண்டேன். ஆனால் வளர்ச்சிக்கு அத்யாவசிய மான ஆக்கப்பூர்வ வன்முறையற்ற அழுத்தம் ஒன்றுள்ளது .... 'சரியான நேரத்திலான' நேரடிமோதலில் நான் ஈடுபட்டதில்லை என்பது அநியாயமான வழிகளில் பாதிக்கப்படாதவர்களின் கருத்தாகும். பல ஆண்டுகளாக 'பொறுத்திரு' என்ற உபதேசத்தைத் தொடர்ந்து கேட்டுக் கொண்டிருக்கிறேன். இந்த 'பொறுத்திரு' என்பதன் பொருள் 'ஒருபோதும் கிடைக்காது' என்பதுவே.[25]

இந்த ஆஃப்ரோ அமெரிக்கருக்கு வெளிக்காட்ட முடியாத கோபமும், மனத்துக்குள் மறைந்து கிடைக்கும் ஏமாற்றமும் அதிகம். அவற்றை அவர் வெளியேற்றியே தீர வேண்டும். கொஞ்ச காலம் போராட்டங்களில் பங்கேற்கட்டும். சிட்டி ஹாலுக்கு வழிபாட்டு ஆன்மிகப் பயணங்கள் மேற்கொள்ளட்டும். போராட்டங் களுக்கான காரணங்களை அவர் புரிந்து கொள்ளட்டும். இவ்வகை வன்முறையற்ற வழிகள் மூலம் அழுத்தி வைக்கப்பட்ட அவரது உணர்ச்சிகள் வெளியே வரவில்லை எனில், அவை அச்சமூட்டும் வகையில் வன்முறையின் வெளிப்பாடாக வெளியேறும். இது எச்சரிக்கை அல்ல; நிரூபிக்கப்பட்ட வரலாறு.

ஆம். இந்த சமாதானத்துக்கும், அமைதிக்காகவுமே மார்ட்டின் லூதர் கிங் போராடினார். கௌரவத்துடனான அமைதியுடன் இருக்க வேண்டுமென விரும்பியதற்காக வன்முறை இடரைக் கூட ஏற்கத் தயாரானார். இது காந்திக்கும் பொருந்தும் உண்மையாகும்.

~

காந்தியின் அஹிம்சை குறித்த விவாதங்களில் ஆண்டர்சன் அதற்குப் பின்னால் இருந்த முக்கியமான அடிப்படைத் தத்துவங்களை மறந்தோ, தெரிந்தோ விட்டுவிட்டார். படுகொலையை ஆதரிக்கும் இந்திய புரட்சியாளர்களின் வன்முறைப் பாதையைக் கடுமையாக எதிர்க்கும் காந்தி 1908-ல் கூறியதாவது:

'ஆங்கிலேயர்கள் அனைவரையும் கொன்று குவிக்கவேண்டு மென்றால், அதன் பிறகு அவர்களைக் கொன்றவர்கள் இந்தியாவின் எஜமானர்களாகிவிடுவார்கள். இதன் காரணமாக இந்தியா அப்போதும் அடிமை நாடாகவே நீடிக்கும் (ஹரிஜன் சேவக் 1908).

ஓர் ஆண்டுக்குப் பிறகு மதன்லால் திங்க்ரா என்னும் இளைஞன் லண்டனில் பிரிட்டிஷ் அதிகாரி கர்சன் வைலியைச் சுட்டுக் கொன்றதைத் தொடர்ந்து காந்தி மேற்கண்ட அதே வாதத்தை மீண்டும் முன் வைத்தார்:

வன்முறைக்கு எதிராக காந்தியைச் சிந்திக்க வைத்த இந்தப் புரிதல் பற்றி ஸ்வாமி சச்சிதானந்தோ ஆண்டர்சனோ எங்கேயும் குறிப்பிட வில்லை. முஸ்லிம்களின் வன்முறையைக் காந்தி கண்டுகொள்ள வில்லை என்று முன்னவரும், முஸ்லிம் மீதான வன்முறையைக் காந்தி ஊக்குவித்தார் என்று பின்னவரும் குற்றம் சுமத்தி உள்ளனர். முன்னவர் இன்னும் ஒரு படி மேலே சென்று இந்திய ராணுவம் தனது ஆயுதங் களைக் கீழே போட வேண்டும் என்று காந்தி விரும்பியதாகக் கூறுகிறார். அதேபோல் பின்னவரும் இந்தியா ஒரு அச்சுறுத்தும் நாடாக விளங்க வேண்டும் என்று காந்தி ஆசைப்பட்டதாகச் சொல்கிறார்.

இருவரது பதிவுகளும் தவறாகும். இருவரின் நூல்களைப் படிக்கும் வாசகர்கள் ஆங்கிலேய அதிகாரியைக் கொன்றதற்காகத் தூக்கிலிடப் பட்ட இளைஞன் பகத் சிங்கின் வீரத்தையும், தியாகத்தையும் பாராட்டி 1931-ம் ஆண்டு இரங்கல் செய்தி வெளியிட்ட போது அத்துடன் விடுத்த எச்சரிக்கையையும் கவனத்தில் கொள்ள வேண்டும்.

இந்துக்களுக்கும் முஸ்லிம்களுக்கும் இடையே வேறுபாடு காணாமல் நடுநிலையோடு காந்தி செயல்பட்டாலும், காந்தியின் அஹிம்சைத் தராசு எளியவர்களுக்குச் சாதகமாகவே சாய்ந்துள்ளது. பிரிட்டிஷ் சாம்ராஜ்யத்தை எதிர்த்த காந்தி அதே தருணம் செல்வாக்கும், ஆற்றலும் கொண்ட இந்தியர்கள் வலிமை இல்லாதவர்களுக்கு எதிராகத் தங்கள் அதிகாரத்தைப் பயன்படுத்தக் கூடாது என்பதிலும் உறுதியாக இருந்தார்.

காந்தியும் தலித்களும்

பல இடங்களில் காந்தியைச் சாதி வெறியராகச் சித்தரிக்கும் ஆண்டர்சன், தலித்களுக்கான தனி வாக்காளர் திட்டத்தை எதிர்த்து 1932-ல் உண்ணாவிரதம் இருந்ததன் மூலம் காந்தி இந்து மத சாதி அமைப்புக்குள் தீண்டத்தகாதவர்களை நம்பகமான இந்துக்களாகக் கருதவேண்டும் என்னும் கோரிக்கையை முன் வைக்கும்படி அம்பேத்கரைக் கட்டாயப்படுத்திப் பணியவைத்தார் என்கிறார்.

விவரம் தெரியாதவர்களுக்கு இதன் பின்னணியில் நடைபெற்றதைக் கூறுகிறோம். பிரிட்டிஷ் அரசாங்கத்தின் கைதியாக காந்தி 1932 செப்டம்பரில் பூனா எரவாடா சிறையில் அடைக்கப்பட்டிருந்த போது தலித்களுக்கான தனி வாக்காளர்கள் குறித்த அறிவிப்பை பிரிட்டிஷ் அரசு வெளியிட்டது. இதனைத் தொடர்ந்து காந்தி காலவரையற்ற உண்ணாவிரதத்தை மேற்கொள்ளப் போவதாக அறிவித்தார். தலித்களுக்கான தனி வாக்காளர் என்னும் அறிவிப்பை எதிர்த்ததுடன்,

சாதி இந்துக்களின் மனசாட்சியைக் குறிவைத்தும் காந்தி உண்ணாவிரதப் போராட்டத்தை அறிவித்தார்.

காந்தியின் உண்ணாவிரத அறிவிப்பைத் தொடர்ந்து பல்வேறு தரப்புகளிடமிருந்து வந்த அழுத்தம் காரணமாக இந்தியாவின் செல்வாக்குள்ள சாதி இந்துத் தலைவர்கள் பம்பாயில் கூடி 'பொதுக் கிணறுகள், பொதுப் பள்ளிகள், பொதுச் சாலைகள், பொது நிலையங்கள் ஆகியவற்றைப் பயன்படுத்த தீண்டத்தகாதவர்களுக்கும் சம உரிமை வழங்கப்பட வேண்டும்' என்ற தீர்மானத்தை நிறைவேற்றினர். வரலாற்றுச் சிறப்புமிக்க உறுதிமொழியை நிறைவேற்றிக் கையெழுத்திட்ட இத்தீர்மானத்தை அம்பேத்கர் வரவேற்றதை[26] ஆண்டர்சன் முழுமையாகப் புறக்கணித்துவிட்டார்.

காந்தியின் உண்னாவிரதம் காரணமாக நிறைவேற்றப்பட்ட தீர்மானத்தைத் தொடர்ந்து இந்தியா முழுவதும் பல கோயில்களின் கதவுகள் தலித்களுக்காக முதல் முறையாகத் திறந்து விடப்பட்டன. பிரிட்டிஷ் அரசாங்கம் எரவாடா சிறைக் கதவுகளைத் திறக்க அங்கே சிறையில் அடைக்கப்பட்டிருந்த காந்தியுடன் பேச்சுவார்த்தை நடத்த அம்பேத்கர் அனுமதிக்கப்பட்டார்.

பேச்சுவார்த்தைக்குப் பிறகு 'பூனா ஒப்பந்தம்' என்ற பெயரில் ஏற்பட்ட உடன்படிக்கையில் அம்பேத்கர் உள்ளிட்ட பல தலித் தலைவர்களும், சாதி இந்துத் தலைவர்களும் கையெழுத்திட்டனர். இதன்படி தலித்களுக்குத் தனி சட்டமன்றத் தொகுதிகள் என்ற கோரிக்கையை முன்பு எதிர்த்த காந்தி அதற்கான முழு ஆதரவைத் தெரிவித்தார். பதிலுக்குத் (தனி தலித் வேட்பாளர்களைத் தேர்ந்தெடுக்கத்) தனி தலித் வாக்காளர்கள் என்னும் கோரிக்கையை அம்பேத்கர் திரும்பப் பெற்றுக் கொண்டார். இந்த ஒப்பந்தம் குறித்த தந்தி லண்டனுக்கு அனுப்பி வைக்கப்பட்டது. இங்கிலாந்து மன்னர் இந்தக் கூட்டு ஒப்பந்தத்தை ஏற்பதாக அறிவிக்க காந்தி தனது உண்ணாவிரதத்தை முடித்துக் கொண்டார்.

இந்த ஒப்பந்தம் கையெழுத்தானதைத் தொடர்ந்து காந்திக்கும் தனக்கும் இடையே 'பொதுவான பல விஷயங்கள் இருப்பது கண்டு உண்மையிலேயே ஆச்சரியம், மிக மிக ஆச்சரியம் அடைவதாக' அம்பேத்கர் குறிப்பிட்டார். மேலும் 'தாழ்த்தப்பட்ட மக்களின் நலனுக்காக உங்களை முழுமையாக அர்ப்பணிக்கும் பட்சத்தில் நீங்களே எங்கள் கதாநாயகன் ஆவீர்கள்[27]' என்று காந்தியிடம் கூறினார் அம்பேத்கார். ஆனால் இவை பற்றி ஆண்டர்சனுக்குப் பெரிதாக ஆர்வமில்லை. பதிவு செய்யவும் மனமில்லை.

இருப்பினும் பதிமூன்று வருடங்கள் கழித்து 1945-ல் வைஸ்ராயின் செயற்குழு உறுப்பினராக அம்பேத்கர் தேர்வாகி நாடு முழுவதும் புதிய தேர்தல்கள் அறிவிக்கப்பட்டபோது அம்பேத்கர் தனது கண்டனத்தைத் தெரிவிக்கும் வகையில் 'காங்கிரஸும் காந்தியும் தீண்டத்தகாதவர்களுக்கு என்ன செய்தார்கள்? *(What Congress and Gandhi have done to the untouchables)* என்ற தலைப்பில் நூலை வெளியிட்டார். இதற்குக் காரணம் பூனா ஒப்பந்தத்தின் அடிப்படையில் 1937-ல் நடைபெற்ற மாகாணத் தேர்தல்களில் பெரும்பான்மை தலித் தொகுதிகளில் காங்கிரஸ் மகத்தான வெற்றி பெற்றதுதான்.

1945-ல் அம்பேத்கர் வெளியிட்ட இந்நூலில் காந்தியின் 1932 உண்ணா விரதத்தைக் கடுமையான சொற்களால் சாடியுள்ளார். இவற்றில் சிலவற்றை ஆண்டர்சன் மேற்கோள் காட்டுகிறார். 'காந்தியின் உண்ணாவிரதத்தில் எந்தப் புனிதத் தன்மையும் இல்லை. அதுவொரு நாற்றமடிக்கும் அசுத்தமான செயல்' என்று சொன்னதுடன் 'காந்தியின் உண்ணாவிரதத்துக்கு அடிபணிந்து பூனா ஒப்பந்தத்தில் கையெழுத்திட்டது தவறு என்று அம்பேத்கர் ஒப்புக் கொண்டார்' என்று ஆண்டர்சன் குறிப்பிடுகிறார். அதேபோல் காந்தியைப் பற்றிக் கூறுகையில் 'அம்பேத்கரைக் கட்டாயப்படுத்தி ஒப்பந்தத்தில் கையெழுத்திட வைத்ததாக காந்தியே ஒப்புக் கொண்டார்' என்றும் ஆண்டர்சன் பதிவு செய்துள்ளார்.

இரு அறிக்கைகளின் நம்பகத் தன்மையையும் உண்மையையும் ஆய்வு செய்யப் பொறுமை தேவை, ஆனால் அது கடினமல்ல. கடைசி அறிக்கையை, அதாவது 'அம்பேத்கரைக் கட்டாயப்படுத்தி ஒப்பந்தத்தில் கையெழுத்திட வைத்ததாக காந்தியே ஒப்புக் கொண்டதாகக் கூறப்படும் ஆண்டர்சனின் அறிக்கையை மட்டும் பார்ப்போம். இதன் பின்னணி பின்வருமாறு.

1933 மே மாதம், அதாவது 1932 செப்டம்பரில் நடைபெற்ற உண்ணா விரதம் மற்றும் ஒப்பந்தம் கையெழுத்தான எட்டு மாதங்களுக்குப் பிறகு, காந்தி மற்றொரு உண்ணாவிரதத்தை அறிவித்தார். ஆனால் இம்முறை இது காலவரையற்ற உண்ணாவிரதமாக இல்லாமல் இருபத்தியோரு நாள்கள் மட்டுமே என்றும் தன்னைத் தானே சுத்தப்படுத்திக் கொள்வதன் மூலம் தீண்டாமையை ஒழிக்கும் பணியில் தன்னை வலுப்படுத்திக் கொள்ள முடியும் என்றும் கூறினார்.

இது குறித்து உயர்சாதி இந்துக்களால் அதிகம் படிக்கப்படும் கல்கத்தாவிலிருந்து வெளியாகும் 'மாடர்ன் ரெவியூ' என்னும் ஆங்கில நாளேடு காந்தியின் உண்ணாவிரதம் பற்றிய கட்டுரையில் 'கட்டாயப் படுத்துவதுபோல் தோன்றினாலும் பணியவைப்பது நிச்சயம்

நோக்கமல்ல' என்று குறிப்பிட்டுள்ளது. காந்தியின் பணியவைக்கும் விளைவு பற்றிய சாதி இந்துக்களின் கருத்தையே இது பிரதிபலிக்கிறது என்பது தெளிவு. காந்தி தனது பதிலில் *(1933 செப்டம்பர் 9)* பூனா ஒப்பந்தத்துக்கு வழிவகுத்த தனது உண்ணாவிரதம் பற்றிக் கீழ்க்கண்டவாறு நினைவு கூர்ந்தார்:

> *1932 செப்டம்பர் உண்ணாவிரதம் எதிர்பாராத வகையில் சிலரைக் கட்டாயப்படுத்திச் செயல்படத் தூண்டியிருக்கலாம். ஆனால் நான் உண்ணாவிரதம் இருக்கவில்லை என்றால் நிச்சயம் என்னுடைய கோரிக்கைக்கு ஒப்புதல் கிடைத்திருக்காது...*
>
> *இந்த உண்ணாவிரதம் சாதி இந்துக்கள் மற்றும் ஹரிஜன் இந்துக்கள் ஆகிய இருவரிடமும் ஏதேனுமொரு விளைவை ஏற்படுத்த வேண்டும் என்னும் நோக்கத்துடன் மேற்கொள்ளப்பட்டதாகும். இதன் சாதகங்கள் பற்றிக் கவலைப்படாமலும், யாரையும் கட்டாயப்படுத்த வேண்டும் என்னும் நோக்கமில்லாமலும், நான் விரும்பிய ஒரே முடிவு இந்துக்களை வேகமாகச் செயல்பட வைக்க வேண்டும் என்பதுதான். இந்த ஒப்பந்தத்துடன் தொடர்புடைய பெரும்பான்மை மக்கள் முழுமையான மற்றும் நிபந்தனையற்ற விவாதமில்லாமல் நிச்சயம் ஏற்றுக் கொள்ள மாட்டார்கள். ஆனால் அவர்கள் ஒப்புக் கொண்டது ஒப்புக் கொண்டதுதான். அதற்குக் காரணம் முறையானதாகவும், நேர்மையானதாகவும் இதைக் கருதியதால்தான். என் உயிரைக் காப்பாற்ற அவர்கள் கொள்கையை விட்டுக் கொடுக்கவில்லை. ஏதேனும் அநியாயம் நடந்திருந்தால், நிச்சயம் அதைச் சரி செய்யலாம். தீர்வு காணக் காலம் கடந்துவிடவில்லை.*

அங்கொன்றும் இங்கொன்றுமாகச் சிதறிக் கிடக்கும் சொற்றொடர்களை ஒன்றிணைத்து பதிலுக்கான கருத்தாக அம்பேத்கர் பதிமூன்று ஆண்டுகள் கழித்துக் கூறியதை, 1932 உண்ணாவிரதம் மூலம் பூனா ஒப்பந்தத்தை அம்பேத்கர் ஏற்றுக் கொள்ளுமாறு காந்தி கட்டாயப் படுத்தினார் என்று காந்தியே ஒப்புக் கொண்டதாக ஆண்டர்சன் குற்றம் சாட்டுகிறார்.

'ஆனால் காந்தி எதையும் ஒப்புக் கொண்டதாக எங்கேயும் நாம் பார்க்க முடியாது.' அதேபோல் 1932 அல்லது அதற்குப் பிறகு எடுத்த முடிவுக்கு மாறாக பூனா ஒப்பந்தத்தை ஏற்றுக் கொள்ளுமாறு தான் நிர்பந்திக்கப் பட்டதாக அம்பேத்கரும் எங்கேயும் குறிப்பிடவில்லை. மாறாக 1945-ல் விடுத்த கண்டன அறிக்கையில் கூட காந்தி உண்ணாவிரதம் மூலம் தங்களைக் கட்டாயப்படுத்தி பூனா ஒப்பந்தத்தில் கையெழுத்திட வைத்தார் என்று சாதி இந்துக்கள் கருதுவதாகத்தான்

அம்பேத்கர் கூறியுள்ளார். ஆனால் இவற்றை ஆண்டர்சன் கவனத்தில் கொள்ள மறுக்கிறார். தான் செய்துகொண்ட சமரசத்தால் 'தீண்டத்தகாதவர்கள் கவலையுடன் உள்ளார்கள்' என்ற கருத்துக்கு அம்பேத்கர் பதிலளிக்கையில்:

> 'சாதி இந்துக்களுக்கு இந்த பூனா ஒப்பந்தம் நிச்சயம் பிடிக்கவே இல்லை[28]. ஆனாலும் அதை நிராகரிக்கும் துணிச்சல் அவர்களுக்கு இல்லை'.

1932-ல் காந்தி மேற்கொண்ட உண்ணாவிரதத்தையும், பூனா ஒப்பந்தச் செயலாக்கத்தையும், கடுமையாகத் தாக்கி 1945-ல் அம்பேத்கர் அறிக்கை விடுத்தாலும், ஒப்பந்த விதிகளைக் கண்டிக்கவில்லை என்பதுடன் பூனா ஒப்பந்தம் தன்னைப் பொறுத்தவரை மாபெரும் வெற்றி என்றும் கூறியுள்ளார். ஆனால் ஆண்டர்சன் 'தனது உண்ணாவிரதம் தோல்வி அடைந்ததைத் தொடர்ந்து காந்தி[29] ஒப்பந்தத்தில், அதாவது தீண்டத்தகாதவர்களுக்கு அரசியல் உரிமைகளை வழங்கும் பூனா ஒப்பந்தத்தில், கையெழுத்திடக் கட்டாயப்படுத்தப்பட்டார். எனவே பழி வாங்கும் எண்ணத்துடன் ஒப்பந்தத்தில் அவர்களின் அரசியல் உரிமைகள் நீர்த்துப் போகக் கேவலமான தேர்தல் தந்திரங்களில் காங்கிரஸ் ஈடுபட அனுமதித்தார்' என்கிறார்.

காந்தியைத் தாக்கி அம்பேத்கர் விடுத்த அறிக்கையின் தேதியை ஆண்டர்சன் திட்டமிட்டே மறைத்ததுடன், 1932-ல்தான் கூறினார் என்பதை வலியுறுத்தவும் முனைகிறார். இது குறித்து ஆண்டர்சன் எழுதுகையில்

> '1932 சத்தியாகிரகம் குறித்து அம்பேத்கர் ''காந்தியின் உண்ணாவிரதத்தில் எந்தப் புனிதத் தன்மையும் இல்லை. அதுவொரு நாற்றமடிக்கும் அசுத்தமான செயல்'' என்று சொன்னதாகப் பதிவு செய்துள்ளார்.

மேற்கண்ட வாக்கியத்துக்கான கீழ்க்காணும் அடிக்குறிப்பில், அம்பேத்கர் அறிக்கை விடுத்த தேதியை ஆண்டர்சன் புத்திசாலித் தனமாகத் தவிர்த்துவிட்டார்:

> 'உண்ணாவிரதம் எதிர்பாராத வகையில் சிலரைக் கட்டாயப் படுத்திச் செயல்படத் தூண்டியிருக்கலாம். ஆனால் நான் உண்ணா விரதம் இருக்கவில்லை என்றால் நிச்சயம் என்னுடைய கோரிக்கைக்கு ஒப்புதல் கிடைத்திருக்காது' என்று ஒரு வருடம் கழித்து காந்தி தனது செயல்பாட்டை ஒப்புக் கொண்டதாகக்' குறிப்பிடுகிறார்.

காந்தி தாக்கி அம்பேத்கர் 1932-ல் அறிக்கை விடுத்தார் என்னும் தவறான தகவலை ஆண்டர்சன் பதிவு செய்கிறார். காரணம் அம்பேத்கர்

அறிக்கை வெளியிட்டது 1945 ஆண்டில்தானே தவிர 1932-ல் அல்ல. மேலும் அம்பேத்கரைக் கட்டாயப்படுத்தினேன் என்று 1933-ல் காந்தி ஒப்புக் கொண்டதாகவும் கூறுகிறார். ஆனால் காந்தி எந்த வகையான ஒப்புதல் வாக்குமூலத்தையும் அளிக்கவில்லை என்பதே உண்மை.

'காந்தியின் உண்ணாவிரதத்துக்கு அடி பணிந்து பூனா ஒப்பந்தத்தில் கையெழுத்திட்டது தவறு என்று அம்பேத்கர் வருத்தப்பட்டார்' என்று ஆண்டர்சன் குறிப்பிடுவதும் முற்றிலும் தவறு. இதற்கான எந்த ஆதாரமும் சான்றும் இல்லவே இல்லை. 1945-ல் வெளியிட்ட உணர்ச்சிகரமான அறிக்கையில் கூட அம்பேத்கர் பூனா ஒப்பந்த விதிகளை விமர்சிப்பதையோ, கண்டிப்பதையோ தவிர்த்துவிட்டார். நான் (நூலாசிரியர் : ராஜ்மோகன் காந்தி) அறிந்தவரை, அப்போதோ அதற்குப் பிறகோ பூனா ஒப்பந்தத்தின் விதிகளையும், அம்சங்களையும் ரத்து செய்யவோ, மாற்றவோ, திருத்தவோ அம்பேத்கர் எந்த முயற்சியையும் எடுக்கவேயில்லை.

ஆண்டர்சன் கூறும் குற்றச்சாட்டுகளுக்கான சான்றோ, ஆதாரமோ இல்லாத நிலையில், அம்பேத்கர் பூனா ஒப்பந்தத்தைத், தலித்துகள் உள்பட அனைவருக்கும் பலனளிக்கும் தீர்வாகவே கண்டார் என்ற முடிவுக்குத்தான் வரவேண்டி உள்ளது. இதை உறுதிப்படுத்தும் வகையில், 1945-ல் அவர் விடுத்த அறிக்கைக்கு இரு ஆண்டுகளுக்குப் பிறகு, இந்திய அரசியல் அமைப்புச் சட்டத்தை உருவாக்கும் பொறுப்பை அம்பேத்கர் ஏற்றுக் கொண்டார் என்பதையும், ஒப்பந்தத்தில் காணப்படும் முக்கிய அம்சங்களை அதில் இடம் பெறச் செய்தார் என்பதையும், கவனத்தில் கொள்ள வேண்டும்.

ஒப்பந்தம் கையெழுத்தாகி எண்பத்தியிரண்டு ஆண்டுகள் கடந்த நிலையில், தேசிய, மாநில, நகர, கிராம அளவில் நடைபெறும் ஒவ்வொரு இந்தியத் தேர்தலும் பூனா ஒப்பந்த அடிப்படையிலேயே, அதாவது, தலித்துகளுக்கான தனித் தொகுதிகள் ஒதுக்கீட்டுடன், ஆனால் தனி வாக்காளர்கள் இல்லாமல், இன்றுவரை தொடர்ந்து நடைபெற்று வருகின்றன,

~

1947 - 1950 வரையில் காந்தி, நேரு, பட்டேல் மற்றும் இந்திய தேசியக் காங்கிரஸுடனான அம்பேத்கரின் ஒருங்கிணைந்த செயல்பாடு காரணமாகத், தலித் சமூகத்தைச் சேர்ந்த அறிவாளி ஒருவர் சாதி இந்துக்கள் அதிகம் நிறைந்த அரசியல் அமைப்புச் சட்ட உருவாக்கக் குழுவினருடன் இணைந்து, இந்தியக் குடிமக்கள் அனைவருக்கும் சமத்துவத்தை உறுதிப்படுத்தும் மகத்தான சாதனையைச் செய்து

முடிக்க வழிவகுத்தது. பிரிவினையின் சோகம் மற்றும் இழப்பீட்டை ஓரளவு ஈடுகட்டவும் உதவியது.

ஆனால் இந்த வரலாற்றுச் சிறப்புமிக்க நிகழ்வு பற்றி ஆண்டர்சன் குறிப்பிடவேயில்லை. இது எதிர்பாராதது என்றாலும் ஆக்கப்பூர்வ மானது அல்லது காந்தியின் பங்களிப்பால் சாத்தியமானது. தலித் எழுத்துகளில் இது குறித்த பதிவுகள் விரிவாகக் காணப்பட்டாலும்[30] ஆண்டர்சன் முழுமையாக மூடி மறைத்துவிட்டார்.

காந்தி மறைந்த இரு மாதங்களுக்குப் பிறகு அப்போது சட்ட அமைச்சராக இருந்த அம்பேத்கர் அரசியல் அமைப்புச் சட்டத்தை உருவாக்கும் பணியில் தீவிரமாக ஈடுபட்டுக் கொண்டிருந்தார். அதே காலகட்டத்தில் அம்பேத்கருக்கும் பிராமண சமூகத்தைச் சேர்ந்த சாரதா கபீர் என்னும் மருத்துவருக்கும் திருமணம் நடைபெற்றது[31]. இது பற்றி பட்டேல் அவருக்கு எழுதிய கடிதத்தில் ‘பாபுஜி இப்போது உயிருடன் இருந்திருந்தால் நிச்சயம் உங்கள் திருமணத்துக்குத் தனது மனமார்ந்த ஆசிகளை வழங்கி இருப்பார்’ என்றார். அதற்கு அம்பேத்கர் ‘ஆமாம். ஒப்புக் கொள்கிறேன். பாபுஜி உயிருடன் இருந்திருந்தால் நிச்சயம் வாழ்த்தியிருப்பார்[32]’ என்று பதிலளித்தார்.

‘என்னைப் பார்க்க வரும் மக்கள் ‘‘ஐயா நீங்கள் தான் அரசியல் அமைப்புச் சட்டத்தை உருவாக்கியவர்’’ என்று எப்போதும் சொல்வார்கள். ஆனால் நானோ ‘‘எனக்குக் கொடுத்த வேலையைச் செய்தேன். ஆனால் அதை என் மனசாட்சிக்கு விரோதமாகத்தான் செய்து முடித்தேன்’’ என்று பதிலளித்ததாக’ அமைச்சர் பதவியிலிருந்து விலகிய இரு ஆண்டுகளுக்குப் பிறகு அம்பேத்கர் சொன்னதாக ஆண்டர்சன் குறிப்பிடுகிறார்.

மீண்டும் ஒரு முறை எந்தவொரு ஆதாரமோ, சாட்சியோ இல்லாமல் அம்பேத்கர் கூறியதாக ஆண்டர்சன் குறிப்பிடுகிறார். விசனத்துடன் ஒருவேளை அம்பேத்கர் இந்தப் பதிலைச் சொல்லியிருந்தாலும், அதை அவரது திட்டமிட்ட கருத்தாக எடுத்துக் கொள்ள முடியாது. சிந்திக்காமல் எடுக்கும் முடிவுகளுக்கும், நன்கு ஆராயப்பட்ட எழுத்துகளுக்கும் உள்ள வேறுபாட்டைப் பல்வேறு நூல்கள் மூலம் ஆய்வு செய்யும் அறிஞரான அம்பேத்கருக்கு, உண்மையிலேயே அரசியல் அமைப்புச் சட்டத்தை உருவாக்குவதில் ஏதேனும் ஆட்சேபணை இருந்திருந்தால் அதைப் புத்தகத்திலோ, உரையிலோ, கட்டுரையிலோ கட்டாயம் குறிப்பிட்டிருப்பார்.

அதிகாரப்பூர்வ ஆட்சேபணையை அம்பேத்கர் பதிவு செய்யாத நிலையில், அரசியல் அமைப்புச் சட்ட உருவாக்கம், பூனா ஒப்பந்தம், ஆகியவற்றில் அவர் முழு சம்மதத்துடனேயே பங்கேற்றார் என்றே கருத வேண்டும். ‘நிர்பந்தத்துக்கு அடிபணிந்ததற்காக வருத்தப்

படுகிறேன்' என்று அம்பேத்கர் சொன்னதாக ஆண்டர்சன் கூறுவதை ஆதாரமற்ற குற்றச்சாட்டாகவே ஒதுக்கித் தள்ள வேண்டும். அம்பேத்கரும், தலித்களும், நிர்பந்தத்துக்கு அடிபணிந்தார்கள் என்பதை ஒரு வாதத்துக்காக வைத்துக் கொண்டாலும், அம்பேத்கர் வழியில் வந்த கன்ஷி ராம் மற்றும் மாயாவதி ஆகியோரின் பகுஜன் சமாஜ் கட்சி, அரசியலில் உயர் பொறுப்புகளை வகிக்கவும், ஆட்சி அதிகாரத்தைக் கைப்பற்றவும், பூனா ஒப்பந்தம் ஒரு படிக்கட்டு போன்று உதவியிருப்பதை மறுக்க முடியாது.

எனவே அம்பேத்கர் - காந்தி குறித்த ஆண்டர்சன் கருத்துகளை ஒதுக்குவதற்கு முன்பாக 'தீண்டாமைக்கு எதிரான காந்தியின் பிரசாரங்களை அரசியல் கட்சி வேறுபாடு இன்றி அனைத்துச் சாதி இந்து தலைவர்களும் ஒட்டு மொத்தமாகப் புறக்கணித்தனர்' என்பதைக் கூற விரும்புகிறேன்.

வகுப்புவாதத்தில் கவனம் செலுத்திய இடதுசாரிகள் சாதி முக்கியத்துவத்தை அங்கீகரிக்க மறுத்தனர். நேதாஜி சுபாஷ் சந்திர போஸ் இந்த விஷயத்தில் அமைதியாக இருந்தார். தீண்டாமைக்கு எதிரான காந்தியின் பிரசாரம், தேசியப் பிரச்னையைத் திசை திருப்புவதாகவே நேரு கருதினார். பூனா சிறையில் காந்தியுடன் அடைக்கப்பட்டிருந்த பட்டேல் ஒரு முறை அவரிடம் *(1933 பிப்ரவரி 16)* 'பழமையில் ஊறிப் போனவர்களுக்கும், அம்பேத்கர் தொண்டர் களுக்கும் இடையேயான பிரச்னையை அவர்களே தீர்த்துக் கொள்ளட்டுமே? உங்களைத் தொடர்புபடுத்திக் கொள்ளாமல் ஒதுங்கி இருக்கலாமே?' என்று கேட்டார்.

அதற்குக் காந்தி 'தங்கள் தலையெழுத்துப்படியே நடக்கட்டும் என்று நினைக்கும்படிக் கோடிக்கணக்கான ஹரிஜனங்களை அப்படியே விட்டு விடமுடியாது[33]' என்று பட்டேலுக்கு பதிலளித்தார்.

நாம் விரும்பும் வகையில் காந்தியை ஓர் அடிப்படைவாதியாகக் கருத முடியாது. ஏதோவொரு அழுத்தமான காரணம் அவரது வேகத்துக்குத் தடை போட்டிருக்க வேண்டும். நாட்டின் சுதந்திரத்துக்குச் சாதி இந்துக்களின் பங்களிப்பும் அவருக்குத் தேவைப்பட்டது. ஹரிஜன்கள் ஒடுங்கிப் போக வேண்டியவர்கள் என்ற சாதிய எண்ணம் கொண்டவர் காந்தி என்றும் கூறும் ஆண்டர்சன் வரலாற்றுப் பதிவை முற்றிலுமாகத் தவறாகவே வழிநடத்திச் செல்கிறார். ஆனால் உண்மையில் வரலாற்றுப் பதிவு அவரது கருத்துக்கு மாறாகவே உள்ளது.

~

காந்தி குறித்த ஆண்டர்சனின் விமர்சனங்களுக்கு ஒரு சிறு இடைவேளை கொடுத்துவிட்டு, சாதி, காந்தி -அம்பேத்கர் ஒற்றுமை,

இறப்பதற்குச் சில காலம் முன்பு அம்பேத்கர் மதம் மாறிய பௌத்தம் ஆகியவை பற்றி ஸ்வாமி சச்சிதானந்தின் கருத்துகளைப் பார்ப்போம்:

'சாதிக் கட்டமைப்பு : நமது வீழ்ச்சிக்கான அடிப்படை' (*Caste System : The Root of our Downfall*) என்ற தலைப்பில் ஸ்வாமி சச்சிதானந்த் 2000ஆம் ஆண்டில் ஆங்கிலத்திலும், அதற்குச் சில வருடங்களுக்கு முன்பு குஜராத்தியிலும் எழுதிய நூலில் காணப்படும் சில முக்கிய அம்சங்கள்:

கூப்பிய கரங்களுடன் படித்த அனைவரையும் நான் பணிந்து கேட்டுக் கொள்கிறேன். தயவு செய்து சாதிக் கட்டமைப்பைத் தொடக்கத்தி லிருந்து புரிந்துகொண்டு தர மதிப்பீடு செய்யவும். ஒரேயொரு நிமிடம் அவர்களின் (தலித்துகளின்) இடத்தில் உங்களை நிலைநிறுத்தி எவ்வாறு வேதனைப்பட்டிருப்பார்கள் என்று கொஞ்சம் நினைத்துப் பாருங்கள். (முன்னுரை 26 ஜனவரி 2000).

சாதிக் கட்டமைப்பு நடைமுறை தேவையற்றது மற்றும் நியாயமற்றது என்பதால் இரண்டாவது சிந்தனை ஏதுமின்றி உடனடியாக அதைக் கலைக்க வேண்டும்.

தொலைநோக்குப் பார்வையும், இந்து சமூக ஒற்றுமைக்கான வீரருமான மகாத்மா காந்திஜி இத்திட்டத்தை எதிர்த்து (ஹரிஜனங் களுக்கான தனி வாக்காளர் கோரிக்கையை எதிர்த்து) மீண்டும் உண்ணாவிரதம் இருந்தார். தலித்துகளுக்கான தனி வாக்காளர்கள் என்னும் கோரிக்கையை முன் வைத்த அம்பேத்கர் கடைசியில் அத்திட்டத்தைக் கைவிட்டுப் பூனே ஒப்பந்தத்தை ஏற்றுக் கொண்டார். எதிர்காலத்தில் பல்வேறு இடர்கள் நிகழா வகையில் நம்மைக் காப்பாற்றியதற்காக அம்பேத்கரின் பெருந்தன்மைக்கு நாம் நன்றி சொல்லக் கடமைப்பட்டுள்ளோம்.

தீண்டாமை தொடர்பாகத் தனக்கு ஏற்பட்ட பல்வேறு துயரங்களி லிருந்து அம்பேத்கர் தன்னை விடுவித்துக் கொண்டு கல்வி மூலமாகத் தலைவரானார்.

காந்தியின் படைப்புத் திறன் பன்முகம் கொண்டதாகும். ஒரு பக்கம் பாரம்பரியப் பழமைவாதிகளுடன் அவர் மோத வேண்டியிருந்தது. மறுபக்கம் நாட்டு விடுதலைக்காக பிரிட்டிஷ் அரசாங்கத்துடன் போராடிக் கொண்டிருந்தார். அதே சமயம் இந்து - முஸ்லிம் ஒற்றுமைக்காகவும் அவர் போராடினார். காந்தியின் படித்த தொண்டர்கள் தீண்டாமையை இந்து மதத்தின் மீதுள்ள தழும்பாகவே ஏற்றுக் கொண்டனர். ஆனால் தீவிர மத உணர்வாளர்களோ தங்களை இந்த இயக்கத்தில் இணைத்துக் கொள்ளவே இல்லை.

> பௌத்தம் பழிக்கப்பட்டுக் கண்டிக்கப்பட்டதுடன், பிராமணியம் எங்கள் மீது திணிக்கப்பட்ட நாள் தொடங்கி, இந்து மக்களின் மதிப்பு குறையத் தொடங்கியது. இதற்கு வரலாறே சான்று. சாதிக் கட்டமைப்புடன் ஒப்பிடுகையில் பௌத்தம் பன்மடங்கு உயர்ந்தது என்றாலும், கடவுள் இல்லை என்னும் நம்பிக்கை மற்றும் உலக வாழ்க்கையிலிருந்து விடுவித்துக் கொள்ளுதல் ஆகிய கொள்கைகள் காரணமாக, பௌத்தம் மீதான எதிர்பார்ப்புகள் குறையத் தொடங்கியது. மேலும் அதனால் இஸ்லாத்துடனும், கிருத்துவத்துடனும் போட்டியிட முடியவில்லை. (தலித்துகளிடம் விண்ணப்பம்)

> பௌத்தம் கீழ்ச்சாதியினருக்கான மதம் என்று நம்பிக்கை இருப்பதால், புதிய தலைமுறை 'தீண்டப்படாதவர்'களுக்குப் பௌத்தத்துக்கு மாறுவதில் எந்த நம்பிக்கையும் ஏற்படவில்லை.

ஸ்வாமியின் மேற்கண்ட பதிவுகளைக் குறிப்பிடக் காரணம் அவருடைய சிந்தனைகளை வாசகர்கள் தெரிந்துகொள்ள வேண்டும் என்பதற்காகத்தான்.

பிரிவினைக்கு யார் காரணம்?

'இந்தப் பிராந்தியத்தின் நவீன வரலாறு குறித்த மேற்கண்ட முக்கியக் கேள்வி மீது இன்னும் உண்மையான பகுப்பாய்வுகள் எதுவும் தொடங்கப்படவில்லை' என்று பிரிவினை பற்றி ஆண்டர்சன் சரியாகவே குறிப்பிடுகிறார். மேலும் 'பிரிவினை காரணமாக 1947-ல் நடைபெற்ற சோகம் தவிர்க்கப்பட்டிருக்கக் கூடியதே எனில் 'அந்தப் பேரழிவுக்குக் காரணமான தேசிய இயக்கத்தை வழிநடத்திச் சென்ற கட்சி கண்டிக்கப்பட வேண்டும்' என்ற ஆண்டர்சன் கருத்து மீண்டும் சரியே. 'ஒருவேளை பிரிவினை தவிர்க்க முடியாதெனில், இந்துக்களுக்கும் முஸ்லிம்களுக்கும் இடையேயான முரண்பாடு 'தீவிரமாக முற்றிப் போவதற்குக்' காரணமான 'கலாசாரமே' ஒட்டு மொத்தத் தலைகுனிவுக்கும் காரணம்' என்றும் தொடர்கிறார் ஆண்டர்சன்.

'யாருடைய கலாசாரம்' என்பதை ஆண்டர்சன் நேரடியாகக் குறிப்பிட வில்லை என்றாலும் அது இந்துக்களின் கலாசாரம்தான் என்பது தெளிவு. 1944ஆம் ஆண்டு, துணைக் கண்டத்தில் முஸ்லிம்கள் அதிகம் வாழும் பகுதிகளை உள்ளடக்கி பாகிஸ்தான் என்ற பெயரில் புதிய நாட்டை உருவாக்க 1940 மார்ச் மாதம் லாகூரில் நடைபெற்ற மாநாட்டில் முஸ்லிம் லீக் தீர்மானம் நிறைவேற்றியது. இதில் அம்பேத்கரின் விருப்பம் மற்றும் நேருவின் விருப்பமின்மை பற்றி ஆன்டர்சன் குறிப்பிடுகையில் 'அம்பேத்கரின் புத்திசாலித்தனம் இந்து

மதத்துடனான உறவை முறித்துக்கொண்டது. ஆனால் நேருவின் உறுதிப்பாடு அவ்வாறு செய்யத் துணியவில்லை என்பதே இருவரது நிலைப்பாடாகும்' என்கிறார்.

'தங்களின் பாகிஸ்தானுடன், முஸ்லிம்கள் சிறுபான்மை இனமாக வாழும் கிழக்குப் பஞ்சாப், மேற்கு வங்கம் மற்றும் அஸ்ஸாம் பகுதிகளையும் இணைக்கவேண்டும் என்று ஜின்னாவும், முஸ்லிம் லீக்கும் விடுத்த கோரிக்கை ஜனநாயகத்துக்கு முற்றிலும் விரோதமானது' என்று 1940 டிசம்பரில் 'பாகிஸ்தான் அல்லது இந்தியப் பிரிவினை' (*Pakistan, or the Partition of India*) என்ற தலைப்பில் அம்பேத்கர் எழுதிய நூலில் தெளிவாகக் குறிப்பிட்டிருப்பதை ஆண்டர்சன் தவிர்த்துவிட்டார்.

அம்பேத்கரின் தெளிவு மற்றும் நடுநிலையை நாம் அங்கீகரித்தாலும், நாற்பதுகளின் தொடக்கத்தில் அவரது இரு யூகங்கள் சரியில்லை என்பதைக் குறிப்பிட்டே ஆகவேண்டும். 'பிரிவினை நடைபெறும் பட்சத்தில் வட மேற்கு எல்லை மாகாணம், சிந்து மற்றும் பலுசிஸ்தானில் வசிக்கும் இந்துக்கள் இடம் பெயர்ந்து செல்ல விரும்பவில்லை' என்பது முதல் யூகம். அடுத்தது 'வங்காளத்திலும், பஞ்சாபிலும் வாழும் சிறுபான்மை இனத்தவர் எல்லை தாண்டிப் புதிய மாகாணங்களுக்குச் செல்ல விரும்பினால், இடம் பெயர்தல். மிகப் பெரிய பிரச்னையை உருவாக்காது. மொத்தத்தில் இந்தச் சிரமம் மிகச் சிறிய அளவில் மட்டுமே இருக்கும் என்பதால், அதைப் பிரச்னை யாகவே கருத வேண்டியதில்லை' என்பது இரண்டாவது யூகம்.[34]

காந்தி, நேரு, பட்டேல் மற்றும் காங்கிரஸ் ஆகியோர் கூட்டாக இணைந்து பாகிஸ்தான் உருவாக்கத்தைத் தவிர்க்க இயலாததாக்கி விட்டனர் என்று கூறும் ஆண்டர்சன், இந்தியாவின் 'இந்துக் கலாசாரம்' காரணமாக காந்தியோ, காங்கிரஸோ, இருந்தாலும், இல்லாவிட்டாலும், இந்நிகழ்வு எப்படியேனும் கண்டிப்பாக நடந்திருக்கும் என்றும் கூறுகிறார்.

பிரிட்டிஷ் அரசு பல தவறுகள் செய்ததையும் ஆண்டர்சனும் ஒப்புக் கொள்கிறார். குறிப்பாக சுதந்திரம் மற்றும் பிரிவினை குறித்த அறிவிப்பை வெளியிட்ட உடனேயே வேக வேகமாக அவர்கள் இந்தியாவை விட்டு வெளியேறத் தொடங்கியதை 'பிரிட்டிஷ் சாம்ராஜ்ய வரலாற்றிலேயே இந்த ஒற்றைச் செயல்தான் மிக மோசமானதாகும்' என்று விவரிக்கிறார்.

இருப்பினும் 'இந்தியாவில் நிலவும் பரவலான கருத்தின்படி பாகிஸ்தான் உருவாக்கத்துக்கு பிரிட்டிஷ் வகுத்த திட்டமே காரணம்' என்று சொல்லப்படுவது ஒருவகை புனைகதைதான். 'பிரிவினையின் முக்கிய காரணமாக பிரிட்டிஷ் ராஜைச் சொல்லமுடியாது' என்றும்

'பிரிவினைக்கு முக்கிய உந்து சக்தியாகத் திகழ்ந்தவை உள்ளூர்ப் பிரச்னைகளே' என்றும் உறுதிபடத் தெரிவிக்கிறார்.

'முஸ்லிம் லீக் பிரிவினையைக் கோரியபோது ஜின்னா கூட்டமைப்பை ஆதரித்தார். அதேபோல் காங்கிரஸ் ஒற்றுமை பற்றிப் பேசிய போது நேரு பிரிவினைக்குத் தயாரானார்' என்று 'உள்ளூர் உந்து சக்திகள்' பற்றி ஆண்டர்சன் குறிப்பிடுகிறார். புத்திசாலித்தனமான சொற்களை ஆண்டர்சன் பயன்படுத்தினாலும் அதற்கான ஆதாரங்களைச் சமர்ப்பிக்கவில்லை.

1940 மார்ச்சில் முதன் முதலாகப் பிரிவினை பற்றி ஜின்னா பேச ஆரம்பித்த தருணம் தொடங்கி தனியாகவோ, பொது நிகழ்ச்சிகளிலோ, பிரிவினை தவிர்த்து எதையும் ஏற்றுக் கொள்வேன் என்று ஒருமுறை கூடக் கூறவில்லை. 1945-46-ல் நடைபெற்ற மாகாண மற்றும் தேசியத் தேர்தல்களில் முஸ்லிம் லீக் முழுக்க முழுக்க பாகிஸ்தான் தளத்தில், அதாவது, அப்போதைய பஞ்சாப் பிரதமர் கிஸர் ஹயாத் 1946 கேபினெட் மிஷனிடம் கூறியதுபோல் 'இஸ்லாம், குரான் மற்றும் புனித நபிகள் நாயகம்' ஆகியோரின் பெயரிலேயே போட்டியிட்டது.[35]

இத்தேர்தல்களுக்கு முன்பும் பின்பும், 1940க்குப் பிறகு துணைக் கண்டத்தின் ஒவ்வொரு மூலையிலும் நடைபெற்ற ஒவ்வொரு முஸ்லிம் லீக் ஊர்வலத்திலும், பொதுக் கூட்டத்திலும் பங்கேற்ற மாகாண மற்றும் தேசியக் குழுக்கள் அனைத்துமே இஸ்லாத்தின் பெயரில்தான் பாகிஸ்தான் கோரிக்கையை உறுதிபட வலியுறுத்தின.

மேற்கண்ட நிகழ்வுகளுக்குப் பிறகும் இந்திய அரசியலில் மதத்தைப் புகுத்தியது ஜின்னா அல்ல காந்திதான் என்றும் முஸ்லிம் லீக் பாகிஸ்தான் பிரிவினை பற்றிப் 'பேசியது' என்றும், உண்மையிலேயே அது விரும்பியது 'கூட்டமைப்பை' மட்டுமே என்றும் ஆண்டர்சன் பொய்யைப் பதிவு செய்ய முனைகிறார். ஆனால் 'கூட்டமைப்பு' விருப்பம் பற்றி ஜின்னா சிறு குறிப்பைக் கூடத் தரவில்லை. மாறாக 1946-ல், பிரிட்டிஷ் அரசிடமிருந்து கிடைத்த சமிக்ஞைகள் மற்றும் ஒப்புதல் அடிப்படையில், தனக்கு மேற்கு வங்கம், கிழக்குப் பஞ்சாப், அஸ்ஸாம் மற்றும் துணைக்கண்ட ஒப்பந்த அடிப்படையில் பாகிஸ்தான் - இந்திய சமநிலை உடன்படிக்கை அடிப்படையில், அகண்ட பாகிஸ்தான் கிடைக்கும் என்று ஜின்னா நம்பினார்.

ஆனால் 1946-ல் பிரிட்டிஷ் அரசு, காங்கிரஸுக்கும் முஸ்லிம் லீகுக்கும் எதிர்மறையான உறுதிமொழிகளை (வாய்மொழி மற்றும் எழுத்தில்) அளித்தது. தனக்கு அளிக்கப்பட்ட உறுதிமொழியின் அடிப்படையில் ஜின்னா கேபினெட் மிஷன் திட்டத்துக்கு ஒப்புக்கொள்வதாக அறிவித்தார். கேபினெட் மிஷன் திட்டத்துக்கு ஒப்புதல் அளித்தாலும்[36]

‘முழுமையான இறையாண்மை பாகிஸ்தான்’ என்பதே தங்கள் இலக்கு என்று முஸ்லிம் லீக் ஒருமனதாகத் தீர்மானம் நிறைவேற்றியது குறிப்பிடத்தக்கது.

கேபினெட் மிஷன் திட்டம் பற்றிய சிறு குறிப்பு. தெளிவாக விளக்காமல் 1946-ல் இந்தியாவுக்கு வந்த கேபினெட் மிஷன் இரு குரல்களில் பேசியது. மே 16ஆம் தேதி சமர்ப்பித்த தெளிவற்ற திட்டத்துக்குக் காங்கிரஸும், முஸ்லிம் லீக்கும் எதிர்மறையான புரிதலுடன் ‘ஒப்புக்’ கொண்டதால், தனது பயணம் ‘வெற்றி’ பெற்றதாக மிஷன் அறிவித்தது. இதன் காரணமாகப் ‘பெரிய பாகிஸ்தான்’ என்று முஸ்லிம் லீக்கிடமும், ‘சிறிய பாகிஸ்தான்’ கொடுக்க வேண்டியிருந்தால்கூட அதைத் தடுத்து விடலாம் என்று காங்கிரஸிடம் குறிப்பாக உணர்த்திக் கபட நாடகம் ஆடியது.

லண்டன் திரும்பிய கேபினெட் மிஷனின் முக்கிய உறுப்பினர்களுள் ஒருவரான ஸ்டாஃபோர்ட் கிரிப்ஸ் ‘திட்ட அறிக்கையில் ‘தெளிவற்ற’ சொற்களைத் தெரிந்தே பயன்படுத்தியதாகவும், அப்போதுதான் மே 16 திட்டத்தில் இருவரும் இணைந்து கொள்வார்கள்[37]’ என்று பிரிட்டிஷ் மக்களவையில் (House of Commons) பகிரங்கமாக ஒப்புக் கொண்டார். பின்னாளில் இந்துக்களுக்கும் முஸ்லிம்களுக்கும் இடையே மனக்கசப்பும், சந்தேகமும், வன்முறையும் வெடிக்கக் கேபினெட் மிஷனின் இரட்டை நாக்குப் பேச்சே காரணமானது.

1947-ல் கிடைத்த ‘சிறிய பாகிஸ்தானுக்குப்’ பதிலாக இந்தியா முழுமைக்குமான அதிகாரத்தில் 50%-த்தை ஜின்னா நிச்சயம் விரும்பியிருப்பதற்கான சாத்தியக்கூறுகள் உள்ளன.

1946 ஏப்ரலில் ஜின்னாவுடனான முதல் சந்திப்பின் போது கேபினெட் மிஷன் அவரிடம் ‘இறையாண்மை மிக்க சிறிய பாகிஸ்தானை ஏற்றுக் கொள்வீர்களா?’ என்று கேட்டதற்கு ஜின்னா உடனடியாக மறுத்து விட்டார். இது குறித்து வேவெல் தன்னடைய நாள்குறிப்பில் ‘பஞ்சாப், சிந்து, வடமேற்கு எல்லை மாகாணம், பலுசிஸ்தான், வங்காளம் மற்றும் அஸ்ஸாம் என அனைத்து ஆறு மாகாணங்களுடன்[38] முழுமையான இறையாண்மையும் வேண்டும்’ என்று ஜின்னா பதிலளித்ததாகப் பதிவு செய்துள்ளார். சிம்லாவில் பேச்சுவார்த்தை தொடர்ந்து நடைபெற்ற போது கேபினெட் மிஷனிடம்[39] ‘முஸ்லிம்கள் வாழும் பகுதிகளில் அதிகமாகவும், இந்து - முஸ்லிம் சம அளவில் வாழும் பகுதிகளில் சரிநிகர் நிலையுடனும் கூடிய மிதமான கூட்டமைப்பு கிடைத்தால் ஏற்றுக் கொள்கிறேன்’ என்று ஜின்னா சொன்னதாக வேவெல் நாள்குறிப்பு நமக்குத் தெரிவிக்கிறது.

துணைக்கண்டத்தின் 50% கட்டுப்பாட்டை முஸ்லிம்களிடம் கொடுத்து விட்டு இந்து - முஸ்லிம் சரிநிகர் சமநிலை சாத்தியப்படுமா, மோதல்கள் இன்றி ஜனநாயகம் தழைக்குமா, பிரிவினையை விடவும் சிறப்பாக இருக்குமா என்பன பற்றி ஆண்டர்சன் விளக்கம் ஏதும் தரவில்லை.

1944-ல் காந்தி சிறையிலிருந்து விடுதலை பெற்றவுடன் அவருடன் நடைபெற்ற பேச்சுவார்த்தைகளின் போது முஸ்லிம்கள் அதிகம் வசிக்கும் பகுதிகளை பாகிஸ்தானுடன் இணைக்க வேண்டுமா வேண்டாமா என்பதை முடிவு செய்ய அங்குள்ள 'முஸ்லிம்களுக்கு மட்டுமே' வாக்களிக்கும் உரிமை வழங்கப்பட வேண்டும்' என்று ஜின்னா விதித்த முக்கிய நிபந்தனை குறித்தும் ஆண்டர்சன் எதுவுமே கூறவில்லை.

ஜின்னாவின் மேற்கண்ட நிபந்தனையை அம்பேத்கர் 'கேவலம்' என்றும் 'கேலிக்கூத்து' என்றும் வர்ணித்தார்[40]. ஜின்னாவின் மரணத்துக்குப் பிறகு உத்தரப் பிரதேசத்தில் நடைபெற்ற முஸ்லிம் லீக் கூட்டத்துக்குத் தலைமை வகித்த மூத்த உறுப்பினரான சௌத்திரி காலிக்குஸ்மான் 'பொதுவான பிரச்னையை சுயமாக முடிவு செய்ய ஒரு சமூகத்துக்கு மட்டுமே வாக்களிக்க உரிமை வேண்டும் என்னும் ஜின்னாவின் கோரிக்கை உலக வரலாற்றிலேயே முதன் முறை[41]' என்று கடுமையாக விமர்சித்தார்.

இருப்பினும் 1947-ல் நடைபெற்ற சோகமான இனக் கலவரங்களுக்கு ஜின்னாவையோ, முஸ்லிம் லீக்கையோ, பிரிட்டிஷ் அரசையோ ஆண்டர்சன் காரணமாக்க மாட்டார். காந்தி, நேரு மற்றும் காங்கிரஸ் ஆகியவையே இதற்கான முழுப் பொறுப்பையும் ஏற்க வேண்டும் என்பார்.

1944-ல் காந்தி - ஜின்னா பேச்சுவார்த்தைகளின் போது தேசிய அரசு வேண்டும் என்னும் கோரிக்கையுடன் ஜின்னா இந்திய தேசிய காங்கிரஸில் தன்னை இணைத்துக் கொண்டால், அவரது விருப்பப்படி சுதந்திரத்துக்குப் பிறகு துணைக் கண்டத்தில் முஸ்லிம்கள் அதிகம் வாழும் பகுதிகளைப் பிரித்துக் கொடுக்க வாக்கெடுப்பு நடத்த காங்கிரஸை ஒப்புக் கொள்ள வைப்பேன் என்று அவருக்கு காந்தி அளித்த உறுதிமொழியை வாசகர்கள் தெரிந்து கொள்வதை ஆண்டர்சன் விரும்ப மாட்டார். பிரிவினைக்குச் சாதகமாக வாக்குகள் விழுந்தால், இந்தியாவும் பாகிஸ்தானும் இணைந்து செயல்பட ஒப்பந்தம் செய்து கொள்ள வேண்டும் என்றும் காந்தி கூறியதையும் ஆண்டர்சன் பதிவு செய்யவில்லை.

ஆனாலும் பேச்சுவார்த்தைகள் தோல்வியில் முடிந்தன. காந்தியின் பாகிஸ்தான் ஜின்னா எதிர்பார்த்ததுபோல் பெரிய அளவில்

இல்லாததால் ஆட்சேபணை எழுந்தது. இதற்கு முக்கியக் காரணம் முஸ்லிம்கள் சிறுபான்மையாக வாழும் பஞ்சாப் மற்றும் வங்காளத்தின் பகுதிகள் இணைக்கப்படவில்லை. மேலும் திட்ட மிட்டபடி இணைந்து செயல்பட ஒப்பந்தமோ, இறையாண்மையோ வகுக்கப்படவில்லை என்பதால் ஜின்னா ஒட்டு மொத்தமாக முழுவதையும் புறக்கணித்தார். முக்கியமாக முஸ்லிம்களும் இந்துக்களும், தனித்தனி 'நாடுகள்' என்பதில் உறுதியாக இருந்ததுடன், காந்தியையும் ஒப்புக் கொள்ள வேண்டுமென்று வற்புறுத்தினார். பிரிவினைக்கான வாக்கெடுப்பில் முஸ்லிம்கள் மட்டுமே பங்கேற்க வேண்டும் என்றும், இப்பிரிவினை பிரிட்டிஷ் ஆட்சி முடிவுக்கு வந்த பிறகு நடைபெறாமல், அதற்கு முன்பே நடைபெற வேண்டும் என்றும் நிபந்தனைகள் ஜின்னா அடுக்கடுக்கான நிபந்தனைகளை விதித்தார். இவை அனைத்துமே காந்திக்கு ஏற்புடையதாக இல்லை.

காங்கிரஸ் தலைவர் ராஜாஜி, சில இந்து மகாசபைத் தலைவர்கள் மற்றும் அம்பேத்கர் ஆகியோர் முன் வைத்த பரிந்துரைகள் மற்றும் 1947 கோடையில் அனைத்துப் பிரிவுகளும் நிறைவாக ஏற்றுக் கொண்ட திட்டத்துக்கு இணையாக காந்தி அசத்தலான இச்சலுகையை ஜின்னாவுக்கு வழங்கியபோது நேரு, பட்டேல் மற்றும் ஆசாத் ஆகிய மூவரும் 'வெள்ளையனே வெளியேறு' போராட்டத்தில் பங்கேற்றமைக்காக இன்னும் சிறையில்தான் இருந்தார்கள்.

சிறையில் அடைக்கப்பட்டிருந்த காந்தியின் நண்பர்களும், விடுதலைப் போராட்டத்தில் பங்கேற்றவர்களும், ஜின்னாவுக்குச் சலுகை வழங்கியதில் ரொம்பத் தாராளமாகவே காந்தி நடந்து கொண்டார் என்று ஆதங்கப்பட்டனர். ஆனால் ஆண்டர்சனோ இந்துக்களின் ஆதிக்கத்துக்காகச் சமரசம் செய்து கொள்ளாமல் காந்தி கடுமையாக உழைத்ததாகக் குற்றம் சுமத்துகிறார். இருப்பினும் காலிக்குஸ்மான் தனது பகுப்பாய்வில் 1944-ல் காந்தியுடனான சமரசப் பேச்சு வார்த்தைகளுக்கு ஒருவேளை ஜின்னா உடன்பட்டிருந்தால், அமைதியான முறையில் பிரிவினை சுமுகமாக அரங்கேறி யிருப்பதுடன், 1947 சோகமும் நடைபெற்றிருக்காது[42] என்கிறார்.

1944-ல் காங்கிரஸ்-லீக் உடன்பாட்டுக்காகக் காந்தி மேற்கொண்ட முனைவுகளை ஆண்டர்சன் கருத்தில் கொள்ளவில்லை. மேலும் 1945 ஆம் ஆண்டு சிம்லாவில் காந்தியும், சிறையிலிருந்து அப்போதுதான் விடுதலையான காங்கிரஸ் தலைவர்களும், இடைக்காலச் செயற் குழுவுக்காக வேவெல் பரிந்துரைத்த அனைத்து நிபந்தனைகளையும் ஆச்சரியப்படத்தக்க அளவில் ஏற்றுக் கொண்டதையும் ஆண்டர்சன் மறைத்துவிட்டார். வேவெலின் புதிய கவுன்சிலில் சாதி இந்துக்களும், முஸ்லிம்களும் சம அளவில் இடம் பெறுவர். ஓரிடம் தவிர அனைத்து இந்துக்களின் பெயர்களைக் காங்கிரஸும், ஓரிடம் தவிர அனைத்து

முஸ்லிம்களின் பெயர்களை முஸ்லிம் லீக்கும் நியமிக்கும். விடுபட்ட முஸ்லிம்களுக்கான ஓரிடத்தை முஸ்லிம் லீக் அல்லாத, காங்கிரஸ் அல்லாத, முஸ்லிம் ஒருவர் நிரப்புவார். தாழ்த்தப்பட்ட மற்றும் ஏனைய சிறுபான்மை இனத்தைச் சேர்ந்த இரண்டு அல்லது மூன்று நபர்கள் கவுன்சிலின் மீதி இடங்களில் இடம் பெறுவர்.

இவை இந்திய முஸ்லிம்களுக்கும், முஸ்லிம் லீகுக்கும் அரசியல் ரீதியாகக் கிடைத்த மிகச் சிறந்த அனுகூலங்கள். ஆனால் ஜின்னா ஏற்றுக்கொள்ளவில்லை. கவுன்சிலில் இடம் பெறும் ஒவ்வொரு முஸ்லிம் உறுப்பினரையும் நியமிக்கும் உரிமை முஸ்லிம் லீக்குக்கு மட்டுமே உண்டு என்று வலியுறுத்தினார். ஜின்னாவின் எதிர்ப்பு மற்றும் ஆட்சேபணையைத் தொடர்ந்து பேச்சுவார்த்தை தோல்வி அடைந்தது. ஆனால் பேச்சுவார்த்தை தோல்வி அடைந்ததற்கு ஜின்னாதான் காரணமென்று அவர் மீது பழியைப் போட வேண்டாமென்று லண்டன் வேவெலுக்கு உத்தரவிட்டது. மேலும் பல்வேறு மாகாணங்களின் பிரிட்டிஷ் ஆளுநர்களும், முஸ்லிம்களுக்கு ஒதுக்கப்பட்ட இடங்களை நிரப்பாமல் அப்படியே காலியாக வைத்துக் கொண்டு திட்டத்தை நிறுத்தாமல் தொடர்ந்து அமல்படுத்தும் நடவடிக்கைகளை மேற்கொள்ளுமாறும் வேவெலுக்கு அறிவுறுத்தினர். ஆனால் சர்ச்சிலோ காங்கிரஸ் தலைமையிலான கவுன்சில் அமையக் கூடாது என்பதில் உறுதியாக இருந்ததால், வேவெல் ஒப்புக் கொண்டார்[43]. வேறு வழியின்று அவரது ஆணைக்குக் கீழ்ப்படிந்தார்.

ஆனால் ஆண்டர்சனைப் பொறுத்தவரையில் அரசியல் தீர்வைத் தடுத்து நிறுத்தியது சர்ச்சிலோ ஜின்னாவோ அல்ல. அது காங்கிரஸ்தான் என்பது அவரது தீர்க்கமான முடிவு.

1945-46-ல் முஸ்லிம் லிக்கின் இஸ்லாமியப் பேச்சுகள் அனைத்தையும் சாதாரணப் 'பேச்சாக' மன்னிக்கும் ஆண்டர்சன், **1947** ஏப்ரலில் காந்தி புத்திசாலித்தனமாகச் சொன்ன யோசனையை ஏனோ புறக்கணித்து விட்டார். முந்தைய மாதம் மேற்கு பஞ்சாப்பில் (ராவல்பிண்டி மற்றும் முல்தான்) முஸ்லிம்கள், இந்துக்கள் மற்றும் சீக்கியர்கள் ஆகியோருக்கு இடையே ஏற்பட்ட பயங்கரக் கலவரத்தைத் தொடர்ந்தே இத்திட்டம் உருவானது.

காங்கிரஸும் புதிய வைஸ்ராயாகப் பதவியேற்றுக் கொண்ட லூயி மௌண்ட்பேட்டனும், ஒன்றுபட்ட ஐக்கிய இந்தியாவின் பிரதமர் பதவியை ஜின்னாவுக்குத் தரவேண்டும் என்பதே காந்தியின் யோசனையாகும். காந்தி முன்வைத்த திட்டத்திலுள்ள முக்கிய அம்சங்கள் அனைவருக்கும் தெரிந்ததுதான். முதலாவது ஜின்னா இடைக்கால அரசுக்குத் தலைமை வகிக்க வேண்டும். அவரது விருப்பம்போல் முழுக்க முழுக்க லீக் உறுப்பினர்கள் மட்டுமே இடம்

பெறும் வகையிலோ, மற்றவர்களையும் இணைத்துக் கொண்டோ அமைச்சரவையை அமைக்கலாம். இரண்டாவது மத்திய அசெம்பிளியில் முஸ்லிம் லீக் அரசை காங்கிரஸ் ஆதரிக்கவேண்டும். மூன்றாவது பஞ்சாப்பின் தனியார் ராணுவப் படையை முற்றிலுமாகக் கலைக்க வேண்டும்.

இந்த யோசனை மட்டும் ஏற்கப்பட்டிருந்தால், இந்தியாவின் ஒற்றுமையும், பஞ்சாப் மற்றும் வங்காளத்தின் ஒற்றுமையும் பாதுகாக்கப் பட்டிருக்கும் என்று காந்தி வாதிட்டதை ஆண்டர்சன் மறுக்க மாட்டார். ஜின்னாவும் இதை விரும்பியிருப்பார். ஆனால் முஸ்லிம்கள் பெரும் பான்மையாக வாழும் மாகாணங்களைப் பிரிக்கும் யோசனையை மட்டும் அவர் வெறுத்திருப்பார். மிக முக்கியமாகப் பிரிவினை தடுக்கப்பட்டு, வன்முறை தவிர்க்கப்பட்டிருக்கும்.

ஆனால் இந்த யோசனை முன்னெடுத்துச் செல்லப்படவே இல்லை. மௌண்ட்பேட்டன் இதற்கு எதிராகக் கடுமையாகப் போராடினார். நேருவும், பட்டேலும் எதிர்த்தனர். எனவே காந்தியின் யோசனை ஜின்னாவுக்கு சொல்லப்படவே இல்லை.

'தெற்கு ஆசிய வரலாற்றிலேயே இதுபோல் பெரும்பான்மையினரை 'ஒரு சிலர்' தேவையில்லாமல் பிரித்ததில்லை' என்று 1947 குறித்து அஜாஸ் அகமது கூறியதை ஆண்டர்சன் மேற்கோள் காட்டுகிறார். அவர் குறிப்பிடும் 'ஒரு சிலர்' காங்கிரஸ், முஸ்லிம் லீக் தேசியத் தலைவர் களையும், மௌண்ட்பேட்டனை ஆகியோரைத்தான். அகமதின் வாக்கியத்தில் 'தேவையில்லாமல்' என்பதற்குப் பதில் 'படுகொலைக்கு இணையாக' என்று ஆண்டர்சன் சிறு திருத்தம் செய்கிறார்.

ஆனால் காந்தியின் யோசனையை முயற்சி செய்திருந்தால் 1947 ஜூலை முதல் அக்டோபர் வரையிலான படுகொலைகளும், வன்முறைகளும் தவிர்க்கப்பட்டிருக்கலாம் என்பதை யாராலும் நிரூபிக்க முடியாது. எனினும் 'பிராந்தியத்தின் நவீன வரலாற்றில் முக்கியக் கேள்வியாக: ''1947 பிரிவினைக்கான காரணங்களும் அதைத் தொடர்ந்து நிகழ்ந்த படுகொலைகளும் இவை இரண்டும் எவ்வாறு தவிர்க்கப்பட்டிருக் கலாம்'' என்ற தலைப்பிலான தீவிர விவாதத்தில் இந்த யோசனை ஒரு முக்கிய இடத்தைக் கண்டிப்பாகப் பெற்றிருக்கும். ஆனால் காந்தி குறைந்தபட்சம் முயற்சி செய்தார் என்பதைக் கூட ஆண்டர்சன் ஒப்புக் கொள்ள மாட்டார்.

ஏகாதிபத்தியத்தின் பங்கு

1947-ல் பஞ்சாப் மக்களைக் காப்பாற்றுவதை விடவும், இந்தியாவி லிருந்து பாதுகாப்பாக வெளியேறுவதையே முக்கிய நோக்கமாகக் கொண்ட பிரிட்டிஷ் சாம்ராஜ்யத்தின் செய்கையை விவரிக்கக் கடுமை யான வார்த்தைகளை ஆண்டர்சன் பயன்படுத்துகிறார். இந்திய

மாகாணங்களிலேயே பிரிட்டிஷ் சாம்ராஜ்யத்துக்கு மிக நட்பாகவும், பிரிட்டிஷ் ராணுவத்துக்கு அதிக எண்ணிக்கையில் வீரர்களை அனுப்பி வைத்த பெருமையும் பஞ்சாப்புக்கு உண்டு. 1946 கேபினெட் மிஷன் திட்டங்களில் இரட்டை நாக்குப் பேச்சுகள் குறித்து ஆண்டர்சன் அமைதி காக்கிறார்.

1947 மார்ச் தொடங்கி பிரிட்டிஷ் சாம்ராஜ்யத்தின் மீது பஞ்சாப் கடுமையான கோபத்திலிருந்த காரணத்தால், பஞ்சாப் ஆளுநர் இவான் ஜெங்கின்ஸ் பஞ்சாப் தலைவர்களை உள்ளடக்கிய பஞ்சாப் பிரச்னைக்கு தீர்வு காண மௌண்ட்பேட்டனுக்குத் துணிச்சலுடன் கடிதம் எழுதினார். எதிர்பார்த்த வெற்றி கிடைக்காத நிலையில் ஏப்ரல் 16 கடிதத்திலுள்ள காணப்படும் விவரம் பின்வருமாறு:

> 'பிரிட்டிஷ் அதிகாரிகளாக பஞ்சாப்பில் பொறுப்பிலுள்ள ஒவ்வொரு ஐசிஎஸ் மற்றும் ஐபி (ராஜ்தானியின் காவல் சேவை) அதிகாரிகள், நான் உள்பட, மாகாண சேவையிலிருந்து விடுவித்துக் கொள்ள நாளைக்கே தயாராக உள்ளோம்.'[44]

நிலைமை இவ்வாறு இருக்க ஆண்டர்சன் 1947 பிரிவினை மற்றும் வன்முறைக்கு காங்கிரஸே அடிப்படைக் காரணம் என்கிறார். இந்தியாவைப் பிரித்தே ஆக வேண்டும் என்னும் சர்ச்சிலின் தீவிரம் உலகறிந்த செய்தியாகும். இன்னும் சொல்லப் போனால் 1945-ல் இந்தியாவின் வைஸ்ராயாக இருந்த வேவெலிடம் 'பாகிஸ்தான், இந்துஸ்தான், பிரின்ஸ்டான்[45]' என்று பிரிக்காமல் இங்கிலாந்து திரும்பக் கூடாது என்று சர்ச்சில் கடுமையாக உத்தரவிட்டிருந்தார். இரண்டாம் உலகப் போருக்குப் பிந்திய அணுகுமுறையில் இங்கிலாந்தின் முக்கியக் கட்சியான உழைப்பாளர் கட்சியும் (Labour Party), மத்திய கிழக்கு எண்ணெய் வளம் காரணமாக, பாகிஸ்தானைப் பிரித்தால் மேற்கத்திய நாடுகளே அதிகம் பயன் பெறும் என்று தெரிவித்ததையும் ஆண்டர்சன் கண்டுகொள்ளவில்லை.

பிரிவினையின் பலனாக பிரிட்டிஷ் சாம்ராஜ்யம் ஓரங்கட்டப்படும் என்று உறுதிபடக் கூறுகிறார்.

மனசாட்சிக்கு விரோதமில்லாமல் கூற வேண்டுமெனில் காங்கிரஸூம் இதற்கான பழியைக் கொஞ்சம் ஏற்றுக் கொள்ள வேண்டும். 1920 மற்றும் 1930களில் பஞ்சாபின் முஸ்லிம் யூனியனிஸ்ட் கட்சி பிரிட்டிஷ் அரசுக்கு ஆதரவாக இருந்தாலும் இந்து, முஸ்லிம், சீக்கியர்களின் ஒற்றுமையை வலியுறுத்தியது. அந்தக் கட்சியுடன் உறவை வலுப்படுத்திக் கொள்ள காங்கிரஸ் மறுத்தது மிகப் பெரிய தவறாகும். இதன் காரணமாக அகில இந்திய காங்கிரஸில் உள்ள பல தலைவர்களின் (நேரு உள்பட) முஸ்லிம் எதிர்ப்புடன், பஞ்சாப் காங்கிரஸின் முஸ்லிம் எதிர்ப்பும் சேர்ந்து கொண்டதால், காங்கிரஸ் - பஞ்சாப்

முஸ்லிம் யூனியனிஸ்ட் புரிதலுக்காகக் காந்தி மேற்கொண்ட அனைத்து முனைவுகளும் பயனற்றுப் போயின[46].

காங்கிரஸ் மேலும் பல தவறுகளைச் செய்தது. இதற்கு ஒரு வகையில் 1919 முதல் 1945 வரை முக்கியஸ்தராக இருந்த காந்தியும் பொறுப்பின் ஒரு பங்கை ஏற்றுக் கொள்ள வேண்டும். அதேபோல் முஸ்லிம் லீக்கும், பிரிட்டிஷ் சாம்ராஜ்யமும், இந்துக்களும் முஸ்லிம்களும் இரு நாடுகள் என்று முஸ்லிம் லீக்கைப் போலவே தூண்டிவிட்ட இந்துத்துவக் குழுக்களும், சம அளவில் தவறுகளுக்குப் பொறுப்பேற்க வேண்டும்.

குறுகிய மத எண்ணங்களை விட்டு வெளியே வராத பஞ்சாபின் உள்ளூர் தலைவர்களுக்கும் இதில் கணிசமான பொறுப்பு உண்டு. தலைமை வகித்த ராட்க்ளிஃப் பற்றிக் குறிப்பிடும் ஆண்டர்சன் அந்த கமிஷனில் இடம் பெற்ற இரு முஸ்லிம்கள், ஒரு இந்து, ஒரு சீக்கியர் ஆகிய நான்கு மூத்த இந்திய நடுவர்களைப் பற்றிக் குறிப்பிடவே இல்லை. மேலும் ராட்க்ளிஃப் தலைமையிலான குழு பொதுவாக ஒரு தீர்வை வழங்கவும் எந்த முனைவையும் எடுக்கவில்லை. இந்திய நீதிபதிகளின் தீர்ப்பு ஒன்றை ஒன்று ரத்து செய்த நிலையில் கமிஷனில் இடம் பெற்ற ஒரேயொரு பிரிட்டிஷ்காரரின் தீர்ப்பே இறுதித் தீர்ப்பானது.

தீவிர வரலாற்று ஆசிரியர் 1947 பிரிவினைக்கான பொறுப்பை காங்கிரஸ், முஸ்லிம் லீக், பிரிட்டிஷ் சாம்ராஜ்யம் மற்றும் ஏனையோரிடையே எப்படிச் சம அளவில் பங்கு போடுவது என்று கேட்பதுடன், தோல்வியையும் ஒப்புக் கொண்டு, அடிப்படைச் சமரசங்களை எட்ட முடியாமல் போனதற்கான காரணங்களையும் ஆய்வு செய்ய வேண்டும்.

1947 வரை இந்துக்களுக்கும் முஸ்லிம்களுக்கும் இடையேயான வன்முறைக்கும், கருத்து மோதல்களுக்கும், ஒட்டு மொத்த அவமானத்துக்கும், 'கலாசாரமே' முக்கியக் காரணம் என்னும் ஆண்டர்சனின் குறிப்பு ஏற்றுக் கொள்ளக் கூடியதே. ஆனால் இந்தக் 'கலாசாரத்துக்கு' பிரிட்டிஷ் சாம்ராஜ்யம், இந்திய தேசியக் காங்கிரஸ், முஸ்லிம் லீக், இந்து மகாசபா, சீக்கிய அரசியல் குழுக்கள், ஏனைய சமூகங்கள் என அனைத்துக் கட்சிகளும், அமைப்புகளும் கூட்டாகப் பொறுப்பேற்க வேண்டும். ஆனால் 1947 பிரிவினைக்கும், வன்முறைச் சோகங்களுக்கும், இந்துக்களையும், இந்திய தேசியக் காங்கிரஸையும் மட்டுமே ஆண்டர்சன் குறை கூறுவது பழிபோடக் காரணத்தைத் தேடும் அவரது ஆர்வத்தையே காட்டுகிறது.

1947 தலைகுனிவுகள் ஒரு பக்கம் இருந்தாலும் இந்தியா அதற்குப் பின் மீண்டு எழுந்ததை மறுக்க முடியாது. அதே சமயம் 1984-ல் டெல்லியில், 1992-93-ல் அயோத்தியா மற்றும் பல இடங்களில், 2002 -ல் குஜராத்தில் வன்முறைகள் நடைபெற்றதைக் கருத்தில் கொண்டு

இந்தியா ஏதோ வித்யாசமான தோல்விகளைச் சந்திக்கிறது என்ற முடிவுக்கும் வரக் கூடாது.

பல்வகைக் கலாசாரம், மதம் அல்லது பிரிவினைகளைக் கொண்ட உலகின் பல்வேறு நாடுகளிலும், குறிப்பாக மத்தியக் கிழக்கில் ஈராக் மற்றும் சிரியா, ஐரோப்பாவில் பால்கன் மற்றும் உக்ரைன், தென் ஆப்பிரிக்காவில் ருவாண்டா, தென் கிழக்கு ஆசியாவில் இந்தோனீஷியா, மத்தியக் கிழக்கில் டஜிகிஸ்தான், தெற்கு ஆசியாவில் பாகிஸ்தான், ஆஃப்கானிஸ்தான் மற்றும் இலங்கையிலும் இதுபோன்ற மோசமான நிகழ்வுகள் அரங்கேறிக் கொண்டுதான் இருக்கின்றன. மிகப் பெரிய சர்வதேச ஈடுபாட்டாலும் (1947-ல் இந்தியாவில் நிகழாத), ராணுவத் தலையீட்டாலும் (இந்தியா தவிர்த்த), மேற்கண்ட நாடுகளின் சோகமான நிகழ்வுகளையும், இன்னும் சில இடங்களில் தொடர்ந்து நடைபெற்றுக் கொண்டிருப்பதையும் தடுக்க முடியவில்லை.

இருப்பினும் ஆண்டர்சன் இந்தியாவையும், இந்து கலாசாரத்தையும், இன்னும் குறிப்பாக காந்தியை மட்டுமே குறிவைத்துக் குற்றம் சுமத்துகிறார். பெரும்பான்மை ஆய்வாளர்கள் உள்நாட்டு அமைதி, கண்ணியம், சமதர்மம் ஆகிய ஜனநாயக ரீதியிலான முனைவுகள் 1947க்குப் பிந்திய கலவரங்களுக்கு ஆக்கப்பூர்வ எதிர்வினைகளாக இந்தியாவால் முன்னெடுக்கப்பட்டுள்ளன என்று கருதுகின்றனர்.

ஹிட்லருக்கு எதிரான போரில் பிரிட்டனையும், பிரிட்டிஷ் சாம்ராஜ்யத்தையும் வெற்றிகரமாகக் காப்பாற்றியதில் பெரும் பங்கு வகித்த அதே நேரம், இந்தியாவுக்குச் சுதந்திரம் அளிக்கக் கூடாது என்று கடுமையாகப் போராடித் தோற்ற வின்ஸ்டன் சர்ச்சில், இப்போது எதிர்கட்சித் தலைவராக (பிரிட்டிஷ் வாக்காளர்களுக்கு நன்றி), 1947 செப்டம்பர் 27 அன்று லண்டனில் உரையாற்றும் போது இந்தியாவில் நடைபெறும் படுகொலைகளுக்கு காந்தியைக் காரணமாக்கினார்:

> ‘இந்தியாவில் நடைபெறும் ரத்தக்களறிகளும் வன்முறைகளும், என்னை ஆச்சரியப்படுத்தவில்லை. ஒருவர் மீது மற்றொருவர் காட்டுமிராண்டிகளைப் போன்று நடத்தும் கொலைவெறித் தாக்குதல்களின் தொடக்கம்தான் இது. துணைக்கண்டத்தின் மக்கள் தொகையில் மிகப் பெரிய சுருக்கத்தை எதிர்காலம் காணும் என்பதை என்னால் சந்தேகிக்காமல் இருக்க முடியவில்லை.’

ஆனால் சர்ச்சின் எதிர்பார்த்த அந்த ‘சுருக்கம்’ நடைபெறவில்லை. இந்தியக் கலாசாரம் தவறுகளைத் திருத்திக் கொண்டது. சுதந்திர இந்தியா கல்வி, ஊட்டச்சத்து, சுகாதாரம் ஆகியவற்றில் கணிசமான மேம்பாட்டைக் காணத் தொடங்கியது. மந்தமான, சமநிலையற்ற போக்கு காணப்பட்டாலும், மேற்கத்திய ஆட்சியில் நாம் பெற்றதை விட இவை நிச்சயம் அதிகமே.

சுதந்திர இந்தியா தடுத்து நிறுத்திய பல பஞ்சங்களை ஆண்டர்சன் வழக்கம்போல் குறிப்பிடவே இல்லை. ஆனால் பிரிட்டிஷ் இந்தியாவில் பல இடங்களில் கடுமையான பஞ்சமும், பட்டினியும், வறட்சியும் நிலவின. உச்சக்கட்டமாக 1943-ல் மிகப் பெரிய அளவில் நடைபெற்ற வங்காளப் பஞ்சம் சற்றேறக் குறைய முப்பது லட்சம் உயிர்களைப் பலி வாங்கியது.[47]

'எல்லைகள் மீதான பேராசை'

ஆண்டர்சனின் பல பக்கங்கள் இந்தியாவும், பாகிஸ்தானும் சுதந்திரத்தின் போது உரிமை கொண்டாடிய காஷ்மீர், ஐதராபாத், ஜுனாகத் ஆகிய மூன்று சமஸ்தானங்கள் பற்றியே விரிவாக உள்ளன. இம்மூன்று சமஸ்தானங்கள் பற்றிய ஆச்சரியமான விஷயம் என்னவென்றால் பெரும்பான்மை மக்களின் மதத்துக்கு எதிரான மதத்தைச் சேர்ந்த மன்னர்களின் ஆட்சி அந்த இடங்களில் நடைபெற்றன என்பதுதான். நேருவின் தலைமையிலான இந்தியாவின் 'எல்லைகள் மீதான பேராசை' பற்றி விவரிக்கும் ஆண்டர்சன், இதன் காரணமாக மூன்று சமஸ்தானங்கள் மீது ஆசைப்பட்டதுடன் அவற்றின் இரண்டை வெற்றிகரமாக இந்தியா கைப்பற்றிக் கொண்டது என்கிறார்.

ஜின்னாவுக்கும் இதே மூன்று சமஸ்தானங்களின் மீதும் ஆசை இருந்தது. இந்துக்கள் 80 சதவிகிதம் பெரும்பான்மையாக வாழும் ஜுனாகத் சமஸ்தானத்தின் நவாப் பாகிஸ்தானுடன் இணைவதை உடனடியாக ஏற்றுக்கொண்ட ஜின்னா, இன்னும் அதிக எண்ணிக்கையில் இந்துக்களைக் கொண்ட ஐதராபாத் சமஸ்தானத்தைத் தனி சுதந்திர நாடாகப் பிரகடனப்படுத்த அங்கு ஆட்சியில் இருந்த நிஜாமைத் தூண்டினார். அதே சமயம் பாகிஸ்தானுடன் இணைத்துக் கொள்ள காஷ்மீர் மகாராஜாவுடன் ஒரு பக்கம் பேச்சுவார்த்தைகளை நடத்திக் கொண்டே, மற்றொரு பக்கம் பாகிஸ்தானைச் சேர்ந்த முஸ்லிம் அஃப்ரிதி இனத்தைச் சேர்ந்த மலை வாழ் மக்களை 1947 அக்டோபரில் காஷ்மீருக்குள் ஊடுருவ அனைத்து உதவிகளையும் ஜின்னா செய்தார்.

ஆண்டர்சன் சொல்வதுபோல் 1947-ல் 'எல்லைகள் மீதான பேராசை' இருந்தது எனில் அது ஒரு நாட்டில் மட்டுமே நடைபெறவில்லை. எல்லா நாடுகளிலும் நடைபெறும் வழக்கமான விஷயம்தான்.

காஷ்மீருக்கு இந்திய ராணுவத்தை அனுப்ப காந்தி ஒப்புதல் அளித்தது பற்றியும், ராணுவத்தினரை ஸ்ரீநகருக்கு ஏற்றிச் சென்ற இந்திய விமானங்களின் சத்தம் தனக்கு ஆறுதலைத் தந்தது என்ற காந்தியின் வாக்குமூலம் குறித்தும் ஆண்டர்சன் பேசுகிறார். இரண்டாம் உலகப் போர் நடைபெற்ற போது ஹிட்லரை அஹிம்சை முறையில் எதிர்க்க வேண்டும் என்று கூறிய காந்தியின் தற்போதைய ஒப்புதல் பிரிட்டிஷாரை யும், ஐரோப்பியரையும் அதிர்ச்சிக்குள்ளாகியது என்றும் கூறுகிறார்.

ஆனால் இந்த முரண்பாடு வெளிப்படையானது. 1941-ல் தார்மிகத் தத்துவப் பேராசிரியர் போல் அஹிம்சை முறையில் ஹிட்லரை எதிர்க்க வேண்டும் என்று கூறிய காந்தி, 1947-ல் பாகிஸ்தான் தீவிரவாதிகள் காஷ்மீரைத் தாக்கியபோது ஓர் உண்மையான தேச பக்தராக முற்றிலும் மாறுபட்ட நடைமுறை ஞானம்கொண்ட மனிதராகக் காட்சியளித்தார். 1947 தொடங்கி 1948 ஜனவரி வரை காஷ்மீர், ஐதராபாத் மற்றும் ஜுனாகத் சமஸ்தானங்கள் யாருடன் இணைய வேண்டும் என்பதை அங்குள்ள பெரும்பான்மை மக்களே அன்றி ஆட்சியாளர்கள் முடிவு செய்யக் கூடாது என்று காந்தி தொடர்ந்து வலியுறுத்தி வந்ததால், இந்த மாறுபட்ட நிலைப்பாடு ஆண்டர்சனின் கருத்தை நியாயப்படுத்தாது.

இந்து முஸ்லிம் ஒற்றுமைக்கும், காஷ்மீர் இந்தியாவுடன் இணைய வேண்டும் என்று வலியுறுத்திய ஷேக் அப்துல்லாவுக்கு முஸ்லிம்கள் மற்றும் இந்துக்களுக்கு இடையே இருந்த வரவேற்பு மற்றும் ஆதரவு காரணமாகவும், இந்தியாவுடன் காஷ்மீர் இணைந்துவிடும் என்று காந்தி நம்பினார். இருப்பினும் சம்பந்தப்பட்ட மக்கள்தான் இறுதி முடிவு எடுக்க வேண்டும் என்ற அவரது உறுதிப்பாட்டுக்கு இந்த நம்பிக்கை இரண்டாம்பட்சம் தான்.

1947 ஜுலை 28 ஆம் தேதி காஷ்மீருக்குப் பயணப்படுவதற்கு முன்பு காந்தி கூறியதாவது:

> ‘பாகிஸ்தானுடன் சேராமல் இந்தியாவுடன் இணைய வேண்டும் என்று மகாராஜாவிடம் நான் கூறப்போவது இல்லை. அது என்னுடைய நோக்கமும் அல்ல. இந்தியாவுடனா பாகிஸ்தானுடனா யாருடன் இணைய வேண்டும் என்று காஷ்மீர் மக்களைத்தான் கேட்க வேண்டும். அவர்களது விருப்பம்போல் எதை வேண்டுமானாலும் செய்யலாம்.’

அக்டோபர் 29 ஆம் தேதி காஷ்மீர் மீதான தாக்குதலுக்குப் பிறகு தில்லியில் காந்தி பேசியதாவது:

> ‘காஷ்மீரை நிச்சயம் மகாராஜாவால் காப்பாற்ற இயலாது. காஷ்மீரைக் காப்பாற்ற அங்கு வாழும் முஸ்லிம்கள், காஷ்மீரி பண்டிட்கள், ராஜபுத்திரர்கள் மற்றும் சீக்கியர்களால் மட்டுமே முடியும். இவர்கள் அனைவருடனும் ஷேக் அப்துல்லாவுக்கு அன்பும், நட்புறவும் உள்ளது.’

காஷ்மீருக்குள் ஊடுருவிய தீவிரவாதிகள் விரட்டியடிக்கப்பட்ட பின்பு காந்தி ‘காஷ்மீர் காஷ்மீரிகளுக்கே சொந்தம். நம்மிடையே விஷம் பரவியிருக்கக் கூடாது. காஷ்மீர் மூலம் நம்மிடையே பரவிய விஷத்தை முறியடிப்போம். காஷ்மீர் காஷ்மீரிகளுக்கே சொந்தம் என்று சொன்னதுபோல் ஐதராபாத்தும், ஜுனாகத்தும் யாருடன் இணைய வேண்டும் என்பதில் அங்கு வாழும் மக்களின் விருப்பமே

முன்னுரிமை பெற வேண்டும்' என்றார். இது பற்றி நவம்பர் 11-ல் விடுத்த அறிக்கை பின்வருமாறு:

> 'ஜுனாகத் சமஸ்தானம் யாருடன் இணைய வேண்டும் என்ற பிரச்னைக்கான இறுதித் தீர்வை மக்கள் கருத்தைக் கொண்டே எடுக்கப்பட வேண்டும். அதாவது பொது வாக்கெடுப்பு மூலம்... ஜுனாகத் குறித்த எனது பதிவுகள் அனைத்தும், அதே பொருளில், காஷ்மீருக்கும் ஐதராபாத்துக்கும் பொருந்தும்.
>
> மக்கள் ஆதரவோ ஒப்புதலோ இல்லாமல் காஷ்மீர் மகாராஜாவுக்கோ, ஐதராபாத் நிஜாமுக்கோ, எந்த யூனியனுடன் இணைய வேண்டும் என்று முடிவெடுக்கும் அதிகாரமும் இல்லை. இந்திய யூனியனுடன் இணைய வேண்டும் என்று காஷ்மீர் மகாராஜா மட்டுமே விரும்பும் பட்சத்தில் அந்த முடிவை நான் ஏற்றுக் கொள்ளவே மாட்டேன்.'

1947 டிசம்பர் 25 அன்று காஷ்மீர் விவகாரத்தை இந்திய அரசு ஐக்கிய நாடுகள் அமைப்புக்கு எடுத்துச் சென்ற போது காந்தியின் கூறியதாவது:

> 'பாகிஸ்தானும் இந்தியாவும் கூட்டாக உட்கார்ந்து கலந்து பேசி முடிவெடுக்க வேண்டும் என்பது எனது கருத்து. பிரச்னைக்கான தீர்வை ஒட்டி இருவரும் கலந்து பேச விரும்பினால் பிறகு மூன்றாம் நபரான நடுவரின் அவசியம் என்ன?'

காந்தி கொல்லப்படுவதற்கு சற்றேறக் குறைய ஒரு மாதத்துக்கு முன்பு அதாவது 1948 ஜனவரி 4 ஆம் தேதி காஷ்மீர் குறித்து மீண்டும் அவர் பேசுகையில்:

> 'இரு புறமும் தவறுகள் நிகழ்ந்துள்ளன. இதில் எனக்கு எந்தச் சந்தேகமும் இல்லை. எனவே இரு டொமினியன்களும் ஆண்டவனைச் சாட்சியாக வைத்துக் கொண்டு தீர்வு காணக் கூட்டாக உட்கார்ந்து ஆலோசிக்க வேண்டும். பிரச்னை இப்போது ஐக்கிய நாடுகள் அமைப்பிடம் சென்றுள்ளது. அதை அங்கிருந்து திரும்பப் பெறவும் முடியாது. ஆனால் இந்தியாவும், பாகிஸ்தானும் கூட்டாக இணக்கமான ஒரு முடிவை எடுத்துவிட்டால், ஐக்கிய நாடுகள் அமைப்பிலுள்ள பெரிய சக்திகள் அந்த ஒப்பந்தத்தை ஏற்கத்தான் வேண்டும்.'

ஆனால் இக்கருத்துகளை மேற்கோள் காட்டவோ, அங்கீகரிக்கவோ மறுக்கும் ஆண்டர்சன், இந்தியாவின் எல்லைகள் மீதான பேராசைச் சதித்திட்டத்துக்குத் துணைபோகும் இந்து மீட்பாளர் என்றே காந்தியைக் காட்சிப்படுத்த விரும்புகிறார்.

1948 ஜனவரி 2 அன்று நடைபெற்ற பிரார்த்தனைக் கூட்டத்தில் பெயர் தெரியாத இந்து நபர் ஒருவர் காந்தி முஸ்லிம்களுடன் நட்பாக

இருப்பதையும், இந்தியா பாகிஸ்தான் சண்டையின் போது முஸ்லிம்களின் நம்பகத்தன்மை குறித்தும் கடிதம் மூலம் வினவினார். 'இங்குள்ள முஸ்லிம்களை இந்தியாவும், அங்குள்ள இந்துக்களைப் பாகிஸ்தானும் நம்ப வேண்டும். ஒருவர் தப்பானவர் என்று நிரூபணம் ஆகும் வரை அவர் தப்பானவர் என்று நாமே கற்பனை செய்து கொள்ளக் கூடாது. ஏதேனும் துரோகம் இருப்பின் துரோகிகள் கட்டாயம் தண்டிக்கப்படுவார்கள்' என்று காந்தி பதிலளித்தார்.

பாகிஸ்தானிலுள்ள முஸ்லிம் தீவிரவாதிகளின் காட்டுமிராண்டித்தனம் குறித்து செய்தியாளர் கேட்டதற்குக் கோபப்பட்ட காந்தியடிகள் 'இங்குள்ள முஸ்லிம்கள் அனைவரையும் விரட்டியடித்தால், அதற்குப் பதிலடி கொடுக்கும் வகையில் பாகிஸ்தானில் உள்ள இந்துக்களை அங்கிருந்து விரட்டி அடிக்க அவர்கள் முடிவெடுத்தால் என்ன ஆகும். இதைவிட முட்டாள்தனம் வேறொன்றும் இருக்க முடியாது' என்றார்.

காந்தியடிகள் பதிலளித்த மேற்கண்ட கேள்வியை ஆண்டர்சன் மறைத்ததுடன் ஒன்று அல்லது இரண்டு அல்லது குறிப்பிட்ட எண்ணிக்கையில் முஸ்லிம்களைச் சுட்டுக் கொல்ல ஊக்குவித்தார் என்னும் மோசமான குற்றச்சாட்டையும் காந்தி மீது சுமத்துகிறார். காந்தியைக் கேவலப்படுத்த எந்தக் கீழ்த்தரமான நிலைக்கும் ஆண்டர்சன் போவார் என்பதற்கு இதுவே சான்று.

சுதந்திரம் கிடைத்தது எப்படி?

இரண்டாம் உலகப் போரில் ஜப்பானிடம் இந்தியா தோற்றதைத் தொடர்ந்து இந்தியாவுக்கான சுதந்திரத்தைப் பிரிட்டிஷ் அரசு பரிசாகக் கொடுத்தது என்கிறார் ஆண்டர்சன். இந்தியாவில் நடைபெற்ற விடுதலைப் போராட்டங்கள் அனைத்தையும் ஒட்டு மொத்தமாகச் சிறுமைப்படுத்திப் புறக்கணிப்பதுடன், 1917 முதல் 1942 வரையிலான சத்தியாகிரகங்கள் படுதோல்வி அடைந்தன என்றும் கூறுகிறார் ஆண்டர்சன்.

> 'சத்தியாகிரகம் வெற்றி பெறவில்லை; ஒவ்வொரு முறையும் காந்தி முயன்றபோது பிரிட்டிஷ் அரசு அதை முறியடித்தது.'

ஆயிரக்கணக்கானோர் உயிரைத் துச்சமென மதித்துப் பங்கேற்கவும், கடுமையான அடி உதைகளை வாங்கவும், பல ஆண்டுகள் சிறைச் சாலைகளில் கழிக்கவும், கைதிகளாகவே இறக்கவும், திருமணங் களும், குழந்தைப் பிறப்புகளும், பிரியமானவர்கள் அருகில் இல்லாம லேயே நடந்தேறுவதற்கும் காரணமான சத்தியாகிரக அடிப்படையிலான விடுதலைப் போராட்டம் குறித்து பிரிட்டிஷ் அரசு வித்யாசமான மதிப்பீட்டைக் கொண்டிருந்தது.

1920-ல் 'ஒத்துழையாமை இயக்கப்' போராட்டத்தைத் தொடங்கிய காந்தி இரண்டே ஆண்டுகளில் 1922-ல் அதைத் திரும்பப் பெற்றுக்

கொண்டார். இதற்குக் காரணம் போராட்டத்தில் பங்கேற்றவர்கள் கிழக்கு உத்தரப் பிரதேசத்தில் 22 காவல்துறை அதிகாரிகளைக் கொன்றதுதான். இருப்பினும் முன்னெப்போதும் இல்லாத அளவில் தேசிய அளவில் இந்து - முஸ்லிம் - சீக்கியர்கள் கூட்டாகச் செயல்பட வழிவகுத்ததுடன், இந்திய தேசிய காங்கிரஸ் (1885-ல் துவக்கம்) நிகழ்ச்சி நிரலில் தீண்டாமை ஒழிப்புத் தீர்மானமும் இணைக்கப் பட்டது குறிப்பிடத்தக்கதாகும்.

ஆயிரக்கணக்கான இளம் இந்தியர்கள் கல்லூரிகளிலிருந்து வெளியேறினார்கள். மோதிலால் நேரு, சித்தரஞ்சன் தாஸ், வல்லபாய் பட்டேல், ஜவாஹர்லால் நேரு, ராஜேந்திர பிரசாத், சக்கரவர்த்தி ராஜகோபாலச்சாரியார் உள்ளிட்ட பிரபல வழக்கறிஞர்களுடன், நூற்றுக்கணக்கான வழக்கறிஞர்கள், செல்வம் கொழிக்கும் வசதியான தொழிலைத் துறந்து தேச விடுதலைப் போரில் தங்கள் ஈடுபடுத்திக் கொண்டனர்.

பட்டேல், நேரு, ஆசாத், பிரசாத், ராஜகோபாலாச்சாரி, அப்போதுதான் தேர்ந்தெடுக்கப்பட்ட இந்திய சிவில் சர்வீஸிலிருந்து விலகிய இருபத்தி ஐந்து வயது சுபாஷ் போஸ், பத்தொன்பது வயது ஜெயப்பிரகாஷ் நாராயணன் உள்பட எதிர்காலத்தில் மக்களை வழிநடத்திச் செல்ல நூற்றுக்கணக்கான புதிய அரசியல் தலைவர்கள் இந்தியாவின் ஒவ்வொரு பகுதியிலும் உருவானார்கள்.

பொது மக்கள் முதன் முறையாக அச்சத்தை வென்றனர். இன்னும் குறிப்பாகச் சிறைச்சாலை மீதான பயம் விலகியது. ஆயிரக் கணக்கானோர் சிறைகளிலுள்ள கட்டாந்தரையில் பல்வேறு இன்னல்களுக்கு இடையேயும் மகிழ்ச்சியுடன் தண்டனையை ஏற்று உறங்கினார்கள். முதன் முறையாகப் பெண்கள் சட்டங்களை மீறிக் கைதாகிச் சிறை புகுந்தனர். மக்களின் எழுச்சியைக் கண்டு பிரிட்டிஷ் சாம்ராஜ்யம் தனது பெருமையை இழந்து. 1918 முதல் 1923 வரை பம்பாய் ஆளுநராக இருந்த லார்ட் ஜார்ஜ் லாயிட் ஒத்துழையாமை இயக்கம் பற்றிக் கூறுகையில்:

> 'உலக வரலாற்றில் காந்தி ஒரு மாபெரும் பரிசோதனை. அப்பரிசோதனை கிட்டத்தட்ட வெற்றிக்கு மிக அருகில் வந்தது.'[48]

அகில இந்திய அளவில் நடைபெற்ற இரண்டாவது பெரிய போராட்டம் 'சட்ட மறுப்பு இயக்கமாகும்'. அதுதான் தெற்கு குஜராத் கடற்கரையோரம் அகமதாபாத் தொடங்கி தண்டி வரை 1930-ல் நடைபெற்ற உப்பு சத்தியகிரகமாகும். தண்டி யாத்திரை சென்ற வழியில் பல ஊர்களில் அரசுப் பணியாற்றிக் கொண்டிருந்த பல இந்திய அதிகாரிகள் தங்கள் பதவியை விட்டு விலகி காந்தி மற்றும் அவருடன் நடந்தவர்களுடன் தங்களை இணைத்துக் கொண்டனர்.

சட்டத்தை மீறி காந்தி தண்டி கடற்கரையில் உப்பு எடுத்ததைத் தொடர்ந்து இந்தியா முழுவதும் ஆயிரக்கணக்கானோர் பிரிட்டிஷ் சட்டத்தை மீறி உப்பெடுத்தனர் அல்லது சட்டத்துக்குப் புறம்பான முறையில் உப்பை விற்கவும், வாங்கவும் தலைப்பட்டனர். தெற்கு குஜராத் கடற்கரை கிராமமான பதல்பூரில் மட்டும் 20,000க்கும் அதிகமானோர் முழு நிலவு பௌர்ணமி அன்று உப்பெடுத்தனர்.

வங்காளத்திலும், ராஜகோபாலாச்சாரியின் தலைமையில் 145 மைல் தூரம் தென் இந்தியாவின் கிழக்குக் கடற்கரையான வேதாரண்யம் நோக்கியும், உப்புச் சத்தியாகிரக நடைபயணம் நடைபெற்றது. நடைப் பயணத்தைத் தடுத்து நிறுத்தும் பொறுப்பு வழங்கப்பட்டிருந்த ஐசிஎஸ் அதிகாரியான ஜெ.ஏ.தாமஸ் இது குறித்துக் கூறுகையில் 'அரசாங்கத்தின் மீது ஏதேனும் பற்றும் விசுவாசமும் இருந்திருப்பின்[49] அது இப்போது பயனற்றுப் போய்விட்டது' என்றார்.

வடமேற்கே பஷ்டூன் பிராந்தியத்தின் விடுதலைப் போராட்ட வீரர் கான் அப்துல் கஃபார் கான் தலைமையில் பெஷாவரில் நடைபெற்ற உப்பு சத்யாகிரகப் போராட்டத்தில் எந்திரத் துப்பாக்கிகளுக்கும், குதிரைகளுக்கும் அஞ்சாது நூற்றுக்கணக்கானோர் கைதாகிச் சிறையில் அடைக்கப்பட்டனர். பாதுகாத்துக் கொள்ள ஆயுதமின்றிப் போராட்டத்தில் பங்கேற்றவர்கள் மீது துப்பாக்கிச் சூடு நடத்தப் பிரிட்டிஷ் சாம்ராஜ்யத்தின் கர்வால் ரைஃபிள்ஸைச் சேர்ந்த இந்திய வீரர்களுக்கு ஆங்கிலேய அதிகாரிகள் உத்தரவிட்ட போது அவர்கள் சுட மறுத்ததுடன், உப்பு சத்தியாகிரகத்திலும் ஆர்வமுடன் ஈடுபட்டனர்.

சட்ட மீறலுக்காக இந்தியா முழுவதும் 90,000க்கும் அதிகமானோர் கைதாகினர். சிறையில் அடைக்கப்பட்டதுடன் பலருக்கு அடியும், உதையும் விழுந்தன. சில பத்திரிகைகள் தடை செய்யப்பட்டன. பிரிட்டிஷ் சாம்ராஜ்யத்தால் நியமிக்கப்பட்ட இந்திய உறுப்பினர்கள் கூட ஒப்புதல் அளிக்காததால், சென்ட்ரல் அசெம்பிளியில் சட்டம் இயற்ற முடியாமல், அவசரச் சட்டங்கள் மூலமாகவே வைஸ்ராய் ஆட்சி நடத்த வேண்டியதாயிற்று.

1930 சட்ட மறுப்பு இயக்கம் குறித்து 1931 மார்ச் 12 அன்று லண்டனில் ஹவுஸ் ஆஃப் காமன்ஸில் வின்ஸ்டன் சர்ச்சில் கீழ்க்கண்டவாறு உரையாற்றினார்:

> 'இதுபோன்ற அவமானமும் சட்ட மறுப்பும், இந்திய மண்ணில் பிரிட்டிஷார் முதன் முதலாகக் காலடி வைத்த நாள் தொடங்கி இதுவரை நடைபெற்றதாகத் தெரியவில்லை'.[50]

தேசிய அளவில் 1932, 1933, 1940-41-ல் இதுபோல் அஹிம்சை முறையிலான சட்ட மறுப்பு இயக்கங்களும், 1942-ல் 'வெள்ளையனே

வெளியேறு' போராட்டமும் நடைபெற்றன. 1942 ஆகஸ்டில் 'வெள்ளையனே வெளியேறு' போராட்டத்துக்கு காங்கிரஸ் அழைப்பு விடுத்தவுடன் பிரிட்டிஷ் அரசு அந்த அமைப்பைத் தடை செய்ததுடன் காந்தி, நேரு, ஆசாத், பட்டேல் உள்ளிட்ட நூற்றுக் கணக்கானவர் களையும் கைது செய்து சிறையிலும் அடைத்தது. இதைத் தொடர்ந்து ஏற்பட்ட மக்களின் கொந்தளிப்பு காரணமாக மராட்டியம் சதாரா, வங்காளம் மிதிலாபூர், உத்தரப் பிரதேசம் பாலியா மற்றும் பீகாரின் பல பகுதிகளை நிழல் அரசுகள் தங்கள் கட்டுப்பாட்டின் கீழ் கொண்டு வந்தன.

ஆகஸ்ட் இறுதியில் இந்தப் புரட்சி வன்முறை இன்றி அகிம்சை முறையில் எல்லா இடங்களிலும் நடைபெறாததால், பிரிட்டிஷ் துருப்புகளும் காவல்துறையும் போராட்டத்தை நசுக்கத் தொடங்கின. இருப்பினும் ஒவ்வொரு ஒவ்வொரு நகரிலும், ஊரிலும், கிராமத்திலும் மக்கள் சாரை சாரையாகச் சட்டத்தை மறுக்கவும், பிரச்னை ஏற்படுத்தவும், சாகவும் துணிந்தனர். பதிலுக்கு பிரிட்டிஷ் அரசு கைது, அடி, உதை, துப்பாக்கிக் குண்டுகள் எனப் பல வழிகளை மேற்கொண்டது. இன்னும் சில இடங்களில் எந்திரத் துப்பாக்கிகள் மூலம் வானத்திலிருந்தும் விடுதலைப் போராட்ட வீரர்கள் மீது குண்டு மழை பொழிந்தது.

முதல் நான்கு நாள்களில் 600க்கும் அதிகமானோரும், நவம்பர் இறுதிக்குள் 1000க்கும் கூடுதலானோரும் சுட்டுக் கொல்லப்பட்டதாக ஹவுஸ் ஆஃப் காமன்ஸிடம் பிரிட்டிஷ் அரசு தெரிவித்தது. சற்றேறக் குறைய 100,000 நபர்கள் சிறை புகுந்தனர்.

பிரதமர் சர்ச்சிலுக்கு எழுதிய கடிதத்தில் வைஸ்ராய் லார்ட் லின்லித்கோ'1857 சிப்பாய்க் கலகத்துக்குப் பிறகு 'வெள்ளையனே வெளியேறு' போராட்டமே மிகப் பெரிய புரட்சி[51]' என்றார்.

இன்னும் எழுபது, எண்பது மற்றும் தொண்ணூறு ஆண்டுகளுக்குப் பிறகு காலிஃபோர்னியாவைச் சேர்ந்த யாரேனும் ஒரு பேராசிரியர் தனக்குள்ள பேச்சுரிமையைப் பயன்படுத்தி 'ஒத்துழையாமை இயக்கம்' 'சட்ட மறுப்புப் போராட்டம்' மற்றும் 'வெள்ளையனே வெளியேறு' ஆகியவை வெற்றி பெறாமல் தோல்வியைத் தழுவின என்று கூறலாம். இருப்பினும் இவை குறித்து அப்போது அங்கிருந்த பிரிட்டிஷ் சாம்ராஜ்ய முதன்மை அதிகாரிகளின் பதிவு செய்த மதிப்பீட்டையே மற்றவர்கள் எடுத்துக்கொள்ள விரும்புவர்.

~

மூன்று

நேருவுக்கு எதிரான குற்றச்சாட்டு

மேற்கத்திய உலகுக்கு உட்படாத பகுதியை ஜனநாயகவாதியாகத் திறமையாக ஆண்டதற்கு நேருவின் 'பெருமையை' ஆண்டர்சன் 'மகத்தான சாதனை' என்று பாராட்டும் அதே தருணம், காஷ்மீர் கலவரம், வடகிழக்கு விவகாரம், சீனாவுடனான சிக்கல் ஆகிய மூன்று பிரச்னைகளில் நேருவைத் தாக்கக் கடுமையான சொற்களைப் பயன்படுத்துகிறார். அதிக மக்கள் தொகை கொண்ட இந்துக்களுக்கு வழங்கப்படும் சலுகைகளும் பலன்களும் இந்திய முஸ்லிம்களுக்கு அளிக்கப்படுவதில்லை என்பதுடன் இரண்டாம் தரக் குடிமக்களாகவும் நடத்தப்படுகின்றனர் என்றும் ஆண்டர்சன் கூறுகிறார்.

நேரு மீது ஆண்டர்சன் வைக்கும் மற்றொரு கடுமையான குற்றச்சாட்டு 'நேருவின் ஆட்சியில் நீடித்த இன்னல்கள் : பரம்பரை ஆட்சி முறை'.

இந்திய ஜனநாயகத்துக்கு நேரு ஆற்றிய பங்களிப்பை ஆண்டர்சன் விருப்பமின்றி, வேண்டா வெறுப்புடன் விவரிப்பதை அவரது வார்த்தைகளிலேயே மேற்கோள் காட்டுகிறேன். Tryst with Destiny என்ற தலைப்பில் இந்தியா விடுதலை பெற்ற நள்ளிரவில் 'உலகமே தூங்கிக் கொண்டிருக்கும் போது, இந்தியா விடுதலையை நோக்கி விழித்தெழுகிறது' என்று நேரு விடுத்த அறிக்கைக்குப் பதிலடியாக 'நியூயார்க்கும் லண்டனும் அப்போது விழித்துக் கொண்டுதான் இருந்தன' என்று ஆண்டர்சன் கிண்டலுடனும் கேலியுடனும் விமர்சிக்கிறார்.

ஆண்டர்சன் கூறுவதுபோல் அத்தருணத்தில் 'உலகம் தழுவிய நேர நிர்ணயத்துக்கு மாறாக இந்தியா தவிர்த்து உலகம் தூங்கிக் கொண்டிருக்கிறது' என்று சொல்லவே இல்லை. மேலும் இந்திய

நேரத்துக்கும், நியூயார்க் மற்றும் லண்டன் நேரத்துக்கும் உள்ள நேர இடைவெளியும், வித்யாசமும், நேருவுக்குத் தெரியாமலும் இல்லை. யாரையும் குறிப்பிடவும் இல்லை. நள்ளிரவு நேரம் என்றால் உலகம் தூங்கிக் கொண்டிருக்கும் என்ற பொதுவான கருத்தை ஒட்டியே இயல்பாகவும் சரியாகவும் நேரு கூறினார்.

காலனி ஆதிக்கம் முடிந்து அறுபத்தி ஐந்து ஆண்டுகளுக்கும் மேலாக இந்தியா ஜனநாயக நாடாக இருப்பதில் ஆச்சரியப்படுவதற்கு ஒன்றுமே இல்லை என்கிறார் ஆண்டர்சன். 'சிலோன் (இலங்கை), மலேஷியா, ஜமைக்கா, மொரீஷியஸ் ஆகியவற்றிலும் முறையான தேர்தல்கள் நடைபெற்றுச் சுதந்திர நாடுகளாக விளங்குகின்றன' என்கிறார். இந்தியா தவிர்த்து அவரால் இந்த நான்கு நாடுகளை மட்டுமே குறிப்பிட முடிந்தது. இந்தியாவின் பிரம்மாண்ட நிலப்பரப்பு, அளவு, மக்கள் தொகை, பல்வகைக் கலாசாரங்கள் ஆகியவற்றை அவர் குறிப்பிடும் நாடுகளுடன் ஒப்பிடும் போது நிச்சயம் நமது ஜனநாயகம் சாதனைதான்.

1949-50-ல் இந்திய அரசியல் அமைப்புச் சட்டம் உருவாக்கக் காரணமாக இருந்த அரசியல் நிர்ணய சபை 1945-56-ல் (விடுதலைக்குக் கொஞ்சம் முன்பாக) குறைந்த எண்ணிக்கை கொண்ட வாக்காளர் களால் (எல்லோருக்கும் வாக்களிக்கும் உரிமை அப்போது இல்லை) தேர்ந்தெடுக்கப்பட்ட மாகாணங்களால் அமைக்கப்பட்டது என்கிறார். மேலும் வயது வந்த இந்தியர்கள் அனைவருக்கும் வாக்களிக்கும் உரிமை 1951 ஆம் ஆண்டு புதிய அரசியல் அமைப்புச் சட்டத்தின்படி முதல் தேர்தல்கள் அறிவிக்கப்பட்ட போதுதான் இந்தியாவில் அனைவருக்கும் வாக்குரிமை அறிமுகமானது என்பதையும் வலியுறுத்துகிறார்.

வாசகர்கள் நம்ப வேண்டும் என்று ஆண்டர்சன் விரும்பிய அளவுக்கு மேற்கண்ட இரு தகவல்கள் நேரு, பட்டேல் ஆகியோருக்கு அதிர்ச்சி அளிப்பதாகவோ, குற்றம் சுமத்துவதாகவோ இல்லை. எல்லோர்க்கும் தெரிந்த விஷயமாக சுதந்திர இந்தியாவில் அரசு பதவியேற்றுக் கொண்ட 1947 ஆகஸ்ட் 15 முதல் நாளே மிகப் பெரிய சவால்களைச் சந்திக்க வேண்டியிருந்தது. பிரிவினை காரணமாகப் பஞ்சாபில் கலவரங்கள், இங்கும் அங்குமாக இடம் மாறுதலின் போது ஏற்பட்ட வன்முறைகள், 500க்கும் அதிகமான சமஸ்தானங்களைச் சமாளிக்கும் சிக்கல்கள் ஆகியவை குறிப்பிடத்தக்கவை.

பிரிட்டிஷ் சாம்ராஜ்யம் இந்தியாவை விட்டு வெளியேறத் தொடங்கிய போது அதையே காரணமாகக் கொண்டு இங்கிருந்த சமஸ்தானங்கள் சுதந்திர நாடுகளாகப் பிரகடனப்படுத்தும் முனைவுகளில் வெளிப் படையாகவே ஈடுபட்டன. இந்தியா முழுமைக்கும் அந்த நேரத்தில்

பொதுத் தேர்தல்கள் வைப்பது சாத்தியமற்றது மட்டுமின்றிப் பொறுப்பற்றதும் என்பதால் தேர்தல்களை நடத்தப்படவில்லை.

1945-46-ல் நடைபெற்ற தேர்தல்கள் இந்திய மக்களின் விருப்பங்களை முழுமையாகப் பிரதிபலிக்கவில்லை என்பது ஆண்டர்சன் கருத்தாகும். ஆனால் கட்டுப்பாடுகள் இன்றி, வயது வந்த அனைவருக்கும் வாக்குரிமை என்ற அடிப்படையில் 1952-ல் தேர்தல்கள் நடைபெற்ற போது மக்கள் நேருவுக்கும், இந்திய தேசிய காங்கிரஸுக்கும் மகத்தான வெற்றியைத் தேடித் தந்தார்கள். இந்த வாக்களிப்பு மூலம் நேருவும், அரசியல் நிர்ணய சபையும் 1947-ல் செய்ததற்குத் தங்கள் ஒப்புதலையும் வழங்கி உள்ளனர். அரசியல் நிர்ணய சபையின் அமைப்பு குறித்த ஆண்டர்சனின் புகாரை 1947 - 1950 வரை நடைபெற்ற உண்மை நிலவரங்களை முழுவதுமாக அறிந்த எவரும் நிச்சயம் வழிமொழிய மாட்டார்கள்.

இந்தியா தொடர்ந்து இன்னும் ஜனநாயக நாடாக விளங்குவதற்கான முழுப் பெருமையை நேருவுக்கும் அவரது சகாக்களுக்கும் வழங்க மனமில்லாமல் 'சாதிதான் இந்து ஜனநாயகத்தைச் சிதறாமல் பாதுகாக்கிறது' என்று ஆங்கிலத்தில் எட்டே சொற்களில் ஆண்டர்சன் பதிலளிக்கிறார். எவ்வாறு ஆண்டர்சன் இந்த முடிவுக்கு வந்தார் என்பதையும் அவரே விளக்குகிறார்:

> ஏற்றத் தாழ்வுகளின் அடிப்படையில் ஒருவருடைய நிலையைத் தீர்மானித்தல்; ஒவ்வொருவரையும் ஒவ்வொரு நலிவடைந்த பிரிவினரையும் பிரித்துவைத்தல்; இந்த வாழ்க்கையில் ஒருவர் படும் வேதனைகள் அனைத்துக்கும் முந்தைய பிறவியில் செய்த தவறுகளுக்கான தண்டனை என்று சொல்வது; அது இந்த உலகில் செய்யப்படும் அநீதிகளுக்கு எதிரான கூட்டு நியாயத் தீர்ப்புகளை வழங்கவிடாமல் தடுத்துவிட்டது. அந்தநிலையே காங்கிரஸ் சுதந்தரத்துப் பின் இருபது ஆண்டுகள் ஆட்சி செய்யவும், புதிய தேசத்தின் நடைமுறை நிர்வாக வழிமுறையாகவும் ஆக வழிவகுத்திருக்கிறது.

இவ்வளவு நீளமான பதில் மூலம் ஆண்டர்சன் என்ன சொல்ல வருகிறார்? தனியாக வாக்கியத்தை ஆய்வு செய்யும் போது அதிலுள்ள வார்த்தைகள் அநீதிக்கு எதிராகப் பொங்கி எழுவது போலவும், உண்மையாகவும் தோன்றும். சாதி உயர்வு தாழ்வை யார் ஏற்றுக் கொள்ள முடியும்? துன்பங்களை நியாயப்படுத்துவதிலும், தீர்வை தாமதப்படுத்துவதிலும் அதன் பங்களிப்பை யார் மறுக்க முடியும்?

ஆனால் இந்தியாவில் 1947 முதல் 1967 வரை நாடாளுமன்ற நிலைத்தன்மைக்குச் 'சாதியா' முக்கியக் காரணம்? அல்லது 1989 - 1999

வரையிலான பத்தாண்டுகளில் ராஜீவ் காந்தி, வி பி சிங், சந்திரசேகர், நரசிம்ம ராவ், தேவே கௌடா, இந்தர் குஜ்ரால் மற்றும் அடல் பிகாரி வாஜ்பாயி என இந்தியா ஏழு பிரதமர்களைக் கண்ட போது 'சாதி' மறைந்து விட்டதா?

இந்திய வாக்காளர்கள் பெரும்பாலும் நல்ல ஆளா என்று பார்த்து வாக்களிப்பதில்லை நம்ம ஆளா என்று பார்த்துத்தான் வாக்களிப்பார்கள் என்பதில் ஐயம் இல்லை. ஆனால் இந்தியத் தேர்தல் நிலையான ஆட்சியை உருவாக்குகிறதா இல்லையா என்பது பல்வேறு மாறத்தக்க அம்சங்களைப் பொறுத்ததுதானே தவிர மறுக்க முடியாத சாதியின் உண்மைத் தன்மையால் மட்டுமல்லவே?

ஆண்டர்சனின் குழப்பமான வாக்கியத்தில் 'இந்தியா முழுமையும் விரிவான கூட்டு முனைவுக்கான வாய்ப்பைச் சாதி அழிக்கும்' என்ற வாதமும் காணப்படுகிறது. நாடாளுமன்றத்தின் நிலைத் தன்மையை உறுதிப்படுத்த சாதிக்குப் பங்கிருப்பதாக அதன் மீது சுமத்தப்படும் குற்றச்சாட்டுக்கும் இந்த வாதத்துக்கும் எந்தத் தொடர்புமில்லை என்றாலும் அது கவனிக்கப்பட வேண்டியதே.

ஏனைய சமூகங்களில் இருப்பதைப் போலவே இந்திய சாதிகளிலும் வெளியே பெண் எடுப்பதும், கொடுப்பதும் தடை செய்யப் பட்டுள்ளது. உலகின் சில பகுதிகளில் இனத்துக்குள்ளேயே, மதத்துக் குள்ளேயே திருமணம் செய்து கொள்வதைப்போல், இந்தியாவில் சாதிக்குள்ளேயேயும் திருமணம் நடைபெறுகிறது.

உங்களது 'ஆ' சாதி 'இ' சாதியை விட உயர்ந்திருந்தாலும் 'அ' சாதியை விடத் தாழ்ந்திருக்கும். இந்த உயர்வு தாழ்வு பாகுபாடுதான் சாதியிலுள்ள மிகப் பெரிய தீமை. கென்யா அல்லது நைஜீரியா போன்ற ஆப்பிரிக்க நாடுகளிலுள்ள 'உ', 'எ', 'ஒ' ஆகிய இனங்கள் அரசியலில் கூட்டாக இணைய முடியுமெனில் இந்தியாவிலுள்ள 'ஈ', 'ஊ', 'ஐ' சாதிகளுக்கும் இது சாத்தியமே. அவ்வப்போது இங்கு நடைபெறுவதும் உண்டு.

நாடு தழுவிய 'தாழ்த்தப்பட்ட' மற்றும் 'தீண்டத்தகாத' சாதிகளின் கூட்டணி காரணமாக தேசிய அளவில் பெரும்பான்மையுடன் விளங்க வேண்டும் என்பதை அம்பேத்கரும் அவரைத் தொடர்ந்து கன்ஷி ராமும், மாயாவதியும் முயன்றனர். எதிர்பார்த்தபடி முழுமையான வெற்றியைப் பெறாமல் பகுதி வெற்றியைப் பெற்றது. இருப்பினும் ஒரு சில அல்லது பல சாதிக் கட்சிகள் இணைந்து தேசிய அளவில் அரசியல் கூட்டணி அமைக்கச் சாதிய சட்டம் ஏதேனும் தடுக்கிறதா?

எனவே ஆண்டர்சன் என்ன சொன்னாலும் இந்தியாவின் சுதந்திர இயக்கம் விரிவானது மற்றும் கூட்டுச் செயல்பாட்டைக் கொண்டதும்

ஆகும். நாட்டிலுள்ள எண்ணிலடங்கா சாதிகளால் இதைத் தடுக்க முடியவில்லை.

நடுநிலையுடன் ஏற்றுக் கொள்ள முடிந்தாலும், முடியாவிட்டாலும், விரிவான கூட்டுச் செயல்பாட்டை சாதி தடுக்கிறது என்னும் ஆண்டர்சனின் புலம்பல் நாம் ஏற்கனவே பதிவு செய்ததுபோல் அவரது அனுமானமாகும். அதாவது 'தேசத்துடன் மதத்தைக் கலந்தால் இந்தியாவில் மேம்பட்டுக் கொண்டிருக்கும் முற்போக்கு எண்ணங்கள் மறைந்துவிடும்' என்பதுதான். இவை இரண்டுமே எதிர்மறையான நிலைகளாகும்.

இந்திய ஜனநாயகத்தின் சீரான இயக்கத்துக்கு நிச்சயம் 'சாதி' காரணமில்லை. ஒரு விஷயத்துக்கு ஜவாஹர்லால் நேரு உதவியிருக்கிறார். ஆனால் 1947-1964 வரை நாடாளுமன்றத்திலும், முதலமைச்சர் களுக்கும் ஒவ்வொரு மாதமும் எழுதும் கடிதங்களிலும், நாட்டின் எல்லாப் பகுதிகளிலும் உள்ள மக்களிடமும், ஜனநாயகம் மற்றும் சமத்துவம் பற்றிப் பேசியதையும், எழுதியதையும், ஆண்டர்சன் குறிப்பிடவே இல்லை.

சொன்னதை விடவும் நேரு செய்து காட்டிய உதாரணம் இன்னும் சிறப்பானது. நேரு ஒரு முழுமையான ஜனநாயகவாதியாக இல்லாமல் இருக்கலாம். மக்களிடையே நேருவுக்கு இருந்த அபரிமிதமான மதிப்புக்கும் செல்வாக்குக்கும், அவர் நினைத்திருந்தால் சர்வாதிகாரியாகி இருக்கலாம். ஆனால் அந்த வாய்ப்பை அவர் மாண்புடன் மறுத்ததே நவீன இந்திய வரலாற்றில் மிகப் பெரிய மாற்றத்தை ஏற்படுத்தி உள்ளது.

இந்திய மக்களுக்கு அவர் மீது அலாதியான பிரியம். கிராமத்திலிருந்து நகரம் வரை, பாமரர்கள், படித்தவர்கள், சிறுபான்மையினர், இளைஞர்கள், குழந்தைகள் என அனைவரும் நேரு மீது அன்பைப் பொழிந்தனர். வளர்ந்த உலக நாடுகள் அவரது பகுத்தறிவுச் சிந்தனையையும், நெகிழ்வுத்தன்மையையும் விரும்பினர். மூன்றாம் உலகமோ (அப்படித்தான் அழைக்கப்பட்டது) முதலாம் உலகை எதிர்த்து நின்ற துணிச்சலைப் பாராட்டியது.

இந்தியாவிலுள்ள அறிவாளிகள் நேருவை கண்மூடித்தனமாக வஞ்சனை இல்லாமல் பாராட்டுகிறார்கள் என்பதை உறுதிப்படுத்த பிரபல வரலாற்று ஆய்வாளர் இராமச்சந்திர குஹா தனது நூலில் 'ஜார்ஜ் வாஷிங்டன், லிங்கன், ரூஸ்வெல்ட், ஈஷனோவர் ஆகியோரின் கலவையாக நேரு விளங்குகிறார்' என்று எழுதியதை மேற்கோள் காட்டுகிறார். இதில் சுவாரஸ்யமான விஷயம் என்னவென்றால் மேற்கொண்ட வாக்கியத்தை நுணுக்கமாகத் தேடிக் கண்டுபிடித்த ஆண்டர்சன் அதே பக்கத்தின் கீழ் சிறு அச்சிலிருந்த நீண்ட

அடிக்குறிப்பை... 'இது கனடா தூதரக அதிகாரியின் சொந்தக் கருத்து. எனது தனிப்பட்ட கருத்து அல்ல' என்று குஹா பதிவு செய்திருந்ததை ஏனோ கவனிக்க மறந்துவிட்டார்.

~

காஷ்மீர் தொடர்பாக நேருவின் மீது ஆண்டர்சன் சுமத்தும் குற்றச்சாட்டு கடுமையானது என்று சொன்னால் அது கூடச் சற்றுக் குறைவுதான். '1947க்கு முன்பிருந்தே காஷ்மீர் மீது நேருவுக்கு இருந்த அதீத ஆர்வம் காரணமாக இணைத்துக் கொள்ளப் படிப்படியாகத் திட்டமிட்டார். மேலும் 1947 முதல் ஷேக் அப்துல்லா மற்றும் மகாராஜா ஹரி சிங் ஆகியோரைச் சூழ்ச்சி செய்து கட்டாயப்படுத்தியது தொடங்கி 1964-ல் நேர்மையற்ற முறையில் ஷேக் அப்துல்லா மூலம் பாகிஸ்தான் அதிபர் அயூப் கானுடன் பேச்சுவார்த்தைகளும் நடத்தினார். இடைப்பட்ட காலத்தில் இந்தியாவின் போலிக் கையொப்பங்கள், பின் தேதியிட்ட ஆவணம், ஷேக் அப்துல்லாவின் நீண்ட காலச் சிறைவாசம், பொம்மை அல்லது ஊழல் முதலமைச்சர்களைப் பதவியில் அமர்த்துதல் ஆகியவை நிகழ்ந்தன' என்றும் பட்டியலிடுகிறார் ஆண்டர்சன்.

ஜம்மு மற்றும் காஷ்மீர் வரலாறு குறித்து எனக்கு (மூல நூலாசிரியர்) முழுமையாகத் தெரியாத காரணத்தால் ஆண்டர்சனின் தவறுகளைத் திருத்தும் பொறுப்பை விவரம் தெரிந்தவர்களிடம் விட்டு விடுகிறேன். இருப்பினும் நானறிந்த வரை அவரது ஐந்து பக்க ஆய்வில் முக்கியமான பல்வேறு தவறுகளை நிச்சயம் சுட்டிக் காட்ட முடியும்.

ஆண்டர்சனின் பதிவில் 1947 அக்டோபரில் பாகிஸ்தான் நடத்திய தாக்குதல் பற்றி எந்தத் தகவலும் இல்லை. இதன் காரணமாக வீரம்மிக்க ஷேக் அப்துல்லாவின் தலைமையில் முஸ்லிம்களும், இந்துக்களும், சீக்கியர்களும் கூட்டாக இணைந்து ஸ்ரீநகரைப் பாதுகாத்ததை அவரால் குறிப்பிட முடியவில்லை. பெரும்பான்மை முஸ்லிம்கள் வாழும் காஷ்மீரும் இந்துக்கள் அதிகம் வாழும் மதசார்பற்ற இந்தியாவும் இணைந்து செயல்படுவது துணைக் கண்டத்தில் இந்து முஸ்லிம் உறவுகளை வலுப்படுத்தி ஒற்றுமைக்கு வழிவகுக்கும் என்று 1947-ல் நேரு கூறியதையும் ஆண்டர்சன் வசதியாக ஒதுக்கி விட்டார்.

காஷ்மீரின் சமீப வரலாற்றில் ராணுவமும், தீவிரவாதமுமே முக்கிய அங்கம் வகிக்கின்றன. கலவரங்களால் ஏற்பட்ட ஏராளமான உயிரிழப்புகளையும், அமைதியை நிலைநாட்ட பாகிஸ்தான் மற்றும் காஷ்மீர் தலைவர்களுடன் நரசிம்ம ராவ், வாஜ்பாயி, மன்மோகன் சிங் ஆகிய பிரதமர்கள் அடுத்தடுத்துத் தொடர்ந்து பேச்சுவார்த்தைகளில்

ஈடுபட்டதையும் ஆண்டர்சன் கூறாமல் திட்டமிட்டே புறக்கணித்து விட்டார்.

காஷ்மீர் தொடர்பாக இந்தியாவுக்கும் பாகிஸ்தானுக்கும் இடையே அமைதியான முறையில் பேச்சுவார்த்தைகள் நடைபெற்றதுடன், ஓரிரு முறை தீர்வுக்கு அருகே கூட நெருங்கிய விவரத்தை ஆண்டர்சன் விட்டுவிட்டார். இதன் மூலம் காஷ்மீர் பற்றிய அவரது வரலாற்றை உண்மை நிகழ்வாக எற்றுக் கொள்ள முடியாது.

காஷ்மீரில் நிலவும் பிரச்னை உண்மை மற்றும் பெரியது என்பதை யாராலும் மறுக்க முடியாது. இன்றும் சில காஷ்மீரிகள் 'விடுதலை' கோஷமிட்டுக் கொண்டிருந்தாலும், பாகிஸ்தானில் கடந்த பதினைந்து ஆண்டுகளாக நடைபெற்ற நிகழ்வுகள் அந்நாட்டுடன் சேர வேண்டும் என்னும் ஆர்வத்தைக் குறைத்துவிட்டன.

அவர்கள் விருப்பப்படி இந்த ஒரு விஷயத்தில் முடிவெடுத்தாலும், இங்குள்ள பொது மக்களின் எண்ணம் அதற்கெதிராக இருக்கும் போது இந்திய பிரதமர்கள் அதை அங்கீகரிக்க முடியாது. கனடாவுடன் இணைய வேண்டுமா / வேண்டாமா என்று க்யூபெக்கில் 1980 மற்றும் 1990லும், பிரிட்டனுடன் இணைய வேண்டுமா / வேண்டாமா என்றும் ஸ்காட்லாந்தில் 2014லும் மக்கள் விருப்பத்தை அறிந்து கொள்ள வாக்கெடுப்பு நடைபெற முக்கியக் காரணம் கனடா மற்றும் பிரிட்டிஷ் மக்கள் குறுக்கே தடையாக நிற்கவில்லை.

இந்திய மக்கள் ஆதரிக்கும் வகையில் ஜம்மு - காஷ்மீரில் ஜனநாயக உரிமைகள் தழைத்திட காஷ்மீரிகளால் ஏதேனும் உறுதியான, புதிய முனைவுகளை மேற்கொள்ள முடியுமா? காஷ்மீர் தலைவர்கள் சிந்திக்க வேண்டிய பல கேள்விகளுள் இதுவும் ஒன்றாகும். ஆனால் இதிலெல்லாம் ஆண்டர்சன் அதிக ஆர்வம் செலுத்தமாட்டார்.

~

ஆனால் ஆண்டர்சன் ஒரு விஷயத்தைச் சரியாகக் குறிப்பிடுகிறார். ஆசிய மற்றும் ஆப்பிரிக்க நாடுகளின் காலனிகளை விட்டு ஐரோப்பிய சாம்ராஜ்யங்கள் விலகியபோது சம்பந்தப்பட்ட நாடுகள் போரில் ஈடுபட்டேனும் தங்கள் எல்லைகளைப் பாதுகாத்துக் கொள்வதில் உறுதியாக இருந்தன. மாலி, நைஜீரியா, மேற்கு சஹாரா, எதியோப்பியா, காங்கோ, அங்கோலாவில் நடைபெற்ற ஆப்பிரிக்கப் போர்களையும், ஃபிலிபைன்ஸ், இந்தோனீஷியா, பர்மா மற்றும் இலங்கையில் நடைபெற்ற ஆசியப் போர்களையும் அவர் குறிப்பிடுகிறார். 'எல்லைப் பகுதிகளில் அவசர நிலை, மத்தியில் சர்வாதிகார நிலை' என்ற முறையை அடையாளம் காட்டுகிறார்.

பின்னர் குறிப்பிடும் 'சர்வாதிகார' நிலையிலிருந்து 'இந்தியா' தப்பித்தாலும், முன்னர் குறிப்பிட்ட 'அவசர நிலையைப்' பழிவாங்கும் குணத்துடன் காட்சிப்படுத்தியது என்கிறார் ஆண்டர்சன். காஷ்மீர் பற்றி எழுதிய பிறகு இந்தியாவின் வட கிழக்குப் பகுதிகள் பற்றி விவரிக்கத் தொடங்குகிறார். 1949-ல் பட்டேல் ஆதரவுடன் இந்திய ராணுவம் மணிப்பூர் ராஜாவைக் கடத்திச் சென்று 'துப்பாக்கி முனையில்' கையெழுத்திட வைத்து அவரது ராஜ்ஜியத்தை இணைத்துக்கொண்டது. வடகிழக்கு நாகாக்களைப் பொறுத்தவரை, 1952-ல் சுதந்திரம் வேண்டும் என்று கேட்டவர்களை ராணுவ பலம் மூலம் கொடூரமான முறையில் அடக்க நேரு உத்தரவிட்டார் என்கிறார் ஆண்டர்சன்.

நேரு அரசு எதைச் 'செய்யவில்லை' அதாவது தேச நலனுக்காக 'ராணுவத்தைப்' பயன்படுத்தவில்லை என்று ஸ்வாமி சச்சிதானந்த் கூறுகிறாரோ அதைத்தான் நேரு 'செய்தார்' என்று ஆண்டர்சன் குற்றம் சாட்டுகிறார்.

இந்தியாவின் வடகிழக்குப் பிராந்தியம் இயற்கை எழில் கொஞ்சும் மற்றும் முக்கியமான பகுதியாகும். அங்குள்ள மலைகளிலும், பள்ளத்தாக்குகளிலும் பல்வேறு இனங்களையும், மதங்களையும் (இந்து, கிறிஸ்து, முஸ்லிம், பௌத்தம், உள்ளூர்) சேர்ந்த மக்கள் வாழ்கின்றனர். தேயிலை, டிம்பர், கனிம வளங்களுடன், பெரிய பிரம்மபுத்ரா ஆறும் ஓடுகிறது. வளர்ச்சிக்கு மட்டுமின்றி பிரச்னைக்கும் இந்தப் பிராந்தியமே வழிவகுக்கிறது.

கடந்த ஆண்டுகளில் மலைவாசி இன மக்கள் ஒருவருடன் ஒருவர் மட்டுமின்றி தில்லியுடனும் மோதினார்கள். நிலம், ஆடு, மாடு, எல்லை, வரலாறு ஆகியவற்றுக்காகக் குழுக்கள் சண்டை போட்டுக் கொண்டதுடன், சுதந்திரம் வேண்டுமெனத் தில்லியுடனும் அவ்வப் போது மல்லுக் கட்டின. சில நேரங்களில் போட்டி வன்முறையாக மாறும். சூழல் எதிரியை நண்பனாக்கும், நண்பனை எதிரியாக்கும்.

வடகிழக்கின் பார்வையில் தில்லி என்பது தொலைதூரம் என்பதுடன் எப்போதுமே பரபரப்புடன் இயங்கிக் கொண்டிருக்கும் இதயமற்றவர் களின் நகரமாகும். படிப்புக்கோ, வேலைக்கோ 'ஒதுக்குப்புறமான' வடகிழக்குப் பகுதியிலிருந்து இந்தியாவின் 'மையப்' பகுதிகளுக்குச் செல்லும் போது அவர்களது வித்யாசமான தோற்றமே புறக்கணிப்புக்குக் காரணமாகி விடுகிறது.[52] வடகிழக்குப் பகுதிகளுக்குள் அதிக மக்கள் தொகை கொண்ட பங்களாதேஷ் நாட்டினரின் ஊடுருவல் காரணமாக, அங்கு வாழும் மலைவாழ் மக்களிடையே 'சொந்த நாட்டிலேயே சிறுபான்மை இனமாகி விடுவோமோ' என்று அச்ச உணர்வு ஏற்பட்டுள்ளது.

வடகிழக்கின் நிலவும் சிக்கலான பிரச்னைகளுக்கு ஏதேனும் எளிமையான தீர்வுகள் உள்ளனவா?

1947 ஜூலை 19 ஆம் தேதி நாகர்களின் குழுத் தலைவரான அங்காமி ஜாபு ஃபிஜோ தனியாப் பிரிய வேண்டிய அவசியம் மற்றும் இந்தியாவிலிருந்து விடுதலை பெற வேண்டிய அவசியம் பற்றி காந்தியுடன் நடத்திய கலந்துரையாடலை ஆண்டர்சன் மேற்கோள் காட்டுகிறார். 'முழுமையாகத் தனித்து விடுவது' சாத்தியமில்லை என்ற கருத்துடன் காந்தி கூறியதாவது:

'நீங்கள் சுதந்திரமாக இருக்கலாம்... இந்தியா முழுவதும் பிரிட்டிஷ் ஆட்சியின் கீழ் இருந்த போது நான் சுதந்திரமாகத்தான் இருந்தேன்... இந்தியா தனது சுதந்திரத்துக்காக இரத்தம் சிந்தியது. அப்படியிருக்கும் போது மற்றவர்களின் சுதந்திரத்தை மறுக்கவா போகிறது? தனிப்பட்ட முறையில் நீங்கள் அனைவருமே எங்களை, அதாவது, இந்தியாவைச் சேர்ந்தவர்கள் என்று உறுதியாக நம்புகிறேன். ஆனால் அவ்வாறு இல்லை என்று நீங்கள் கருதினால் உங்களை யாரும் கட்டாயப்படுத்தப் போவதில்லை'.

மேற்கண்ட உரையாடலில் நாகர்களின் சுதந்திரத்தை காந்தி அங்கீகரிப்பதுடன் அவர்கள் இந்தியாவைச் சேர்ந்தவர்கள் என்று யாரும் கட்டாயப்படுத்த முடியாது என்றும் கூறுகிறார். ஆனால் தனிப்பட்ட முறையில் அவரும் நாகர்களும், இந்தியாவும் நாகர்களும் பின்னிப் பிணைந்துள்ளவர்கள் என்று நம்புகிறார். காந்தி இன்னொன்றைப் பதிவு செய்கிறார். அதாவது சர்வ வல்லமையுள்ள பிரிட்டிஷ் சாம்ராஜ்யத்தின் கீழ் இந்தியா அடிமைப்பட்டுக் கிடந்த நிலையிலும் 'நான் சுதந்திரமாகத்தான் இருந்தேன்' என்று சொன்னதையும் கவனிக்க வேண்டும். இதே கருத்தை நாகர்களுடன் பேசும் போது 'இந்தியாவுடன் இணைந்த பிறகும் நாகர்கள் சுதந்திரமாக இருப்பதை உணரலாம்' என்று வலியுறுத்துகிறார்.

எழுபது ஆண்டுகளுக்கு முந்தைய இந்தக் கருத்துகள் இன்றைய நாகா - இந்தியா உறவுக்கான சரியான தீர்வை எட்ட நிச்சயம் அடித்தளம் அமைக்க முடியாது. ஒன்றுடன் ஒன்று இணைந்தவை, கட்டாயமின்மை, தன்னிடம் இருப்பதை மற்றவரும் பெற வேண்டும் என்னும் குணம் உள்பட அவற்றில் அடங்கியுள்ள உயர்ந்த எண்ணங்களும், மதிப்புகளும், தீர்வுகளுக்கான முனைவுகளை மேற்கொள்ள உதவும்.

காந்தி-ஃபிஜோ கலந்துரையாடலைத் தொடர்ந்து நாகா-தில்லிக்கு இடையேயான பேச்சுவார்த்தைகள் நேர்மையாக நடைபெறாமல் போனது வருத்தம் அளிக்கிறது. நேர்காணல் நடைபெற்ற ஆறு மாதங்களுக்குப் பிறகு காந்தி சுட்டுக் கொல்லப்பட்டார். நாகர்கள்

தங்கள் விடுதலைக்காக ஆயுதம் ஏந்திப் போராடினார்கள். ஆனால் தில்லி அதை ராணுவ பலத்துடன் ஒடுக்கியது. தொடர்ந்து பல ஆண்டுகளாக வன்முறையும், நீண்ட சுற்றுப் பேச்சுவார்த்தைகளும் (சமீபத்தில் இந்திய அரசுக்கும் நாகா போராளிகள் குழுக்கும் இடையே ஏற்பட்ட உடன்பாட்டுக்குப் பிறகும்) நடைபெற்றும் எந்த நிரந்தரத் தீர்வும் ஏற்படவில்லை. நாகர்களுக்கு இடையே மற்றும் நாகர்கள் மீதான தாக்குதல்களில் பலர் கொல்லப்பட்டனர். அங்கு இப்போது போர்க்கள நிலைமையும் அல்ல, அமைதி தவழும் நிலைமையும் அல்ல.

வடகிழக்கு மாநிலங்களுக்குள்ளும், பல்வேறு குழுக்களுக்குள்ளும், தில்லியுடனும் நிலவும் பெரும்பாலான உறவுகளை இதற்கு இணையாகக் கூறலாம். ஆனால் வடகிழக்கு மாநிலங்கள் மற்றும் குழுக்களுக்கு இடையே லஞ்சம், ஊழல், போதை மருந்து, மன அழுத்தம், இலக்கின்மை, தற்கொலை, வன்முறை ஆகியவை ஏற்கனவே அங்குள்ள 'போர்க்கள நிலைமையும் அல்ல அமைதி தவழும் நிலைமையும் அல்ல' என்ற சோகத்துடன் இணைந்து கொண்டது.

இந்தியாவுடனான எதிர்காலமே சிறப்பாக இருக்கும் என்ற முடிவுடன் அமைதியை நாடிப் பெரும்பான்மை வடகிழக்கு மக்கள் வேலை தேடி நாட்டின் பல பகுதிகளுக்கு வந்துவிட்டனர். சில நேரங்களில் மைய மாநிலத்தினரால் மரியாதைக் குறைவாக நடத்தப்பட்டாலும், வட கிழக்கு இளம் தலைமுறையினர் இடையே இந்தியாவுடனான நட்புறவான இப்படியான எண்ணமே வலுவாக இருக்கிறது.

ஆனால், இந்த உண்மைகளில் ஆண்டர்சனுக்கு சுவாரஸ்யமில்லை. அவரைப் பொறுத்தவரை எல்லையோர வடகிழக்கு மாநிலங்கள் மீது முதல் நாள் தொடங்கி நேரு ஆரம்பித்த போரை, இந்திய அரசு தொடர்ந்து நடத்திக் கொண்டு வருகிறது. சிக்கலான உறவுகளின் சோகமான கதையை அவர் மிக மிக எளிமைப்படுத்தி உள்ளார்.

பல நாடுகளின் எல்லையோரப் பிராந்தியங்களில் நடைபெறும் முரண்பாடுகளை ஆண்டர்சன் மேற்கோள் காட்டியதை நாம் பார்த்திருக்கிறோம். இந்தியாவில் சமூக அமைப்பின் மற்றும் அரசின் ஒரு சில பிரிவுகள் - ஆம் ஒரு சில பிரிவுகள் மட்டுமே என்பதை ஒப்புக் கொண்டே ஆக வேண்டும் - நாட்டில் எல்லை தொடர்பான பிரச்னை களுக்குப் பல ஆண்டுகளாகத் தீர்வு காண முயன்று கொண்டிருக் கின்றன. தேவைகளைப் பொறுத்துப் பிரச்னைகளைப் புரிந்து கொள்வதும், அனைவரும் ஏற்கும் தீர்வுகளைத் தேடுவதுமே முன்னெடுத்துச் செல்வதற்கான ஒரே வழியாகும்.

ஆனால் ஆண்டர்சன் குறிப்பிடுவதுபோல் இது குறித்த இந்தியாவின் பதிவுகள் பிரமாதமாக இல்லை என்றாலும் மோசமாக இல்லை.

ஏனையவற்றுடன் ஒப்பிடும் போது இதன் செயல்பாடுகள் சிறப்பாகவே உள்ளன. தொடர் கூர்ந்தாய்வும், மேம்பாடும் அவசியமாகும்.

~

‘அம்பேத்கர் மீது நேருவுக்கு ஒருவித அச்சம் இருந்தது. அமைச்சர் பதவியிலிருந்து அவர் விரைந்து அகற்றப்பட்டார். அவரது இறுதிச் சடங்கில் கூட நேரு பங்கேற்காமல் ஒதுங்கிக்கொண்டார்’ என நேரு - அம்பேத்கர் உறவு குறித்து ஆண்டர்சன் கூறுகிறார். ஆனால் ஆண்டர்சன் தனது கருத்துக்கு வலு சேர்க்க அம்பேத்கர் மீது நேரு அச்சப்பட்டதற்கோ அமைச்சர் பதவியிலிருந்து விரைந்து அகற்றப் பட்டதற்கோ எந்த ஆதாரத்தையும் அளிக்கவில்லை.

1951-ல் அம்பேத்கர் மத்திய கேபினெட் அமைச்சர் பதவியிலிருந்து விலகியதற்கும், அவரை வலுக்கட்டாயமாக ராஜிநாமா செய்ய வைத்த சூழல்கள் குறித்தும் நிச்சயம் வருத்தப்பட்டே ஆக வேண்டும். அதே நேரம் அம்பேத்கர் விரும்பியதுபோல் இந்து சட்டங்கள் மறுசீரமைப்பில் நேரு முழுமையாக வெற்றி பெறாவிட்டாலும், ஓரளவேனும் உறுதியாக இருந்ததையும் நடுநிலையோடு ஒப்புக் கொள்ள வேண்டும்.

ஆனால் நேருவின் உறுதிப்பாட்டை காங்கிரஸில் இருந்த பலர் எதிர்த்தனர். ஆனாலும் நேரு கொடுத்த அழுத்தம் காரணமாகவே 1954-1956 வரை பல முக்கிய சீர்திருத்த மசோதாக்கள் நிறைவேற்றப் பட்டன.

1956 டிசம்பரில் அம்பேத்கர் இறந்த போது நேருவின் அமைச்சரவையி லிருந்து விலகி ஐந்து ஆண்டுகள் முழுமை பெற்றிருந்தன. இருவரும் வெவ்வேறு அரசியல் கட்சிகளைச் சேர்ந்தவர்கள். மும்பையில் நடைபெற்ற அம்பேத்கரின் இறுதிச் சடங்குகளில் நேரு பங்கேற்காதது குறித்து நாம் அதிகம் கவலைப்படத் தேவையில்லை என்றாலும், நேருவின் முன்னாள் சகாவும், தற்போதைய எதிரியுமான அம்பேத்கார் இறந்த ஒரு சில மணி நேரங்களில் மக்களவையில் நேரு பேசியதை ஆண்டர்சனின் வாசகர்கள் கண்டிப்பாகத் தெரிந்து கொள்ள வேண்டும்:

‘இந்து சமூகத்திலுள்ள கொடுமையான அம்சங்களை எதிர்த்துப் புரட்சி செய்ததன் அடையாளமாக அம்பேத்கர் விளங்குவதுடன் இந்து சட்டச் சீரமைப்புகளிலும் கடுமையான இன்னல்களுக்கு இடையே பெரும் பங்கு வகித்தார். மிகப் பெரிய அளவில் அந்த சீரமைப்புகள் நிறைவேறி யதையும் கண்டார். இது குறித்து நான் மகிழ்ச்சி அடைகிறேன்’.[53]

ஆகவே நேரு - அம்பேத்கர் உறவு குறித்த ஆண்டர்சனின் பதிவுகள் முற்றிலும் தவறான தகவல்களையே தருகின்றன.

~

1962-ல் இந்தியா-சீனா போர் குறித்து ஆண்டர்சனின் ஆறு பக்கப் பதிவுக்கு இணையாக ஸ்வாமி சச்சிதானந்த ஏதேனும் ஓரளவு எழுதியிருந்தால் கூட 'சீனாவின் வெற்றிக்கு இந்தியாவின் அஹிம்சையே' காரணம் என்ற முடிவுக்கு அவரால் நிச்சயம் வந்திருக்க முடியாது.

அந்தப் போர் குறித்த ஆண்டர்சனின் கருத்துப்படி இந்தியாவை வழிநடத்திச் சென்ற நேரு மற்றும் லெஃப்டெனட் ஜெனரல் பி எம் கௌல் ஆகியோர் தற்பெருமை கொள்வதிலும், விரிவாக்க எண்ணத்திலும், தூண்டிவிடுவதிலும், அமெரிக்கா, பிரிட்டன் மற்றும் இஸ்ரேல் ஆகிய நாடுகளிடமிருந்து ஆயுதங்களைக் கேட்டு வாங்குவதிலும் குறியாக இருந்தும் கேவலமான படுதோல்வியைச் சந்தித்தனர். ஆனால் சீனாவுக்குத் தலைமை தாங்கிய சௌ என் லாய் அமைதியாகவும், உறுதியாகவும், நேர்மையாகவும் இருந்ததால் இறுதியில் வெற்றிக் கனியைச் சுவைத்தார்.

1962 போரில் இந்தியா அடைந்த படுதோல்வியை எந்த இந்தியனும் மன உளைச்சல் இல்லாமல், வேறெந்த உணர்வுடனும் நோக்க இயலாது. 1950 இறுதியிலும், 1960 தொடக்கத்திலும் சீனா அதன் தென் பகுதி நாட்டுக்கு விடுத்த சவாலை, இந்திய பிரதமர் மிகச் சாதாரணமாக எடுத்துக் கொண்டதுடன், முட்டாள்தனமாகவும் நடந்து கொண்டார் என்பதை நேருவின் தீவிர விசுவாசி கூட ஒப்புக் கொள்ளத்தான் வேண்டும். அரசியல் ரீதியாகவும், ராணுவ ரீதியாகவும் சீனா இந்தியாவைத் தோற்கடித்தது.

எல்லாப் போர்களிலும் வெற்றி பெற்றவர்களும் தோல்வி அடைந்தவர்களும் இருப்பது சகஜம்தான். சாதாரண மனிதர்களைப் போன்றே வரலாற்று ஆசிரியர்களும் குறிப்பிட்டவர் வெற்றி பெற வேண்டும் என்று விரும்புவதும் இயற்கையே. இதன் மூலம் படுதோல்வி அடைந்தவரைக் கொஞ்சம் உரசிப் பார்க்கலாம். 'தேவையானதைச் சாதித்ததாகவும்', 'எதிர்ப்பே இல்லாமல் கல்கத்தாவுக்கு வெற்றி நடை' போடக் கிடைத்த 'ஒலிம்பியன்' வாய்ப்பைச் சீனா பயன்படுத்திக் கொண்டதாகவும் பாராட்டும் ஆண்டர்சன் 'கனவுகள்' மற்றும் 'கற்பனைகளில்' இந்தியா வாழ்ந்து கொண்டிருந்ததாகவும் கூறுகிறார்.

1959-ல் புகலிடம் தேடி இந்தியாவுக்கு வந்த தலாய் லாமா மற்றும் சிஐஏ பற்றி ஆண்டர்சன் விவரிக்கிறார். ஆனால் இதில் பரிதாபத்துக்குரிய திபெத் பற்றி ஒரு வார்த்தை கூடச் சொல்லவில்லை. 1962 போரில் அவரது சீனா 'புரட்சிகரமான நாடாகும்'. கலாசாரப் புரட்சியை ஒடுக்கி எதிர்க்கட்சியே இல்லாமல் அதிகாரம் முழுவதையும் குவித்துக் கொள்ளும் ஒரு கட்சி ஆட்சி முறைக்கு (1965-66) மாறுவதை ஆண்டர்சனின் கருத்துகளி லிருந்து யூகிக்க இயலாது.

போர்த் தளபதியாகத் தோற்றுப் போனாலும், இந்திய மக்களை ஜனநாயகப் பாதையில் இணைத்த பிரதமர் என்ற வகையில் நேரு என்றென்றும் நினைக்கப்படுவார். ஆனால் 1962 போரின் இமாலய வெற்றிக்குப் பிறகு, கலாசாரப் புரட்சியின் மேலாதிக்கத்தை சௌ என் லாய் அடக்க முயன்றாலும், மா சே துங் மற்றும் சௌ என் லாய் ஆகியோர் அதனுடனான தங்கள் நெருக்கமான தொடர்பிலிருந்து தப்பிக்க முடியாது (கம்யூனிஸ்ட் கட்சிக்குள் தனக்கு எதிராகச் செயல் படுபவர்களை ஒடுக்கவும், தனது அதிகாரத்தை நிலைநிறுத்தவும் மா சே துங் தொடங்கி வைத்ததுதான் கலாசாரப் புரட்சி ஆகும்). ஆனால் இவற்றைப் பற்றியெல்லாம் நமக்கு ஆண்டர்சன் சொல்ல மாட்டார்.

~

2006 சச்சார் குழு தெள்ளத் தெளிவாக வெளியிட்ட அறிக்கையில் உள்ள விஷயங்கள் பலருக்குத் தெரிந்தவைதான். பொதுவாகவே இந்திய முஸ்லிம்கள் குடியிருப்பு, கல்வி, வேலை வாய்ப்பு ஆகியவற்றில் பின் தங்கியே உள்ளனர். சட்டமன்றங்களிலும் நாடாளுமன்றத்திலும் தேர்ந்தெடுக்கப்பட்ட உறுப்பினர்களின் பிரதிநிதித்துவமும் குறைவுதான். ஆனால் நாட்டிலுள்ள சிறைச்சாலைகளில் இவர்களது எண்ணிக்கை அதிகம். மொத்தத்தில், பொது மக்கள் மற்றும் இந்தியா அரசின் சில பிரிவுகளில் முஸ்லிம்களுக்கு எதிரான போக்கு இருப்பதையே இந்த அறிக்கை சுட்டிக் காட்டுகிறது.

ஆனால் 'இரண்டாம் தரக் குடிமக்கள்' என்ற ஆண்டர்சனின் பதிவு மிகைப்படுத்தப்பட்ட மதிப்பீடாகும். இந்திய அரசியல் அமைப்புச் சட்டப்படி இந்து, முஸ்லிம், கடவுள் நம்பிக்கை இல்லாதவர் என யாராக இருப்பினும், இந்தியர்கள் அனைவருக்கும் சம உரிமை உண்டு என்பதை இந்திய நீதித்துறை பலமுறை உறுதிப்படுத்தியதை அவர் கவனத்தில் கொள்ளவில்லை. அரசியல் அமைப்புச் சட்டம் உறுதியளித்துள்ள அடிப்படை உண்மைகளுக்கு நெருக்கமாகச் சமூக மற்றும் அரசியல் அமைப்புகள் தீவிர முனைவுகள் மேற்கொண்டு வருவதையும் கண்டு கொள்ளவில்லை.

முஸ்லிம் மக்களின் மக்கள் தொகைக்கு இணையாக அரசு அமைப்புகளில் அவர்களின் பிரதிநிதித்துவத்தை அதிகரிக்க நேரு மேற்கொண்ட முனைவுகளை ஆண்டர்சன் அங்கீகரிக்க மறுக்கிறார். மேலும் 'சட்டத்துக்கு முன் அனைவரும் சமம் என்னும் முழுமையான சமத்துவம் இந்தியாவில் இல்லை' என்று கூறுவதும் தவறாகும். 'பொதுவான சிவில் சட்டம்' இந்தியாவில் இல்லாததே இதற்கு முக்கியக் காரணம் என்று கூறும் ஆண்டர்சன், இந்தியாவிலுள்ள பெரும்பான்மை முஸ்லிம் அமைப்புகள் பொதுவான சிவில் சட்டத்துக்கு ஒப்புக் கொள்ளவில்லை என்பதை நன்கு தெரிந்தது கொண்டு வேண்டுமென்றே பொய்யான குற்றச்சாட்டைக் கூறுகிறார்.

இந்திய முஸ்லிம்கள் எதிர்கொள்ளும் அனைத்துப் பிரச்னைகளுக் காகவும் ஆண்டர்சன் வருத்தப்பட்டாலும், அடிப்படை எதிர்ப்பை, காந்தியும் நேருவும் ஆசைப்பட்ட, இந்திய தேசியக் காங்கிரஸ் உறுதியுடன் கடைப்பிடிக்க வேண்டுமென்று விரும்பிய, தாராளம் மதச்சார்பின்மை மற்றும் ஜனநாயக இந்தியா மீது காட்டுகிறார். இதுதான் இந்திய சித்தாந்தம் என்பதுடன் அதை வரலாறாக்க இந்து உரிமை நிலைப்பாட்டைச் சரியென்று ஆதரிக்கவும் தயாராக உள்ளார்.

இது குறித்து ஆண்டர்சன் கூறுகையில் 'சூழலிலிருந்து காங்கிரஸின் விலகல்தான் இந்திய ஜனநாயகம் தனக்குத் தானே கொடுத்துக் கொள்ளும் மிகச் சிறந்த ஒற்றைப் பரிசு' என்கிறார். சொல்லப் போனால் இந்தியாவுக்கு அவர் அளித்துள்ள இந்த மறைமுகச் சான்றிதழ் சர்வாதிகார வலதுசாரி ஆட்சிமுறையே ஆகும். 1920-ல் முசோலினி தொடங்கி உலகின் பல பகுதிகளைச் சேர்ந்த இடதுசாரிகள் சர்வாதிகாரப் போக்குள்ள வலதுசாரிகளான நிலையில், அதி புத்திசாலியான ஒரு புதிய இடதுசாரி, இறுதியாக இந்து உரிமைக்கான ஆதரவாளராகத் தன்னை வெளிப்படுத்திக் கொண்டதில் அதிர்ச்சி அடைவதற்கு ஏதுமில்லை.

முற்போக்கு சிந்தனை கொண்ட முஸ்லிம்கள் பொது சிவில் சட்டத்தை ஏற்றுக் கொள்ளத் தங்கள் சமூகத்தினரை நிர்பந்திக்கக் கூடாதா என்ன? ஆம். கண்டிப்பாகச் செய்ய வேண்டும். ஆனால் 'சட்டத்துக்கு முன் அனைவரும் சமம் என்னும் முழுமையான சமத்துவ' நிலையின் இன்றைய உண்மையான பரிசோதனை, பொதுவான சிவில் சட்டம் இருக்கிறதா அல்லது இல்லையா என்பதைப் பொருத்து அல்ல; அரசியல் அமைப்புச் சட்டம் உறுதி அளித்துள்ளதன் அடிப்படையில், சமத்துவம் இருக்கிறதா இல்லையா என்பதுதான்.

ஆனால் ஆண்டர்சன் கூற்றுக்கு மாறாக நாட்டின் அடிப்படைச் சட்டங்கள் அனைத்தும் இந்துக்களுக்கு எப்படிப் பொருந்துமோ அப்படியே முஸ்லிம்களுக்கும் பொருந்தும். வரலாறு காரணமாக இந்தியாவிலுள்ள பல்வேறு மதங்களின் அடிப்படையில் குடும்பம் மற்றும் பாரம்பரியச் சட்டங்கள் மாறுபடும் என்பதில் ஐயமில்லை. எனவே, சட்டப்படி முஸ்லிம் ஆணுக்கு நான்கு மனைவிகள் இருக்கலாம், ஆனால் இந்து ஆணுக்கு ஒன்றே ஒன்றுதான்.

ஆனால் நடைமுறையில் முஸ்லிம் ஆணுக்கு ஒரு மனைவிக்கு மேல் இருப்பது கஷ்டம் மற்றும் அரிதும் ஆகும். இந்து ஆணுக்கு ஒரு மனைவிக்கு மேல் இருக்க வாய்ப்பே இல்லை. வரிச் சட்டங்களில் கூட இந்த வேறுபாடு உண்டு. உதாரணத்துக்கு Hindu Undivided Family (HUF) விதிகளின்படி இந்துக்கள் வரிச் சலுகைகள் கோரலாம். ஆனால் இந்துக்கள் அல்லாதவர்களுக்கு இந்தச் சலுகைகள் கிடையாது.

இவை பொருளாதார ஏற்றத் தாழ்வுகள் என்றாலும் கொலை, கற்பழிப்பு, கடத்தல், கொள்ளை போன்ற 'குற்றங்களுக்கு' முன்பும், பணி, வேலை உள்ளிட்ட 'வாய்ப்புகளுக்கு' முன்பும், பேச்சு, நம்பிக்கை ஆகிய 'சுதந்திரங்களுக்கு' முன்பும், சட்டத்திலும், ஏட்டிலும் இந்தியர்கள் அனைவரும் சரி சமமே.

ஆனால் வருத்தப்படும் வகையில் அரசியல் அமைப்பும், சட்டமும், உத்தரவாதம் அளித்த சமத்துவத்தை நடைமுறைப்படுத்த இந்திய அமைப்புகள் (establishment) விரும்புவதில்லை அல்லது வழங்க இயலவில்லை. 1947 முதல் 1964-ல் இறக்கும் வரை இந்திய பிரதமராக இருந்த நேரு இதற்கான சிறு பழியை ஏற்றுக் கொள்ள வேண்டும் என்றாலும், அவரது மறைவுக்குப் பிறகே நிலைமை மோசமடையத் தொடங்கியது.

காந்தியின் நூற்றாண்டு விழா கொண்டாடப்பட்ட 1969ஆம் வருடம் இந்திய முஸ்லிம்களுக்கு மோசமான ஆண்டாகும். அகமதாபாத், ஜபல்பூர், ராஞ்சி, ரூர்கேலா, ஜாம்ஷெட்பூர், இந்தூர், மாலேகான் ஆகிய இடங்களில் முஸ்லிம்களை எதிர்த்து வன்முறைகள் நடைபெற்றன. பிரிவினைக்குப் பிறகு முதல் முறையாக, எல்லை காந்தி என்றழைக்கப்படும் கான் அப்துல் கஃபார் கான் அந்த ஆண்டு இந்தியாவுக்கு வருகை தந்தார். 1947க்கு முன் பிரிட்டிஷ் சாம்ராஜ்யம் செய்ததைப் போலவே 1948 தொடங்கி பாகிஸ்தான் அரசு அவரைப் பலமுறை சிறையில் அடைக்கவே, ஆஃப்கானிஸ்தானில் தஞ்சம் புகுந்தார்.

இந்திய நாடாளுமன்றத்தின் கூட்டுத் தொடரில் உரையாற்றிய கான் அப்துல் கஃபார் கான் வன்முறை நடைபெற்ற இடங்களைச் சுட்டிக் காட்டி ரகளை மற்றும் படுகொலைகளில் ஈடுபட்டவர்கள் இன்னும் தண்டிக்கப்படாதது தனக்கு ஆச்சரியம் அளிப்பதாகக் கூறினார். மேலும் 'உங்கள் சட்டங்கள் வெறும் காட்சிக்காகத்தான்[54]' என்றும் தனது ஆதங்கத்தை வெளிப்படுத்தினார்.

சமீப காலங்களில் இந்தியா மற்றும் உலகெங்கும் சில முஸ்லிம் தீவிரவாதிகள் இஸ்லாத்தின் பெயரில் வன்முறைகளில் ஈடுபடும் நிகழ்வுகள் நடைபெற்று வருகின்றன. இதன் காரணமாக ஒட்டு மொத்த முஸ்லிம்களும் கடுமையாகப் பாதிக்கப்படுவதுடன், சமத்துவத்தையும் அவர்களால் வலியுறுத்த இயலவில்லை. இருப்பினும் இந்த சமத்துவ சம நிலையே பெரும்பாலான அமைப்புகள் மற்றும் தனி நபர்களுக்கு இலக்காக உள்ளன. இவர்களுக்குத் தொடர்ந்து நேருவே உந்து சக்தியாக விளங்குகிறார்.

~

வாரிசு அரசியல்மூலம் இந்திய அரசியல் அமைப்பில் ஓர் ஆரோக்கியமற்ற போக்கைத் தொடங்கி வைத்தார் நேரு. அந்தச் சாபம் இன்னமும் நீடிக்கிறது. ஆண்டர்சென்.

1947 முதல் 2015 வரை இந்தியா சுதந்திரம் பெற்ற அறுபத்தி எட்டு ஆண்டுகளில் நாற்பத்தி எட்டு ஆண்டுகள் நேரு - இந்திரா - ராஜீவ் - சோனியா பரம்பரை ஆட்சியின் உச்சத்தை இந்தியர்கள் கண்டுள்ளனர். 2004 - 2014 வரை மன்மோகன் சிங் பிரதமராக இருந்தார் என்பதிலோ அவர் நேரு குடும்பத்தைச் சேர்ந்தவர் அல்ல என்பதிலோ எந்தச் சந்தேகமும் இல்லை. இருப்பினும் மறைந்த ராஜீவ் காந்தியின் மனைவி சோனியா காங்கிரஸ் கட்சி மற்றும் அரசியல் கூட்டணியின் தலைமைப் பொறுப்பில் இருந்ததால் அவர்தான் அரசாங்கத்தை நடத்தினார் என்பதும், பிரதமர் மன்மோகன் சிங்குக்கு இணையான அதிகாரத்துடன் இருந்தார் என்பதும் உண்மை. எனவே மன்மோகன் சிங் பிரதமராக இருந்த பத்து வருட காலத்தையும் நேரு தொடங்கி அவரது பரம்பரை ஆட்சியுடன் இணைத்துக் கொள்வதே சரியாக இருக்கும்.

மன்மோகன் சிங்கைத் தவிர்த்து 2014 வரை சுமார் பத்தொன்பது வருடங்களுக்கு இந்தியாவை ஆண்ட, 'குடும்ப வாரிசு அரசியல்' செய்யாத பிரதமர்களின் எண்ணிக்கை பத்தாகும். காங்கிரஸைச் சேர்ந்த லால் பகதூர் சாஸ்திரி - நரசிம்ம ராவ், ஜனதா கூட்டணியைச் சேர்ந்தவர்களாக இருந்தாலும் ஒரு காலத்தில் காங்கிரஸ்காரர்களாக இருந்த மொரார்ஜி தேசாய், சரண் சிங், வி.பி.சிங், சந்திரசேகர், தேவே கௌடா - இந்தர் குஜ்ரால் மற்றும் பாஜகவைச் சேர்ந்த அடல் பிகாரி வாஜ்பாயி ஆகியோருடன், 2014 முதல் பாஜகவைச் சேர்ந்த நரேந்திர மோதி பதினோராவது பிரதமராவார்.

1959-ல் நாற்பத்தியோரு வயது நிரம்பிய நேருவின் மகள் இந்திய தேசியக் காங்கிரஸின் தலைவராகப் பொறுப்பேற்றதற்குக் காரணம் சந்தேகமில்லாமல் நேருதான். 1966-ல் பிரதமர் சாஸ்திரி எதிர்பாராத வகையில் தாஷ்கண்டில் மரணமடைந்ததைத் தொடர்ந்து காங்கிரஸ் இந்திராவைப் பிரதமராகத் தேர்ந்தெடுத்தபோது நேரு உயிரோடு இல்லை. அவர் மறைந்து இரண்டு ஆண்டுகள் ஆகியிருந்தன. தனது மகள் பிரதமராக வேண்டுமென்று தந்தை ஆசைப்பட்டிருக்கலாம் மற்றும் காங்கிரஸில் இந்திராவின் தலைமைப் பண்புகள் பின்னாளில் அவரே பிரதமராக வழிவகுத்திருக்கலாம், ஆனாலும், இந்திராவைப் பிரதமராக்கியது நேரு இல்லை.

இந்திரா தனது இளைய மகன் சஞ்சையை ஊக்குவித்ததோ, அவர் விமான விபத்தில் உயிரிழந்த பிறகு மூத்த மகன் ராஜீவை ஆதரித்ததோ மறுக்க முடியாத உண்மைகள். ஆனால் 1984 இறுதியில் இந்திரா படுகொலை செய்யப்பட்ட பிறகு அவரது வாரிசாக காங்கிரஸ் ராஜீவைத் தேர்ந்தெடுத்த போது இந்திரா உயிருடன் இல்லை. இருபது

ஆண்டுகள் கழித்துக் கூட்டணிக் கட்சிகளின் உதவியுடன் காங்கிரஸ் மீண்டும் அதிகாரத்தைக் கைப்பற்றியபோது, 1991-ல் படுகொலை செய்யப்பட்ட ராஜீவின் விதவை சோனியா பிரதமர் பதவியேற்கக் கொடுக்கப்பட்ட அழுத்தங்களைத் தவிர்த்துவிட்டு மன்மோகன் சிங் அப்பொறுப்பை வகிக்க அனுமதித்தார்.

2009-ல் காங்கிரஸ் தலைமையிலான கூட்டணி மீண்டும் ஆட்சியைக் கைப்பற்றிய போது மன்மோகன் சிங் மீண்டும் பிரதமரானார். சோனியா தனது மகன் ராகுல் ஆதரவுடன் காங்கிரஸ் தலைவராகத் தொடர்ந்தார். தாய்க்கும், மகனுக்கும் பல்வேறு கருத்து வேறுபாடுகள் இருப்பினும், பிரதமரை விடவும் செல்வாக்குள்ளவர்களாக விளங்கினர். இந்தக் குடும்பமே தொடர்ந்து நாட்டை ஆண்டது.

2014-ல் மோதி பதவிக்கு வருவதற்கு ஐம்பது ஆண்டுகளுக்கு முன்பே மரணமடைந்த நேருதான் குடும்ப ஆட்சிக்கான பெரும்பான்மை அல்லது முழுப் பழியை ஏற்றுக் கொள்ள வேண்டும் என்ற கருத்தைச் சொன்னால் பலர் ஒப்புக் கொள்ள மாட்டார்கள். 48 ஆண்டுகளுக்கு நேருவும் அவரது குடும்பமே ஆட்சியில் இருக்க வேண்டும் என்பதை உறுதிப்படுத்தியது மற்றவர்கள்தானே தவிர அவரல்ல.

இந்தியாவின் அண்டை நாடுகளில் கூடக் குடும்ப வாரிசு அரசியல் நீண்ட காலம் நடைபெற்றுள்ளது. பாகிஸ்தானில் புட்டோ குடும்பம், பங்களாதேஷில் முஜிபுர் ரஹ்மான் - மகள் ஹஸீனா - ஜியா - மனைவி கலீதா, இலங்கையில் பண்டாரநாயகா - மனைவி ஸ்ரீமாவோ - மகள் சந்திரிகா. இப்படிக் கூறிக் கொண்டே போகலாம்.

இந்தியாவின் சில மாநிலங்களில் கூட இந்தக் குடும்ப வாரிசு அரசியல் நடைபெற்றுள்ளது. உத்தரப் பிரதேசத்தில் முலாயம் - மகன் அகிலேஷ், பீகாரில் லல்லு - மனைவி ராப்ரி தேவி, தமிழகத்தில் எம்ஜிஆர் - ஜெயலலிதா (இருவரும் உறவினர்கள் இல்லை என்றாலும் ஜெயலலிதா வின் வழிகாட்டி எம்ஜிஆர்), மு.கருணாநிதி, ஸ்டாலின், கனிமொழி, ஆந்திராவில் என்டிஆர் - மருமகன் சந்திரபாபு, பஞ்சாபில் பிரகாஷ் சிங் பாதல் - மகன் சுக்பீர், ஜம்மு - காஷ்மீரில் ஷேக் அப்துல்லா - மகன் ஃபரூக் அப்துல்லா - பேரன் உமர் அப்துல்லா, மராட்டியத்தில் பால் தாக்ரே - மகன் உத்தவ் தாக்ரே. முழுமை பெறாத இந்தப் பட்டியல் கூடப் பலவேறு கட்சிகளை உள்ளடக்கியதும், மதசார்பற்றதும், தேசிய அளவிலானதும் ஆகும்.

கென்னடிகள், புஷ்கள் மற்றும் கிளிண்டன்கள் என அமெரிக்காவிலும் இந்தக் குடும்ப வாரிசு அரசியலைக் காணலாம்.

மன்னர் ஆட்சியில் பரம்பரையை ரத்த சம்பந்தம் நிர்ணயிக்கிறது. ஆனால் ஜனநாயகத்திலோ பரவலான அறிமுகமே சாதகமாக அம்சம். அரசியல்வாதியுடன் பின்னிப் பிணைந்துள்ள காரணத்தால்

வாக்களிக்கும் மக்களுக்கு அவருடைய விதவை, மகன் அல்லது மகளுடன் இணைத்துக் கொள்வது மிகவும் இயற்கையான மற்றும் இயல்பான விஷயமாகிவிடுகிறது.

இந்தியாவின் 'நேரு வம்சம்' பரம்பரை ஆட்சியாகத் தோன்றினாலும் ஜவாஹர்லால் நேரு இதற்கான காரணகர்த்தா அல்ல. இதில் அவருக்கு விருப்பம் இருந்தாலும், இல்லாவிட்டாலும், பதவியை விட்டுக் கொடுக்கும் அதிகாரம் அவருக்கு இல்லை. அவரது மகளுக்குப் பதவியை வழங்க வேண்டும் என்ற காங்கிரஸின் விருப்பத்தை மக்கள்தான் அங்கீகரித்தார்கள். 1984 இந்திரா கொல்லப் பட்ட பிறகு அவரது மகன் ராஜீவுக்குப் பெரும்பான்மை இடங்களுடன் மக்கள் மகத்தான வெற்றியைத் தேடித் தந்தார்கள். 1991-ல் ராஜீவின் படுகொலையைத் தொடர்ந்து அவரது விதவை சோனியாவைத் தலைவியாக்க வேண்டுமென்ற காங்கிரஸின் விருப்பத்தை மக்கள் அங்கீகரித்ததாகவே தோன்றுகிறது.

பரவலான ஆதரவும் வரவேற்புமே பரம்பரை ஆட்சியைச் சரியென்று முடிவுகட்டாது. அது வெளிப்படுத்தும் 'நிலைத்தன்மை' பொய்யான விஷயம். குடியரசு என்றைக்குமே பரம்பரை ஆட்சியின் நீட்சியை ஏற்றுக் கொள்ளாது. ஒரு பரம்பரை ஆட்சி வெளிப்படுத்தும் சிறப்பு அம்சங்களையும், தனிச் சலுகைகளையும், குடியரசில் பெரும் பங்கு வகிக்கும் பொது மக்கள் விரும்ப மாட்டார்கள்.

~

இந்தியாவில் வாழும் தனது முஸ்லிம்களை நேரு இரண்டாம் தரக் குடிமக்களாக நடத்துகிறார் என்பது ஆண்டர்சனின் குற்றச்சாட்டு. ஆனால், அவரையும், அவரது மகள் இந்திராவையும், அவரது பேரன் ராஜீவையும், ராஜீவின் விதவை சோனியாவையும், சோனியாவின் மகன் ராகுலையும் முஸ்லிம்களின் ஆதரவாளர்கள், அடிவருடிகள் என்று குற்றம் சுமத்துபவர்களும் உண்டு.

மேற்கண்ட குற்றச்சாட்டு விவாதங்களுக்கு உட்பட்டதுடன், மிகப் பரவலாகப் பேசப்பட்டதும் கூட. ஆனால் தொடக்கத்தில் கிசுகிசுப் பிரசாரம் மூலம் மிகக் குறைவாக விவாதிக்கப்பட்டாலும், நேரு தொடர்பான இரு பொய்களை உண்மையாகச் சித்தரித்து, இந்திய மக்கள் மனதில், நிலைநிறுத்த வேண்டும் என்று பல ஆண்டுகளாகவே தீவிர முனைவுகள் மேற்கொள்ளப்பட்டு வந்தன. இந்த விஷயத்தில் ஒன்றை நான் தெளிவுபடுத்த விரும்புகிறேன், ஆண்டர்சன் நிச்சயமாக இதற்குப் பொறுப்பல்ல.

முதல் பொய் ஜவாஹர்லால் நேருவின் தந்தை மோதிலால் நேரு ஒரு முஸ்லிம் என்பதும் அவர் தன்னுடைய அடையாளத்தை மறைத்து

விட்டார் என்பதும் ஆகும். இரண்டாவது பொய் இந்திரா காந்தியின் கணவர் ஃபெரோஸ் காந்தி உண்மையில் பார்சி இனத்தைச் சேர்ந்தவர் அல்ல என்றும் அவர் ஃபெரோஸ் கான் என்னும் பெயரைக் கொண்ட முஸ்லிம் என்பதும் ஆகும்.

இந்த இரு பொய்களும் வேண்டுமென்றே, தெரிந்தே, திட்டமிட்டுப் பரப்பட்டவை. வாய் வழியாகவும், துண்டறிக்கை மூலமாகவும், இணையம் மற்றும் சமூக ஊடகங்கள் மூலமாகவும் இந்தப் பொய்கள் மிக வேகமாகப் பரப்பப்பட்டன, தொடர்ந்து பரப்பப்பட்டும் வருகின்றன. மோதிலால் நேரு மற்றும் ஃபெரோஸ் காந்தி ஆகியோர் குறித்த தகவல்களைச் சரிபார்க்க கூகிளைத் தேடிப் பார்த்தால் மேற்கண்டவை கட்டுக்கதைகள் என்றும் பொய்யுரைகள் என்பது தெரிய வரும்.

இந்தியாவின் பல்வேறு பகுதிகளில் உள்ள பலதரப்பட்ட மக்களுடன் இந்நூலாசிரியர் (ராஜ்மோகன் காந்தி) கலந்துரையாடிய போது மேற்கண்ட பொய்களை நம்பியவர்களின் எண்ணிக்கை, அமெரிக்க முன்னாள் அதிபர் பராக் ஒபாமா அமெரிக்காவுக்கு வெளியே பிறந்த முஸ்லிம் என்று நம்பிய அமெரிக்கர்களின் எண்ணிக்கையை விடவும் அதிகம் என்கிறார்.

ஜவாஹர்லால் நேருவின் தந்தை மற்றும் இந்திரா காந்தியின் கணவர் குறித்த கட்டுக்கதைகளேயும் பொய்யுரைகளுமே காங்கிரஸின் தொடர் சரிவுக்கு முக்கிய அங்கம் வகிக்கின்றன. இருப்பினும் இவற்றைத் தாண்டி இன்னும் பல காரணங்கள் இந்நூலின் சில பக்கங்களில் விவரிக்கப்பட்டுள்ளன. அவற்றிற்கு காங்கிரஸும் அதன் தலைவர்கள் மட்டுமே பொறுப்பாவார்கள்.

இன்னொன்றையும் நான் கூறியாகவேண்டும். நான் இந்திரா காந்தியின் கொள்கைகள் மிக அரிதாகவே ஆதரித்துள்ளேன். 1975-ல் அவசர நிலையை அவர் பிரகடனப்படுத்தியபோது அதை வெளிப்படை யாகவே கடுமையாக எதிர்த்தேன். 1989ஆம் ஆண்டு ராஜீவ் காந்தியை எதிர்த்து அமேதியில் போட்டியும் போட்டேன்.

ஒரு முஸ்லிம் என்பதற்காக ஒருவரைக் குறைத்து மதிப்பிடுவது இந்திய சமூகம் மீதான வருந்தத்தக்க பிரதிபலிப்பாகும். காரணம் மற்றும் விளைவுச் சட்டம் அல்லது தர்மத்தின் சட்டம் என்றேனும் ஒரு நாள் பொய்யான செய்திகளைத் திட்டமிட்டு வேண்டுமென்றே பரப்பியதற்காகச் சம்பந்தப்பட்டவர்களிடம் அதற்கான விலையைப் பறித்துக் கொள்ளும் என்பது மட்டும் உறுதி.

~

நான்கு

கனவுக் குழு

சுதந்திரம் மற்றும் பிரிவினையை நோக்கிய துணைக் கண்டத்தின் பயணம் மற்றும் அதனைத் தொடர்ந்து இந்தியக் குடியரசின் பயணம் குறித்த தனது பதிவுகளில் ஆண்டர்சன் மூன்று ஆளுமைகள் குறித்து ஆக்கபூர்வ கருத்துகளை வழங்குகிறார். மூப்பு அடிப்படையில் அவர்களது பெயர்கள் முகம்மது அலி ஜின்னா (1876-1948), பீமாராவ் ராம்ஜி அம்பேத்கர் (1891-1956) மற்றும் சுபாஷ் சந்திர போஸ் (1897-1945).

ஜின்னா 'தோற்றம் மற்றும் வாழ்க்கை முறையில் முழுமையான மதசார்பற்றவர்' என்பது ஆண்டர்சனுடைய தீர்ப்பு. அவர் 'உறுதிமிக்க ஆர்வமுடையவர்' என்றாலும் 'இந்து - முஸ்லிம் ஒற்றுமையைத் தொடக்கம் முதலே வலியுறுத்தியவர். முப்பதுகளின் இறுதி வரை ஜின்னாவுக்குப் போதிய ஆதரவு இல்லை. ஆனால் 1940களில் மிகப் பெரிய ஆதரவு பெருகிய நிலையிலும், அவரது இலக்கு கூட்டமைப்பே தவிர முழுமையாகப் பிரிந்து செல்வதில் இல்லை' என்பது ஆண்டர்சனின் கருத்து.

'தொடர்ந்து பல ஆண்டுகள் காங்கிரஸ் தன்னை மட்டம் தட்டிக் கொண்டே வந்த உண்மையை அவரே தெள்ளத் தெளிவாக அறிவார். கட்டமைப்பு அடிப்படையில் 'காங்கிரஸ் ஒரு இந்துக் கட்சிதான்'. சுதந்திரத்துக்கான கடுமையான போராட்டத்தைப் பாதித்த மத அடிப்படையிலான பிரிவினைக்குக் காரணம், ஆண்டர்சன் விமர்சித்ததுபோல், 'மதத்தைப் புகுத்தியது ஜின்னா அல்ல, காந்திதான்' என்பதையும் நாம் ஏற்கனவே குறிப்பிட்டிருந்தோம். 1940 முதல் பாகிஸ்தான் வேண்டுமென்று ஜின்னா பிரசாரம் மேற்கொண்டு

வந்திருந்தாலும், உண்மையில் அவருக்குத் தேவைப்பட்டிருக்காது. 'அப்படியானால் ஜின்னா பொய் சொல்கிறாரா?' என்று கேட்கிறார் ஆண்டர்சன். அவரது இந்தக் கணிப்பைக் கூட நாம் ஏற்கனவே ஆய்வு செய்துள்ளோம்.

பாகிஸ்தானைப் பொறுத்தவரை அம்பேத்கர் மற்றும் அவரது நிலைப்பாடு குறித்து 1941-ல் அவர் எழுதிய 'பாகிஸ்தான் குறித்த சிந்தனைகள்' (Thoughts on Pakistan) என்ற நூலை மேற்கோள் காட்டி ஆண்டர்சன் கூறுகையில் 'சுய - உறுதிப்பாடு வேண்டுமென்று முஸ்லிம்கள் விரும்பினால் அதைத் தடுக்காமல் அதற்கான நியாயமான தீர்வை நாம் தீர்மானிக்க வேண்டும் என்பதை அம்பேத்கர் மட்டுமே தெள்ளத் தெளிவாக முன்பே கண்டறிந்தார். 'அனைத்து மதங்களுக்கும் இடையேயான நல்லுறவு' என்னும் கற்பிதங்களை (myth) நம்ப மறுத்த அம்பேத்கர் 'மக்களின் விருப்பங்களை உறுதிப்படுத்த வாக்கெடுப்பு நடத்த வேண்டும்' என்றார்.

அம்பேத்கரின் பாகிஸ்தான் பற்றிய ஆய்வு குறித்து ஆண்டர்சன் கூறுகையில் 'ரெனன் தொடங்கி ஆக்டன் வரை - கார்சன் வரை, கனடா தொடங்கி ஐயர்லாந்து வரை - சுவிட்சர்லாந்து வரை பல்வேறு மேற்கோள்களைக் காட்டியிருப்பது காங்கிரஸ் மற்றும் அதன் தலைவர்களிடம் காணப்படும் அறிவுசார் ஏழ்மையையே, அதிர்ச்சியூட்டும் வகையில், பிரதிபலிக்கிறது' என்கிறார்.

'பிரிவினைக்குப் பிறகு, முஸ்லிம்கள் பெரும்பான்மையாக வாழும் மண்டலத்தை, காஷ்மீர் பள்ளத்தாக்கு உள்பட, பாகிஸ்தானுடன் சேர அனுமதிக்கும் வகையில் காஷ்மீரைப் பிரிக்க அம்பேத்கர் அழைப்பு விடுத்தார்' என்று ஆதாரமற்ற செய்தியையும் ஆண்டர்சன் கூறுகிறார்.

அரசியல் அமைப்புச் சட்டத்தைப் பொறுத்தவரை அதன் பெரும் பகுதிக்கு அம்பேத்கரே பொறுப்பு என்றாலும் அதன் விளைவு / நிறைவுப் பகுதி அவருக்குத் திருப்தியைத் தரவில்லை. ஆண்டர்சனைப் பொறுத்தவரை அம்பேத்கரின் செய்த புத்திசாலித்தனமாகச் செயல் அவர் இந்து மதத்துடனான தனது உறவை முறித்துக் கொண்டதுதான்' என்கிறார்.

1951-ல் அம்பேத்கரை மரியாதையற்ற முறையில் நேரு ஒதுக்கியதாக வும், அதற்கு முக்கியக் காரணம் அம்பேத்கர் மீதான 'பயம்' என்கிறார் ஆண்டர்சன். இதை உறுதிப்படுத்தும் வகையில் 1956-ல் அம்பேத்கர் மறைந்த போது இறுதிச் சடங்குகளில் நேரு பங்கேற்கவில்லை என்றும் குறிப்பிடுகிறார்.

மூவரில் இளைஞரான சுபாஷ் போஸ் பற்றி ஆண்டர்சன் குறிப்பிடுகையில் 'இந்துக்கள், முஸ்லிம்கள் மற்றும் சீக்கியர்களைப்

பொதுவான மதசார்பற்ற போராட்டத்தில் ஒருங்கிணைத்த, காங்கிரஸ் உருவாக்கிய, ஒரே தலைவர்' என்று பாராட்டுகிறார். தைவான் விமான விபத்தில் சுபாஷ் இறக்கவில்லை எனில் போருக்குப் பிந்திய இந்தியாவின் அரசியல் வரைபடம் ஒரு மாறுபட்ட வடிவத்தைக் கொண்டிருக்கும்' என்றும் கூறுகிறார்.

'அச்சமற்ற போர்க்குணம் மற்றும் அறிவுசார் கொடைகளின் ஆளுமை ஆகியவற்றின் கலவை' என்று போஸைக் குறிப்பிடும் ஆண்டர்சன் கேம்பிரிட்ஜ் பல்கலைக்கழகத்தில் படிக்கும் போது தத்துவத் துறையில் மிகச் சிறந்த மாணவராக விளங்கினார் என்று பாராட்டுகிறார். இந்திய சிவில் சர்வீஸ் தேர்வில் வெற்றி பெற்ற முதல் இந்தியர் என்ற பெருமையைப் பெற்றாலும் நாட்டுப்பற்று காரணமாக அப்பதவியை ஏற்க மறுத்துவிட்டார் என்றும் கூறுகிறார். போஸ் தலைமையில் வீரத்தையும், உறுதிப்பாட்டையும் வெளிப்படுத்திய இந்திய தேசிய ராணுவம், மணிப்பூர் மற்றும் பர்மாவில் பிரிட்டிஷ் அரசுக்கு எதிரான போரில் இந்து, முஸ்லிம், சீக்கிய வீரர்களிடையே ஒற்றுமையை ஏற்படுத்தினார் என்கிறார்.

~

ஜின்னா, அம்பேத்கர், போஸ் ஆகியோர் மீதான ஆண்டர்சனின் பாராட்டுகளையும், காந்தி மற்றும் நேரு மீதான அவரது குற்றச்சாட்டு களையும் இணைத்துப் பார்க்கும் போது ஒரு சுவாரஸ்யமான கேள்வி எழுகிறது. 'முதலில் குறிப்பிடப்படும் மூவரும் கூட்டாக இணைந்து, பிரிவினை மற்றும் படுகொலைகள் இல்லாத, இந்தியத் துணைக் கண்டத்தின் மீது வடுவை ஏற்படுத்திய அநீதி மற்றும் ஏற்றத்தாழ்வு இல்லாத, இந்தியாவுக்கும், பாகிஸ்தானுக்கும் முற்றிலும் மாறுபட்ட வரலாற்றைத் தந்திருக்க முடியுமா?'

இது ஆண்டர்சன் பரிந்துரை அல்ல என்பதை முதலில் தெளிவுபடுத்தி விடுகிறேன். ஆனால் இந்த எண்ணம் வேறு எவருக்கேனும் தோன்றலாம் என்பதால் இதை வாத விவாதங்களில் ஈடுபடுவது நல்லது.

அம்பேத்கர் மற்றும் போஸ் ஆகியோருக்கு இடையேயான கலந்துரை யாடல்கள் குறித்த விவரங்கள் இந்நூலாசிரியர் (ராஜ்மோகன் காந்தி) உள்படப் பலருக்குப் பரவலாகத் தெரியவில்லை. ஆனால் 1938 மே மாதம் ஜின்னாவுக்கும் போஸுக்கும் இடையே முக்கியமான சந்திப்பு நடைபெற்றது. போஸ் காங்கிரஸ் தலைவரானதைத் தொடர்ந்து 1938-ல் குஜராத் மாநிலம் தப்தி ஆற்றங்கரையிலுள்ள ஹரிபுரா கிராமத்தில் நடைபெற்ற மாநாட்டுக்குத் தலைமை வகித்தார்.

காங்கிரஸ் தலைவராக போஸ் வர வேண்டும் என்பது காந்தியின் எண்ணம். காந்தியின் நெருங்கிய தோழர்களான பட்டேலும், ராஜாஜியும் கடுமையாக எதிர்த்த போதும் அவர் தனது முடிவை மாற்றிக் கொள்ளவில்லை.

முப்பத்துகளில் மத்தியில் காந்தியைக் கடுமையாக விமர்சித்தவர் போஸ். பட்டேலின் மூத்த சகோதரர் விட்டல்பாயும் அதே நோக்கத்துடன் போஸுடன் இணைந்து கொண்டார். பல மாதங்கள் ஐரோப்பாவில் தங்கியிருந்த இருவரும் அங்கிருந்து கொண்டே காந்திக்கு மாற்றாக இந்தியாவில் புதிய தலைமை ஏற்பட வேண்டுமென்று அறிக்கை விடுத்தனர்.

1937 இரண்டாம் பாதியில் இந்திய இளைஞர்களிடையே போஸ் அடைந்த பிரபலம் காந்தியை மாற்றிவிட்டது. அதே ஆண்டு தொடக்கத்தில் காங்கிரஸ் தேர்தல்களில் போட்டியிட்டு வெற்றி பெற்றதுடன், இந்திய அரசு சட்டம் 1935 கீழ், இந்தியாவின் பெரும் பாலான மாகாணங்களில், அமைச்சரவைகளையும் அமைத்தது. மதராஸ் மாகாணத்தின் ப்ரீமியராக ராஜாஜியும், உத்தரப் பிரதேசத்துக்கு கோவிந்த பல்லப் பந்தும், பம்பாய்க்கு பி ஜி கேரும் பதவியேற்றுக் கொண்டனர்.

பிரிட்டிஷ் ஆளுநர்கள் தங்களது சிறப்பு அதிகாரங்களைத் தக்க வைத்துக் கொண்டாலும், தேர்ந்தெடுத்த அமைச்சரவைகளுக்கும் கணிசமான அதிகாரம் இருந்தது. பிரிட்டிஷ் சாம்ராஜ்யத்துடனான இந்த ஒப்பந்தம் முழு சுதந்திரத்துக்கான முதல் படியாக இருக்கும் என்று காங்கிரஸ் எண்ணியது.

காங்கிரஸ் தலைவராக போஸ் வர வேண்டும் என்றெண்ணிய காந்திக்கு இந்து - முஸ்லிம் கூட்டணியில் அவர் உறுதியாகவும், வெளிப்படையாகவும் இருப்பது கூடுதல் நம்பிக்கையைத் தந்தது. குறிப்பாக 1937களில் காங்கிரஸ் மீதான ஜின்னாவின் தாக்குதல்கள் உச்சத்தில் இருந்த நிலையில் ஜின்னாவுடனான ஒப்பந்தம் ஒற்றுமைக்கு வழிவகுக்கும் என காந்தி கருதினார்.

இருப்பினும் 1938 மார்ச்சில் எதிர்பார்த்த அளவுக்கு காந்தியின் திட்டங்கள் எதுவும் நிறைவேறவில்லை. காங்கிரஸ் ஒரு முழு இந்துக் கட்சியாகத் தன்னை அடையாளப்படுத்திக் கொண்டு முஸ்லிம் லீகை அணுகினால் மட்டுமே பேச்சுவார்த்தைகள் தீவிரம் பெறும் என்று காந்திக்குத் தகவல் அனுப்பினார் ஜின்னா. ஆனால் காங்கிரஸில் உள்ள எவரும் ஏற்றுக் கொள்ளும் வகையில் இத்திட்டம் இல்லை என்பது தெரிந்த விஷயம். இது குறித்து 1938 ஏப்ரல் 22 ஆம் தேதி பம்பாயிலுள்ள ஜின்னாவின் இல்லத்தில் அவருடன் சுமார் மூன்றரை மணி நேரம் பேச்சுவார்த்தை நடத்தியும் காந்தியால் அவரைச் சம்மதிக்க வைக்க முடியவில்லை.

சந்திப்புக்குப் பிறகு கபுர்தலா சமஸ்தானத்தைச் சேர்ந்த பஞ்சாபி கிறிஸ்தவரான ராஜ்குமாரி அம்ருத் கவுருக்கு எழுதிய கடிதத்தில் ‘ஜின்னா எளிதில் சம்மதிக்க வைக்க முடியாத உறுதிமிக்க மனிதர்’ என்றும் ‘போஸ் காது கொடுத்துக் கேட்கக் கூடியவர்’ என்றும் குறிப்பிட்டுள்ள காந்தி ‘மற்றவர்கள் தோல்வி அடையும் விஷயங்களில் போஸ் வெற்றி பெறுவதற்கான வாய்ப்பு உள்ளதாக நினைக்கிறேன்’ என்றும் பதிவு செய்துள்ளார்.

1938 மே *14* ஆம் தேதி காங்கிரஸ் தலைவரான நாற்பத்தியோரு வயது சுபாஷ் போஸ் முஸ்லிம் லீக் தலைவரான ஜின்னாவை பம்பாயின் மலபார் ஹில் பகுதியிலுள்ள அவரது பிரம்மாண்ட மாளிகையில் சந்தித்துப் பேசினார். கோட்-சூட் அணிந்திருந்த ஜின்னா, பெங்காலி ஆடையில் தன்னைச் சந்திக்க வந்த போஸை விட இருபது வயது மூத்தவர். புத்தகங்கள் அடுக்கி வைக்கப்பட்டிருந்த அலமாரியின் முன்பு அமர்ந்து கொண்டு இருவரும் பேசினர்.

இருவருக்கும் இடையேயான பேச்சுவார்த்தை சுமுகமாக இருந்தது என்கிறார் சுபாஷின் வாழ்க்கை வரலாற்றை எழுதிய சுகதா போஸ். ஆனால் எந்த முன்னேற்றமும் ஏற்படவில்லை. ஜூலையில் போஸ் எழுதிய கடிதத்துக்கு ஜின்னா ஆகஸ்டில் பதில் அளித்தார். காங்கிரஸ் தன்னை முழுக்க முழுக்க இந்து அமைப்பாக ஒப்புக் கொண்டால் மட்டுமே பேச்சுவார்த்தைகள் அர்த்தமுள்ளவையாகத் தொடரும் என்று அந்தக் கடிதத்தில் தெளிவுபடுத்தி இருந்தார் முஸ்லிம் லீக் தலைவரான ஜின்னா.

1938 டிசம்பர் மாதம் போஸ் தலைமையில் காங்கிரஸ் செயற்குழுக் கூட்டம் வார்தாவில் நடைபெற்றது. இதைத் தொடந்து ஜின்னாவுக்கு எழுதிய கடிதத்தில் ‘நான் தொடங்கிய முனைவைத் நானே நிறுத்திக் கொள்கிறேன்’ என்று போஸ் தெரிவித்திருந்தார்.[55]

இந்தச் செயற்குழுக் கூட்டத்தில் காந்தி கலந்து கொண்டார் எனினும், அவருக்கும் போஸுக்கும் இடையேயான அரசியல் உறவு முடிவுக்கு வந்து கொண்டிருந்தது.

இரண்டாவது முறையாக காங்கிரஸ் தலைவர் பதவிக்குப் போட்டியிட போஸ் விரும்பினார். ஆனால் போட்டியிட வேண்டாம் என்று காந்தி ஆலோசனை கூறினார். ஆனால் இரண்டாவது முறையாகக் காங்கிரஸ் தலைவராகும் பட்சத்தில், தனது அதிகாரத்தை முழுமையாகச் செயல்படுத்த விரும்புவதாகவும், தேவைப்பட்டால், காங்கிரஸ் அமைச்சரவைகளை ராஜிநாமா செய்யச் சொல்வேன் என்றும் வெளிப்படையாகத் தெரிவித்தார். பிரிட்டிஷ் அரசுக்கு எதிரான

போராட்டங்களில் கூட காந்தியும் போஸும் வேறுபட்டனர். போஸ் பிரிட்டிஷாரைத் தீவிரமாக எதிர்க்க எண்ணினார்.

இன்னுமொரு விஷயத்திலும் இருவரும் மாறுபட்டனர். 1938 செப்டம்பர் ம்யூனிக் ஒப்பந்தத்தைத் தொடர்ந்து பிரிட்டனும், ஃபிரான்ஸும், ஐரோப்பாவிலுள்ள சிறு நாடுகள் மீது படையெடுக்க ஹிட்லருக்கும், முசோலினிக்கும் அனுமதி அளித்தன. இது குறித்து காந்தி 'ஹரிஜன்' பத்திரிகையில் எழுதியதாவது:

> 'ஏழு நாள்கள் உலகத்தில் வாழ்வதற்காக ஐரோப்பா தனது ஆத்மாவை விற்றுவிட்டது... ஜெர்மனி மற்றும் இத்தாலியின் இணைந்த வன்முறைக்கு முன்பு இங்கிலாந்தும், ஃபிரான்ஸும் நடுநடுங்கிப் பின்வாங்கிவிட்டன.'

ஆனால் போஸோ 'ஐரோப்பாவில் நிலவும் குழப்பத்தைப் பயன்படுத்திப் பிரிட்டிஷ் அரசுக்கு எதிராக மிகப் பெரிய சட்ட மறுப்புப் போராட்டத்தை நடத்த இந்தியாவுக்குக் கிடைத்த இந்த மிகப் பெரிய வாய்ப்பை நாம் பயன்படுத்திக் கொள்ள வேண்டும்' என்று முற்றிலும் மாறுபட்ட கருத்தை வெளியிட்டார்.

காந்தியின் ஆலோசனையைப் புறக்கணித்துவிட்டு போஸ் காங்கிரஸ் தலைவர் பதவிக்கு இரண்டாவது முறையாகப் போட்டியிட்டார். (இவருக்கு முன்பு ஜவாஹர்லால் நேரு இரு முறை தொடர்ந்து தலைவர் பதவியை வகித்தார்). 1939 ஜனவரியில் நடைபெற்ற தேர்தலில் போஸ் ஆந்திராவைச் சேர்ந்தவரும், காந்தியின் ஆசீர்வாதத்தையும், பட்டேல், ராஜாஜி, பிரசாத் ஆகியோரின் நேரடி ஆதரவைப் பெற்றவருமான பட்டாபி சீதாராமய்யாவைத் தோற்கடித்தார். நேரு யாருக்கும் வாக்களிக்காமல் நடுநிலை வகித்தார். போஸுக்கு 1580 வாக்குகளும், பட்டாபி சீதாராமய்யாவுக்கு 1375 வாக்குகளும் கிடைத்தன.

1938 மார்ச் மத்திய இந்தியாவின் திரிபுரியில் நடைபெற்ற காங்கிரஸ் மாநாட்டில் காந்தியின் விருப்பங்களுக்கு ஏற்ப போஸ் செயற்குழு உறுப்பினர்களை நியமிக்க வேண்டும் என்று தீர்மானம் நிறைவேற்றப் பட்டது. ஆனால் போஸ் காங்கிரஸின் தீர்மானத்துக்கு உடன்பட மறுக்கவே, வெற்றி பெற்ற இரண்டே மாதங்களில் தலைவர் பதவியை ராஜிநாமா செய்தார். இவரது விலகலைத் தொடர்ந்து பிரசாத் காங்கிரஸ் தலைவரானார்.

~

ஐரோப்பாவில் அரங்கேறிய நாடகமோ இன்னும் பெரிது. 1939 செப்டம்பர் 2 ஆம் தேதி காந்திக்கு இந்திய வைஸ்ராய் லார்ட்

லின்லித்கோ 'வருத்தப்படும் அளவுக்குச் சோகமான செய்தி. ஜெர்மன் படைகள் போலந்தைத் தாக்கி உள்ளன. உடனே சிம்லா வரவும்' என்று தந்தி அனுப்பினார். 'அடுத்த ரயிலைப் பிடித்து வருகிறேன்' என்று காந்தி பதில் தந்தி அனுப்பினார்.

வார்த்தாவுக்குச் செல்வதற்கு முன்பாக ஐரோப்பாவில் நடைபெறும் போர் குறித்த இந்தியர்கள் அனைவரின் ஒருமித்த கருத்தைத் தெரிந்து கொள்ளும் முனைவுகளில் காந்தி ஈடுபட்டார். அதாவது இந்தியத் தலைவர்களைக் கலந்தாலோசிக்காமல் பிரிட்டிஷ் சாம்ராஜ்யம் அதன் இந்திய காலனியை போரில் வலுக்கட்டாயமாகத் திணித்துவிட்டது என்கிற கருத்தை உள்ளடக்கி எழுதினார் ('ஹரிஜன்', 1939 செப்டம்பர் 9):

> 'ஈடு இணையற்ற பேரழிவு நடைபெறும் சூழலில் காங்கிரஸ்காரர்களும், பொறுப்புள்ள ஏனைய இந்தியர்களும், தனிப்பட்ட முறையிலும், கூட்டாகவும் விவாதித்து இந்தக் கோரமான நாடகத்தில் இந்தியா என்ன பங்கு வகிக்க வேண்டும் என்பதை முடிவு செய்ய வேண்டும்.'

முஸ்லிம் லீக் தலைவர் ஜின்னா மற்றும் காங்கிரஸின் முன்னாள் தலைவரும், கட்சியை விட்டு விலகியவருமான போஸ் ஆகிய இருவருமே காங்கிரஸ் செயற்குழு எடுக்க வேண்டிய முடிவு பற்றி விவாதிக்கவும், உதவவும் அழைக்கப்பட்டனர். சிம்லா கூட்டத்தில் கலந்து கொண்ட காந்தி வைஸ்ராய் லின்லித்கோவிடமும், செய்தியாளர்களிடமும், 'நான் இந்தப் போரை ஆங்கிலேய இதயத்துடன் பார்க்கிறேன். காங்கிரஸுக்கு உத்தரவிடும் அதிகாரம் கொண்ட அமைப்புச் செயற்குழு மட்டுமே என்பதால், பிரிட்டன் மற்றும் ஃப்ரான்ஸுக்கு வன்முறை இல்லாத, நிபந்தனையற்ற ஆதரவை, வழங்க வேண்டுமெனக் கேட்டுக் கொள்கிறேன்' கூறினார்.

பிரசாத் தலைமையில் காங்கிரஸ் செயற்குழு வார்த்தாவில் கூடிய போது போஸ் கலந்து கொண்டார். ஆனால் ஜின்னா பங்கேற்கவில்லை. செப்டம்பர் 9 ஆம் தேதி நடைபெற்ற கூட்டத்தில் பேசிய போஸ் 'இந்திய வீரர்களோ, பணமோ, ஆதாரங்களோ இம்பீரியல் போருக்குச் செல்லக்கூடாது'[56] என்று பகிரங்கமாகத் தெளிவுபடுத்தினார். பிரசாத்தின் பதிவின்படி ஜவாஹர்லால் நேருவும் எதிர்ப்பு மனநிலையில்தான் இருந்தார்[57]. நேருவின் உலகளாவிய அனுதாபங்கள், இந்தச் சூழலில், நாஜி ஜெர்மனியுடன் ஒப்பந்தம் செய்து கொண்ட சோவியத் யூனியன் மீதுதான் இருந்தது.

சிம்லாவுக்குச் செல்லும் போதும் திரும்பும் போதும் ஒவ்வொரு ரயில் நிறுத்தத்திலும் இந்தியர்கள் குழுக்களாக காந்தியைச் சந்தித்து இங்கிலாந்துக்காக அவர் அனுதாபப்பட்டதைக் கண்டித்ததுடன்

போருக்கு ஆதரவை வழங்கக் கூடாது என்றும் வேண்டுகோள் விடுத்தனர். செயற்குழுக் கூட்டத்தில் நிபந்தனையற்ற வன்முறை இல்லாத ஆதரவை இந்தியா வழங்க வேண்டும் என்ற காந்தியின் கோரிக்கை நிராகரிக்கப்பட்டது. அவருடைய கருத்துக்கு யாருமே உடன்படவில்லை. பத்தொன்பது ஆண்டுகளில் முதன் முறையாக காந்தியுடன் இணைந்து பணியாற்றிக் கொண்டிருந்த இளந்தோழர்கள் அவரது கோரிக்கைக்கு எதிராக வாக்களித்தனர்.

ஆனால் இதற்கு மாறாக ஃபாசிஸத்துக்கு எதிராக நேரு கொண்டு வந்த தீர்மானம் நிறைவேற்றப்பட்டதுடன், இப்போருக்கான நோக்கங் களையும், இந்தியாவுக்கான பயன்பாடுகளையும் பிரிட்டன் விளக்கமளிக்க வேண்டுமென்றும் தெரிவிக்கப்பட்டது. நாடு தழுவிய மக்களின் எண்ணங்களைப் பிரதிபலிக்கும் வகையில் 'இந்தியாவுக்கும் இங்கிலாந்துக்கும் இடையே நட்பு சமநிலையில் இருந்தால் மட்டுமே சாத்தியப்படும் என்றும் போலந்தின் சுதந்திரத்துக்காக அடிமை இந்தியா போராட முடியாது' என்றார் நேரு.[58]

இரு மாதங்கள் கழித்து, 1939 நவம்பரில், மீண்டும் ஜின்னாவுடன் இணைந்து பணியாற்றுவது குறித்த ஆய்வுகளை காந்தி மேற்கொண்டார். அவரும் நேருவும் புது தில்லியில் லீக் தலைவருடன் பேச்சுவார்த்தை நடத்தியதைத் தொடர்ந்து வைஸ்ராய்க்கு ஒன்று அல்லது இரண்டு ஆர்வமூட்டும் தருணங்களை வழங்கினர்[59] (இதைப் பின்னவரே அரசுச் செயலர் மார்க்ஸ் ஆஃப் ஜெட்லெண்டுக்கு அனுப்பிய தந்தியில் ஒப்புக் கொண்டுள்ளார்) லின்லித்கோவைச் சந்திக்க வைஸ்ராய் பங்களாவுக்கு காந்தி சென்ற போது ஜின்னாவுடைய காரிலேயே ஒன்றாகப் பயணித்தார். இது குறித்துப் காந்தி பின்னர் கூறுகையில் 'ஒற்றுமைக் கான தோற்றத்தை உருவாக்க வேண்டியாவது இருவரும் வைஸ்ராயைப் பார்க்க ஒன்றாகச் செல்லலாம் என்று நான்தான் வலியுறுத்தினேன்'[60].

ஆனால் காங்கிரஸுக்கு உதவ வேண்டுமென்ற எண்ணம் கொஞ்சம் கூட ஜின்னாவுக்கு இல்லை. 'பேச்சுவார்த்தையில் கலந்து கொண்ட லீக் தலைவர்தான், இப்போது வைஸ்ராயின் விருப்பத் தேர்வாகி விட்டார்' என்று ஆண்டர்சனும் கூறியிருப்பது கவனிக்கத் தக்கது. வைஸ்ராய் ஊக்குவித்த ஏனையோரில் குறிப்பிடத்தக்கவர்கள் அம்பேத்கர் மற்றும் பெரிய சமஸ்தானங்களின் மன்னர்களும் ஆவர்.

~

இரண்டாம் உலகப் போர் தொடக்கத்தின்போது இந்தியாவில் நடைபெற்ற நிகழ்வுகளை ஒரு வரலாற்று ஆசிரியரின் கோணத்தில் பார்க்கும் போது இரு தனி நபர்கள் தங்களுக்கான ஆதரவாளர்களைத்

திரட்டக் கடுமையாக முனைந்து கொண்டிருந்தனர்: ஒருவர் பிரிட்டிஷ் வைஸ்ராய் மற்றொருவர் காந்தி. இவர்களுள் காந்தி மேற்கொண்ட முனைவுகளைப் பார்த்தோம். வைஸ்ராய் லின்லித்கோவைப் பொறுத்தவரை அக்டோபர் மாதம் இங்கிலாந்து அரசருக்கு எழுதிய கடிதத்தில் அவர்களைக் கீழ்க்கண்டவாறு விவரிக்கிறார்:

> 'பெரிய அரசியல் சலுகையாகப் போர் முனைவில் காங்கிரஸின் ஒத்துழைப்பைக் கோரிப் பெறவேண்டும் என்னும் அழுத்தம் என் மீது திணிக்கப்பட்டதை நான் உணர்ந்து கொண்ட உடனேயே[61] சேம்பர் ஆஃப் பிரின்சஸ் சான்ஸிலர் மற்றும் ஜின்னா உள்பட இந்தியாவிலுள்ள அனைத்து அரசியல் மற்றும் சமூகப் பிரதி நிதிகளையும் வரவழைத்து ஒவ்வொருவருடனும் தனித்தனியே நேர்காணல் நடத்தினேன். இது சவாலான மற்றும் கடினமான பணி என்றாலும் அதற்கான முழுமையான மதிப்பும் தகுதியும் கொண்டதாகும்.'

வைஸ்ராய் எழுதிய இக்கடிதத்தில் 'காங்கிரஸ் கேட்கும் எதையும், அதாவது போர் முடிந்த பிறகு இந்தியாவுக்கு அரசியல் சுதந்திரத்தைக் கொடுக்கக் கூடாது என்பதே இதன் புரிதலாகும்' என்றும் குறிப்பிட்டுள்ளார்.[62]

அக்டோபர் 17 ஆம் தேதி காங்கிரஸ் செயற்குழு 'போர் முடிந்த பிறகு இந்தியாவுக்குச் சுதந்திரம் கிடைக்குமா?' என்று கேட்ட கேள்விக்கு 'போர் முடிந்த பிறகு சட்ட ரீதியான பேச்சு வார்த்தைகளை பிரிட்டிஷ் அரசுடன் தொடங்குங்கள்' என்று முகத்தில் அடித்ததுபோல் மிக அலட்சியமாக பிரிட்டிஷ் சாம்ராஜ்யம் சொன்னது.

1940 மார்ச்சில் முஸ்லிம் லீக் பாகிஸ்தான் தனி நாடு கோரிக்கையை முன் வைக்க அதற்கான மதிப்புமிக்க உறுதிமொழியையும் பெற்றது. 1940 ஆகஸ்ட் 8 ஆம் தேதி பிரிட்டிஷ் சாம்ராஜ்யம் இந்தியாவில் வாழும் முஸ்லிம்கள் மற்றும் ஏனைய சிறுபான்மையினரிடம் 'பெரும் பான்மையின் அழுத்தங்களுக்கு அடங்கிப் போகும் நிலையை ஒருபோதும் உருவாக்கமாட்டோம்' என்று உத்தரவாதம் தந்தது. 'இந்தியாவிலுள்ள பெரிய மற்றும் ஆற்றல் மிக்கவர்கள் தங்கள் அதிகாரத்தை நேரடியாகப் பயன்படுத்தி அரசைப் பணிய வைக்கும் முனைவுகளை நாங்கள் அனுமதிக்க மாட்டோம்' என்பதே இதன் பொருளாகும்.

இந்தியாவின் அரசியல் அனுகூலங்களை ஜின்னாவும், சமஸ்தான மன்னர்களும், அம்பேத்கரும் பெறுவதை பிரிட்டிஷ் சாம்ராஜ்யம் தடுக்க நினைப்பதையே இது காட்டுகிறது.

~

தெரிந்தோ தெரியாமலோ ஹிட்லர் ஒரு மாற்றத்தைக் கொண்டு வந்தார். 1939-ல் அவர் தொடங்கிய போர் காரணமாக பிரிட்டிஷ் சாம்ராஜ்யத்திடமும் சுதந்திரத்துக்காகப் பொறுமை இல்லாமல் துடித்துக் கொண்டிருக்கும் இந்தியர்களிடமும், ஒரே நேரத்தில் நல்ல பெயரைப் பெறுவது காங்கிரஸுக்கு முடியாமல் போனது. தேவைப்பட்டால் மாகாண அரசுகளைக் கலைக்கவும் தயங்க மாட்டோம் என்று பிரிட்டிஷ் சாம்ராஜ்யம் அறிவித்தபோது, சாம்ராஜ்யத்துடனான உறவுகளைத் துண்டித்துக் கொள்வோம் என்பதே காங்கிரஸினால் சொல்ல முடிந்த ஒரே பதிலாக இருந்தது.

டிசம்பரில் கூடிய காங்கிரஸ் செயற்குழு தனது மாகாண அமைச்சகங்களை ராஜிநாமா செய்யச் சொன்னது. ஏற்கனவே நூலிழையில் ஒட்டிக் கொண்டிருந்த காங்கிரஸ் - பிரிட்டிஷ் சாம்ராஜ்யக் கூட்டணி ஹிட்லரின் போர் மூலம் நொறுங்கிச் சிதறியது.

இந்தக் கூட்டணி முறிவை இந்திய முஸ்லிம்கள் விழாவாகக் கொண்டாடி மகிழ வேண்டும் என்று ஜின்னா குதூகலத்துடன் அறிக்கை விடுத்தார். தலித்களும் சந்தோஷப்படுவதாக அம்பேத்கர் கூறினார். தமிழ்நாட்டில் காங்கிரஸ், பிராமணர்கள், இந்தி மொழி ஆகியோருக்கு எதிராக இயக்கத்தை நடத்திக் கொண்டிருந்த பெரியார் ஈ வெ ராமசாமியும் தனது மகிழ்ச்சியை வெளிப்படுத்தினார். நாடு முழுவதுமுள்ள மாகாணங்களில் காங்கிரஸ் அமைச்சகங்கள் ராஜிநாமா செய்ய, அவர்கள் பதவி விலகிய 1939 டிசம்பர் 22 ஆம் தேதியை ஜின்னா, அம்பேத்கர் மற்றும் ராமசாமி ஆகியோரின் கட்சிகள் 'விடுவிப்பு நாளாக' (Deliverance Day) கொண்டாடின.

ஹிட்லரின் போர் காரணமாகப் புதிய சூழல் உருவானது. இதைப் பயன்படுத்தி இந்தியர்களை ஒன்றிணைக்க காந்தி மேற்கொண்ட முயற்சியைவிடப், பிரிக்க வேண்டுமென்ற லின்லித்கோவின் எண்ணமே வெற்றி பெற்றது. ஆனால் காந்தி சோர்ந்து போகாமல் தொடர்ந்து தீவிர முனைவுகளை மேற்கொண்டார்.

அம்பேத்கர், ராமசாமி ஆகியோருடன் இணைந்து கொண்டதுடன், இந்து மகாசபைக் கட்சித் தலைவர் சாவார்கரையும் முஸ்லிம் லீக் தலைவர் ஜின்னா சந்திக்கப் போவதைத் தெரிந்து கொண்ட காந்தி 'எனது பழைய தோழர்' என்ற அடைமொழியுடன் ஜின்னாவுக்கு அழைப்பு விடுத்தார். காங்கிரஸுக்கு எதிரான கட்சிகளுக்குத் தலைமை ஏற்கவும், முடிந்தால் காங்கிரஸை இரண்டாம் இடத்துக்குத் தள்ளவும் வேண்டினார்.

காந்தியைப் பொறுத்தவரை காங்கிரஸை விடவும் அவருக்கு இந்தியாவே முக்கியமாகத் தோன்றியது. இந்தியாவிலிருந்து

முஸ்லிம்களைப் பிரிப்பதை விடவும், இந்தியா முழுவதும் பல தரப்பட்ட மக்களை அரவணைத்துச் செல்லும் 'காங்கிரஸ் எதிர்ப்பு இயக்கம்' மேலானது என்ற முடிவுக்கு வந்தார். இது பற்றி 1940 'ஹரிஜன்' பத்திரிகையில் காந்தி எழுதியதாவது:

> 'காய்தே ஆஜாம் ஜின்னாவால் ஒற்றுமையை ஏற்படுத்த முடியுமென்றால், நான் மட்டுமல்ல, இந்தியாவிலுள்ள அனைவரும் 'காய்தே ஆஜாம் ஜின்னா வாழ்க .. வாழ்க... ' என்று ஒருமித்த குரலில் பாராட்டுவோம்'.

ஆனால் காந்தியின் வார்த்தைகளைக் கேட்டு ஜின்னா மயங்கவும் இல்லை. மசியவும் இல்லை. 'இந்தியா ஒரே நாடு அல்ல. அது பல தேசங்களையும், மதங்களையும் கொண்ட துணைக் கண்டம்' என்றார்.[63] காங்கிரஸுடன் மோதுவதைக் காட்டிலும், இனிமேல், ஒரே இந்தியா என்னும் கருதுகோளையும், நம்பிக்கையையும் எதிர்க்க முடிவெடுத்ததுடன், தனது கூட்டாளிகளையும் இந்த எதிர்ப்பில் ஈடுபட வைத்தார்.

~

ஜின்னா - அம்பேத்கர் உறவு குறித்து இன்னும் சுவாரஸ்யமாகவும், நுணுக்கமாகவும், பார்ப்போம். ஜின்னா - போஸ் உறவைப் பொறுத்தவரை, 1938-ல் இருவருக்கும் இடையேயான பேச்சு வார்த்தைகள் முறிந்துபோன பிறகு, அவர்கள் மீண்டும் சந்தித்து உரையாடியதற்கான ஆதாரம் ஏதுமில்லை.

1939-ல் இந்தியாவிலுள்ள அனைவரையும் முடிந்தவரை ஒன்றிணைக்க வேண்டுமென்ற நோக்கமும், எண்ணமும், ஜின்னாவுக்கோ, போஸுக்கோ அறவே இல்லை. போர் தொடங்கியவுடன் இந்த வாய்ப்பை இந்தியாவின் சுதந்திரத்துக்காகப் பயன்படுத்திக் கொள்ள வேண்டும் என்ற உறுதிப்பாடே போஸின் மனதில் இருந்தது. இதைக் காரணமாகக் கொண்டே பிரிட்டிஷ் ஆட்சியை எதிர்த்து நாடு முழுவதும் சட்ட மறுப்பு ஒத்துழையாமை இயக்கம் நடைபெற வேண்டுமென்றார்.

அரசியல் ரீதியான உறவு முறிந்தாலும், தனிப்பட்ட உறவு காரணமாக, போஸும் காந்தியும் 1940 ஜூனில் சந்தித்துப் பேசினர். இருவருக்கும் இடையே நடைபெற்ற கலந்துரையாடல் பற்றி காந்தி 1940 ஜூலை 13 'ஹரிஜன்' பத்திரிகையில் பின்வருமாறு எழுதினார்:

> 'காங்கிரஸ் செயற்குழுவால் செய்ய முடியாததைத் தன்னால் செய்ய இயலும்' என்று மிக மிக நட்பான முறையில் என்னிடம்

தெரிவித்தார் ...அதற்கு நான், அவருடைய திட்டத்தின்படி, முடிவில், எனது வாழ்நாளில் சுயராஜ்ஜியம் கிடைத்தால், அவருக்குக் கிடைக்கும் முதல் வாழ்த்துத் தந்தி என்னுடையதாகத்தான் இருக்கும் என்றேன். ஆனால் அவர் செல்லும் பாதை தவறானது என்றும் எச்சரித்தேன்.

ஒரு குறிப்பிட்ட செயல் சரியென்று சுபாஷ் போஸ் எண்ணும் பட்சத்தில், காங்கிரஸுக்குப் பிடித்தாலும் பிடிக்காவிட்டாலும், அதைச் செய்வதற்கு அவருக்கு உரிமையும் இருக்கிறது, கடமையும் இருக்கிறது. அவரது முனைவுக்கு வெற்றி கிடைத்து, இந்தியாவும் விடுதலை பெற்றால், அவரது புரட்சி நியாயப்படுத்தப்படும். காங்கிரஸ் அவரது புரட்சியைக் கண்டிக்கும்; ஆனால் மீட்பராக அவரை வரவேற்கும்'.

1940 இறுதியில் போஸை பிரிட்டிஷ் அரசு கல்கத்தாவில் வீட்டுக் காவலில் அடைத்தது. 1941 ஜனவரியில் போஸ் வீட்டுக் காவலிலிருந்து தப்பித்து யாருக்கும் தெரியாமல் ஆஃப்கானிஸ்தானுக்கும், பின்னர் அங்கிருந்து ஜெர்மனிக்கும் சென்றார். இந்திய சுதந்திரத்துக்காக ஜெர்மனியிலிருந்து வானொலி மூலம் உரையாற்றினார். இரு ஆண்டுகள் கழித்து 1943 மே மாதம் ஜெர்மன் மற்றும் ஜப்பானிய நீர்மூழ்கிக் கப்பல்கள் மூலம் டோக்கியோவை அடைந்தார். இதற்கு முன்பாக எல்லை தாண்டிய அரசை ஏற்படுத்தியதுடன், இந்திய தேசிய ராணுவத்தையும் உருவாக்கி அதன் தலைவராகவும் போஸ் பொறுப்பு வகித்தார்.

இன்னொரு முக்கியமான விஷயத்தைக் குறிப்பிட்டாக வேண்டும். முஸ்லிம் லீக், தலித் அல்லது வேறு யாரோடும் இணைந்து அரசியல் அல்லது சமூகக் கூட்டணிகளை இந்தியாவுக்குள் ஏற்படுத்த எந்தத் திட்டத்தையும் 1938க்குப் பிறகு போஸ் வகுக்கவே இல்லை என்பதையும் உறுதியாகச் சொல்லலாம்.

~

1941 ஜூன் மாதம் ரஷ்யாவுக்குள் ஹிட்லரின் ஊடுருவல், ஆறு மாதங்கள் கழித்து அமெரிக்க பேர்ல் (Pearl) துறைமுகத்தின் மீது ஜப்பானின் தாக்குதல் ஆகியவை மில்லியன் கணக்கிலான சோவியத் வீரர்களையும், அமெரிக்காவின் பிரமாண்ட ராணுவத்தையும் போருக்குள் திணித்து நேச நாடுகளின் வெற்றியை உறுதிப்படுத்தியது. ஆனால் 1942 முதல் மூன்று மாதங்களில் ஜப்பான் ராணுவம் சிங்கப்பூர் மற்றும் பர்மாவைக் கைப்பற்றியதைத் தொடர்ந்து காங்கிரஸ் தலைவர்களிடையே கருத்து மோதல் ஏற்பட்டது.

இந்தியாவின் வாசலுக்கே ஜப்பான் வந்தது குறித்துக் கவலைப்பட்ட ராஜகோபாலாச்சாரி பிரிட்டிஷ் சாம்ராஜ்யம் அல்லது முஸ்லிம் லீக் அல்லது இருவருடன் ஏதேனும் ஒரு புரிதலுக்கு வர வேண்டிய அவசியத்தை வலியுறுத்தினார். இவை சாத்தியமற்ற நம்பிக்கைகளாக நேருவுக்குத் தோன்றினாலும், இந்தியாவை ஜப்பான் தாக்கக் கூடும் என்ற நினைப்பே அவரைக் கலவரப்படுத்தியது. ஜப்பானைச் சமாளிக்க இந்தியர்கள் தயாராக வேண்டுமென விரும்பினார். ஆனால் அந்தத் தருணத்தில் இந்தியர்களின் மனநிலை பிரிட்டிஷாருக்கு எதிராகவும், ஓரளவு ஜப்பானுக்கு ஆதரவாகவும் இருந்தது. ஆனால் 1942 கோடையில் போஸ் இன்னும் ஜெர்மனியில்தான் இருந்தார். இன்னும் ஒரு வருடம் கழித்தே அவர் ஆசியாவுக்குத் திரும்பினார். இதற்கிடையே இந்தியாவிலிருந்த அவரது தொண்டர்கள் ஜப்பானுக்கு ஆதரவு திரட்டிக் கொண்டிருந்தனர்.

இந்தியாவில் வாழும் அனைவரையும் ஓரணியில் திரட்ட 1942 கோடையில் பல வாரங்கள் யோசனையில் ஆழ்ந்த காந்தி நிறைவாக ‘வெள்ளையனே வெளியேறு’ போராட்டத்தை அறிவித்தார். இதன் மூலம் இந்தியாவை விட்டு பிரிட்டன் விலக வேண்டும் என்று நிர்பந்திக்கும் அதே தருணம் சுதந்திர இந்தியாவிலிருந்து நேச நாடுகள் போரைத் தொடர பிரிட்டனுக்கும், அமெரிக்காவுக்கும் விடுதலை பெற்ற இந்தியா உறுதி அளிக்கும்.

எந்த ஆதாரத்தையும் முன் வைக்காமல் ‘போரில் ஜப்பான் வெல்லும் என்று காந்தி நம்பினார்’ என்னும் கட்டுகதையை ஆண்டர்சன் அவிழ்த்துவிடுகிறார். காந்தி மீது தவறான கருத்தை அமெரிக்கா கொள்வதற்காக பிரிட்டிஷ் சாம்ராஜ்யம் பல குற்றச்சாட்டுகளைத் திணித்தாலும், காந்தி அவற்றை 1942 ஆகஸ்ட் ‘வெள்ளையனே வெளியேறு’ தீர்மானத்துக்குப் பல மாதங்கள் முன்பிருந்தே தொடர்ந்து மறுத்து வந்துள்ளார்.

ஏப்ரல் 26 ஹரிஜன் பத்திரிகையில் இது பற்றி காந்தி எழுதுகையில் ‘நாஜிக்கள், ஃபாசிஸ்ட்கள் அல்லது ஜப்பானியர்கள் ஆகிய மூவரும் இந்தியாவை அதன் போக்கில் தனித்து விடாமல் போரில் தோற்கடித்து வெற்றி கொள்ளலாம் என்று நினைத்தால் அவர்களது கணிப்பு முழுவதும் தவறாகிப் போகும். கைவசமுள்ள இரும்பு வளையத்தின் தாங்குதிறனைத் தாண்டிச் சுமக்க வேண்டியிருக்கும். இது பிரிட்டனின் கஷ்டத்தை விடவும் இன்னும் அதிகமிருக்கும். அவர்களின் நெகிழ்வற்ற தன்மையே கழுத்துக்குச் சுருக்காகும்’ என்றார்.

ஜூன் 5 ஆம் தேதி அமெரிக்கப் பத்திரிகையாளர் லூயி ஃபிஷருக்கு அளித்த பேட்டி பின்வருமாறு:

‘பிரிட்டன், அமெரிக்கா மற்றும் ஏனைய நாடுகளும் கூடத் தங்கள் ராணுவத் துருப்புகளை இங்கே நிறுத்திக் கொண்டு இந்தியப் பகுதியைத் தங்கள் ராணுவப் பணிகளுக்குத் தளமாகப் பயன்படுத்திக் கொள்ளலாம். ஜப்பான் இந்தப் போரில் வெல்ல வேண்டும் என்று நான் ஆசைப்படவில்லை. மைய அச்சு நாடுகளும் ஜெயிக்க வேண்டும் என்று விரும்பவும் இல்லை. நேச நாடுகள் இங்குள்ள ரயில் மற்றும் சாலைப் போக்குவரத்தை உபயோகப்படுத்திக் கொள்ளலாம். ராணுவத் தளவாடங்களைக் கொள்முதல் செய்யத் துறைமுகங்களும் தேவைப்படும். ஜனநாயகங்கள் வெற்றி பெற்றால் வாய்ப்புகள் அதிகம் என்னும் திட்டத்தை ஏற்றுக் கொள்கிறேன்’.

நேச நாடுகள் தோற்கப் போகின்றன என்று காந்தி நம்பினார் என்ற குற்றச்சாட்டை மறுத்து ஜூன் 7 ஆம் தேதி ஹரிஜன் பத்திரிகையில் எழுதியதாவது:

‘இந்தக் குற்றச்சாட்டு உண்மை அல்ல என்பதைத் தெளிவு படுத்துவதில் எனக்கு எந்தத் தயக்கமும் இல்லை. முன்பொரு முறை ஹரிஜன் பத்திரிகையில் பிரிட்டிஷாரைத் தோற்கடிப்பது கடினம் என்று எழுதியதை நினைவுபடுத்துகிறேன். பிரிட்டனின் நேச நாடாக அமெரிக்கா இருப்பதால் ஏராளமான ராணுவத் தளவாடங்களும், அறிவியல் திறனும் அதனிடம் குவிந்துள்ளன. எனவே போரில் யார் ஜெயிப்பார்கள் என்ற நான் கருத்துக் கூற இடமேயில்லை’.

ஜெர்மன் உதவியை போஸ் நாடியது குறித்து ஜூன் 21 ஆம் தேதி ஹரிஜன் பத்திரிகையில் காந்தி எழுதுகையில்:

‘அந்நிய ஆதிக்கத்திலிருந்து இந்தியா விடுதலை பெறும் முனைவுக்கு உதவ எந்த வெளிநாட்டு சக்தியிடமும் கெஞ்சும் விருப்பம் எனக்கு இல்லை. பிரிட்டிஷாருக்குப் பதிலாக வேறு எந்த ஆதிக்க ஆட்சிக்கு மாறும் ஆசையும் கிடையாது. தெரியாத எதிரியை விடத் தெரிந்த எதிரியே பரவாயில்லை...’

தனது ‘வெள்ளையனே வெளியேறு’ போராட்டத்தை ஆதரித்து ஜூலை 1 ஆம் தேதி அதிபர் ரூஸ்வெல்ட்டுக்கு எழுதிய கடிதத்தில் காந்தி பின்வருமாறு குறிப்பிடுகிறார்:

‘நான் அறிவித்த போராட்டத் திட்டத்துக்கு நம்பகத் தன்மையை ஏற்படுத்தும் வகையில், நேச நாடுகள் அவசியமென்று நினைத்தால், அவர்களுடைய ராணுவத் துருப்புகளை அவர்களின் சொந்தச் செலவிலேயே இந்தியாவில் நிலை நிறுத்திக்கொள்ள நான்

ஆலோசனை அளித்தேன். இந்த ஏற்பாடு ஜப்பானின் தாக்குதலைத் தடுக்கவும், சீனாவைப் பாதுகாக்கவும் தானே தவிர உள்நாட்டுப் பாதுகாப்புக்காக அல்ல என்பதையும் தெளிவுபடுத்த விரும்புகிறேன்.'

காந்தி ஜூலை 18ஆம் தேதி 'ஒவ்வொரு ஜப்பானியருக்கும்' எழுதிய வெளிப்படையான கடிதம் ஜப்பானில் குறைந்தபட்சம் மூன்று பத்திரிகைகளிலாவது வெளியானது. அதன் சாராம்சம்:

சீனாவின் மீதான தூண்டப்படாத தாக்குதல், என்னைப் பொருத்த வரை, எனக்குக் கிடைத்த தகவல்கள் உண்மையாக இருக்கும் பட்சத்தில், மிகப் பெரிய மற்றும் பாரம்பரியப் பெருமை கொண்ட நாட்டின் மீதான கருணையற்ற பேரழிவு என்பதை நான் ஆழ்ந்த வருத்தத்துடன்[64] தெரிவித்துக் கொள்கிறேன்.

இந்தியா உங்களுடைய செயலை மனமுவந்து வரவேற்கும் என்று எண்ணினால் நீங்கள் கடுமையான ஏமாற்றத்துக்கு உள்ளாவீர்கள்.

பிரிட்டன் காலி செய்த நாட்டில் நீங்கள் தடம் பதிக்கலாம் என்று யாரோ சொன்ன தவறான தகவலை நம்ப வேண்டாம். அந்த எண்ணத்தை நினைத்து மகிழ்வதுடன் அமல்படுத்தவும் முனைந்தால், எங்கள் நாடு எல்லா பலத்தையும் ஒன்று திரட்டித் தடுத்து நிறுத்தும். இப்படிக்கு, என்றென்றும் உங்கள் நண்பன் மற்றும் நலன் விரும்பி - எம்.கே.காந்தி.

~

போர் ஆரம்பித்தபோது காந்திக்கும் - போஸுக்கும் கருத்து வேறுபாடு நிலவியது உண்மையே. ஆனால் சுபாஷ் போஸ் இரண்டு அல்லது மூன்று ஆண்டுகளுக்கு முன்பு வலியுறுத்திய அதே சட்ட மறுப்பு ஒத்துழையாமைப் போராட்டத்தைத்தான் 1942-ல் காந்தி அதிரடி முடிவாக அறிவித்தார் என்பதையும் மறைக்க முடியாது. எனவே இப்போதைய சூழலில் காந்தியும் - போஸும் ஒரே பக்கத்தில்தான் உள்ளனர். ஒரே திசையில்தான் பயணிக்கின்றனர். இவர்களுக்கு எதிர்ப் பக்கத்தில், எதிர்த் திசையில் உள்ளவர்களுள் குறிப்பிடத்தக்கவர்கள் ஜின்னா மற்றும் அம்பேத்கர்.

பாகிஸ்தான் உருவாவதைத் தடுக்கவே காந்தியும், காங்கிரஸும் 'வெள்ளையனே வெளியேறு' போராட்டத்தை அறிவித்துள்ளனர் என்றார் முஸ்லிம் லீக் தலைவர் ஜின்னா. அதேபோல் 1942-ல் பிரிட்டிஷ் அரசுக்கு எதிராக வெள்ளையனே வெளியேறு போராட்டம் வெடித்த போது அம்பேத்கர் அதில் பங்கேற்காமல், ஆங்கிலேய அரசு விடுத்த அழைப்பை ஏற்றுக் கொண்டு வைஸ்ராய் செயற்குழுக் கூட்டத்தில் பங்கேற்றார்.

ஜின்னா மற்றும் அம்பேத்கர் ஆகியோருடன் நெருக்கமாக இருந்ததை விடவும் போஸ் 1942-ல் காந்தியிடம் நெருக்கமாக இருந்தார். அடுத்த மூன்றாண்டுகள் கழித்து போஸ் இறக்கும் வரை இருவருக்கும் இடையே இந்த நெருக்கம் தொடர்ந்தது.

'வெள்ளையனே வெளியேறு' போராட்டத்துக்காக இருபத்தியோரு மாதம் சிறைத் தண்டனைக்குப் பிறகு, நோய்வாய்ப்பட்ட காரணத்தால் காந்தி விடுதலை ஆனார். இரு மாதங்கள் கழித்து 1944 ஜூலை 6 ஆம் தேதி தென் கிழக்கு ஆசியாவின் எங்கோ ஒரு மூலையிலிருந்து இந்தியர்களிடம் போஸ் வானொலியில் பேசினார். இதற்கிடையே போஸின் இந்திய தேசிய ராணுவம் ஜப்பானை எதிர்த்து இந்தியா - பர்மா எல்லையில் கடுமையாகப் போரிட்டுப் பெரும் உயிரிழப்பு களுக்கு இடையே தோல்வியைத் தழுவியது.

காந்தியைத் 'தேசத் தந்தை' என்ற அடைமொழியுடன் அழைத்த போஸ் வானொலி மூலம் அவரிடம் பேசியதாவது:

> 'மகாத்மாஜி, நானும் என்னுடன் இணைந்து பணியாற்றும் அனைவரும் இந்திய மக்களின் சேவகர்கள் என்றே கருதுகிறோம் என்பதை உங்களுக்கு உறுதிபடத் தெரிவித்துக் கொள்கிறேன்.[65] எங்கள் முனைவுகள், எங்கள் துயரங்கள், எங்கள் தியாகம் ஆகியவற்றுக்காக நாங்கள் எதிர்பார்க்கும் ஒரேயொரு பரிசு நமது தாய்மண்ணின் சுதந்திரம்தான். இந்தியா விடுதலை பெற்றவுடன் எங்களில் பெரும் பாலானோர் அரசியலிலிருந்து விலகவும் தயாராக உள்ளோம்.
>
> ஒருவேளை பிரிட்டிஷ் அரசு உங்களது 'வெள்ளையனே வெளியேறு' தீர்மானத்தை ஏற்றுக் கொண்டு சுதந்திரம் கொடுத்தாலோ, நமது நாட்டிலுள்ள மக்களின் சொந்த முயற்சிகள் மூலம் இந்தியா விடுதலை பெறுவதில் வெற்றி பெற்றாலோ, எங்களை விடவும் மகிழ்ச்சி அடைபவர்கள் வேறு யாரும் இருக்க மாட்டார்கள். இருப்பினும் நாங்கள் எங்கள் வழியில் தொடர்ந்து இயங்கக் காரணம் மேற்கூறிய இரண்டுமே சாத்தியமில்லை என்பதால்தான்.'

1945 ஆகஸ்ட் இறுதியில் ஜப்பான் சரணடைந்த உடனேயே தைவானில் நடைபெற்ற விமான விபத்தில் போஸ் இறந்துவிட்டதாக இந்தியாவுக்குச் செய்தி கிடைத்தது. 'அவர் தலைமறைவாகும் பட்சத்தில் இதுபோன்ற செய்திதான் வெளியாகும்' என்று வைஸ்ராய் வேவெல் தனது நாள்குறிப்பில் பதிவு செய்திருந்தார்.

சுபாஷின் இந்திய தேசிய காங்கிரஸில் அவரிடம் பணியாற்றியவரும், சுபாஷ் இறந்த அதே விமான விபத்தில் தப்பிப் பிழைத்தவருமான கர்னல் ஹபீப்-உர்-ரஹ்மான், தில்லியில் காந்தியைச் சந்தித்து சுபாஷின்

கடைசி நிமிட வீரத்தையும், ஆற்றலையும் விவரிக்கும் வரையில், சுபாஷின் மறைவை ஜீரணிக்க முடியாமல் காந்தி கூட ஒரு வருடம் வரை நம்பாமல்தான் இருந்தார்.

காந்தி தனது இறுதிக் காலங்களில் சுபாஷின் வீரத்தையும், தீரத்தையும், தியாக குணத்தையும், இந்து - முஸ்லிம் ஒற்றுமைக்காகப் பாடுபட்டதையும் அடிக்கடி குறிப்பிட்டார். 1948 ஜனவரி 3 ஆம் தேதி சுபாஷின் பிறந்த தினம் அன்று காந்தி பேசியதுதான் சுபாஷ் பற்றி அவர் கடைசியாகப் பேசியது.

~

அம்பேத்கர் - போஸ் உறவு குறித்து நமக்கு அதிக விவரங்கள் நமக்குக் கிடைக்கவில்லை என்பதையும், ஜின்னா - போஸ் உறவும் அதிகம் நீடிக்கவில்லை என்பதையும் பார்த்தோம். ஆனால் ஜின்னா - அம்பேத்கர் உறவு 1939 டிசம்பரில் இணைந்து கொண்டாடிய 'டெலிவரன்ஸ் நாளுடன்' நிற்காமல் அதைத் தாண்டியும் தொடர்ந்தது.

'தாட்ஸ் ஆன் பாகிஸ்தான்' (*Thoughts on Pakistan*) என்ற தலைப்பில் 1941-ல் அம்பேத்கர் எழுதிய நூலில் இடம் பெற்ற முக்கிய அம்சங்கள் காந்திக்கும் ஜின்னாவுக்கும் இடையே 1944 செப்டம்பரில் நடைபெற்ற சந்திப்பின் போது விவாதிக்கப்பட்டன. இந்நூலின் இரண்டாம் பதிப்பின் 1945 ஜனவரி 1 தேதியிட்ட முன்னுரையில் அம்பேத்கர் பின்வருமாறு குறிப்பிடுகிறார்:

> 'காந்தியும் ஜின்னாவும் தங்களது சமீபத்திய பேச்சுவார்த்தைகளில் நான் எழுதிய இப்புத்தகத்தை அவர்களது கலந்துரையாடல் களுக்கான அதிகாரப்பூர்வ ஆதாரமாக மேற்கோள் காட்டி அதிலுள்ள முக்கிய அம்சங்களை விவாதித்ததே இந்நூலின் மதிப்புக்குச் சான்றாக விளங்கும்.'

1945-ல் வெளியான இரண்டாம் பதிப்பு முன்னுரையில் அம்பேத்கர் கூறுவதாவது 'எனது முதல் பதிப்பில் பாகிஸ்தான் எண்ணம் குறித்த பல்வேறு விஷயங்களை நான் அலசினாலும் அது பற்றிய எனது கருத்தை எங்கேயும் பதிவு செய்யவில்லை. எனவே முதல் பதிப்பில் விடுபட்டுப் போன விஷயங்களை இரண்டாம் பதிப்பில் 5ஆம் பாகத்தில் புதிய பகுதியாக இணைத்து விவரித்துள்ளேன்' என்கிறார்.

பல்வேறு வாத விவாதங்கள் மூலம் பாகிஸ்தானுக்கு எதிரான கருத்துகளை அம்பேத்கர் பதிவு செய்திருந்தாலும், இரண்டாம் பதிப்பில் புதிதாக இணைத்திருந்த 5ஆம் பாகத்தில் 'முஸ்லிம்களுக்குப் பாகிஸ்தான் வேண்டும் என்று முடிவெடுத்திருந்தால் அதை அவர்களுக்குக் கொடுத்தே ஆக வேண்டும்' என்கிறார். இது பற்றிய அவரது வாதங்களையும், முடிவுரையையும் சுருக்கமாகப் பார்க்கலாம்:

ஸ்வராஜ்ஜியம் என்பது இந்து ராஜ்ஜியம் ஆகிவிடும் என்பதற்காக பாகிஸ்தான் கட்டாயம் வேண்டுமா? இந்து ராஜ்ஜியம் மீதான முஸ்லிம்களின் ஆட்சேபணை 'மனசாட்சிப்படியா' அல்லது 'அரசியல்' ரீதியானதா? இந்த ஆட்சேபணை மனசாட்சிப்படி எனில் இதுவொரு வித்யாசமான மனசாட்சி என்றுதான் கூற வேண்டும்.

இந்தியாவில் கோடிக் கணக்கான முஸ்லிம்கள் உண்மையிலேயே இந்து சமஸ்தான மன்னர்களின் கட்டுப்பாடற்ற இந்து ராஜ்ஜியத்தில் வாழ்ந்து கொண்டிருக்கின்றனர். ஆனால் இது பற்றி முஸ்லிம்களோ, முஸ்லிம் லீக்கோ இதுவரை எந்த ஆட்சேபணையையும் தெரிவிக்கவில்லை.

இந்து ராஜ்ஜியம் மீதான அரசியல் ஆட்சேபணை... அதாவது இந்து சமூகம் ஜனநாயக சமூகம் அல்ல என்னும் ஆட்சேபணை உண்மை தான். ஆனால் முஸ்லிம்களை உரிமையுடன் ஒரு கேள்வி கேட்கிறோம். இந்து சமூகத்தின் ஜனநாயகமற்ற நடத்தையின் தீமைகளால் பாதிக்கப்பட்டவர்கள் முஸ்லிம்கள் மட்டுந்தானா? கோடிக் கணக்கான சூத்திரர்களும், பிராமணர் அல்லாதோரும், தீண்டத்த காதவர்களும் இந்து சமூகத்தின் ஜனநாயகமற்ற நடத்தையால் கடுமையாகப் பாதிக்கப்படவில்லையா?

இந்து ராஜ்ஜியம் உண்மையிலேயே சாத்தியப்பட்டால், சந்தேகத்துக்கு இடமே இல்லாமல், அது நாட்டுக்கே மிகப் பெரிய கேடாக முடியும். எனவே இந்து ராஜ்ஜியம் உருவாகாமல் எப்பாடு பட்டேனும் தடுத்தே ஆக வேண்டும். ஆனால் இதற்கான உண்மை யான மாற்று பாகிஸ்தானா?

1920 முதல் 1937 வரை முஸ்லிம்கள், பிராமணர் அல்லாதோர், தலித்துகள் ஆகியோர் ஒன்றிணைந்து பல்வேறு மாகணங்களில் மாண்டேகு - செமஸ்ஃபோர்ட் மறுசீரமைப்புத் திட்டங்களைக் கூட்டாக அமல்படுத்தினர். 'இந்து ராஜ்ஜியம் உருவாகும் அபாயத்தை அழிப்பது' மற்றும் இந்துக்களுக்கும், முஸ்லிம்களுக்கும் இடையே மத நல்லிணக்கம் ஏற்படவும் 'இதுவொன்றே சிறந்த வழி' என்று நிரூபிக்கப்பட்டுள்ளது என்கிறார் அம்பேத்கர்.

அம்பேத்கருடைய பார்வையில் ஜின்னா நினைத்திருந்தால் 1940களிலேயே இந்த வழியை மிக எளிதாகப் பின்பற்றி இருக்கலாம். அது அவருக்குக் கடினமான செயலாகவும் இருந்திருக்காது. தனது பக்கம் வெற்றிக்கான அனைத்து வாய்ப்புகளையும் பெற்றிருந்த ஒரே மனிதர் ஜின்னாதான் என்றும் இதுபோன்ற அனைவரும் ஒன்றிணைந்த மதச் சார்பற்ற கட்சியை உருவாக்க அவர் முயன்றிருக்கலாம் என்றும் கூறுகிறார் அம்பேத்கர். 'ஒன்றிணைக்கும் ஆற்றல்' மற்றும் 'தேசியவாதி என்ற பெருமை' ஆகிய இரண்டையும் பெற்றவர் ஜின்னா என்பது அம்பேத்கரின் கருத்தாகும்.

ஒருமித்த மனம் கொண்ட இந்துக்களுக்கும், முஸ்லிம்களுக்குமான ஐக்கிய கட்சி என்ற அறிவிப்பை மட்டும் ஜின்னா வெளியிட்டு அழைப்பு விடுத்திருந்தால், காங்கிரஸை எதிர்க்கும் பல இந்துக்கள் ஜின்னாவோடு இணைந்திருப்பார்கள் என்று எண்ணினார் அம்பேத்கர்.

'இந்து ராஜ்ஜியத்துக்கான மாற்று பாகிஸ்தான் என்பது பயன் இல்லாதது என்பதுடன் அதை விடவும் இன்னும் மோசமானது' என்கிறார் அம்பேத்கர். 1945-ல் வெளியான இரண்டாம் பதிப்பின் முன்னுரையில் 'பாகிஸ்தான் வேண்டும் என்பதில் முஸல்மான்கள் தீவிரமாக இருந்தால் அதை அவர்களுக்குக் கொடுத்தே தீர வேண்டும்' என்று அம்பேத்கர் தெளிவாகவும் உறுதியாகவும் கூறுகிறார்.

பிரிவினைப் பிரசாரத்தை மேற்கொள்ளாமல், சாதி மதம் இல்லாத, காங்கிரஸுக்கு எதிரான கூட்டணியை அமைத்து அகில இந்திய அளவில் ஜின்னா அதற்குத் தலைமை ஏற்க வேண்டுமென்று காந்தி அழைப்பு விடுத்து ஐந்து ஆண்டுகள் கடந்த நிலையில், காந்தி விரும்பியதுபோல் சாதி மதமற்ற அரசியல் கட்சியை உருவாக்காமல் மீண்டும் முஸ்லிம் லீக் கட்சியை ஜின்னா உருவாக்கியதற்காக அம்பேத்கரும் வருத்தப்படுகிறார். இந்தவொரு விஷயத்தில் ஜின்னாவை விடவும், காந்தியிடம் நெருக்கமாக இருந்துள்ளார் அம்பேத்கர்.

ஆண்டர்சனின் நட்சத்திரங்களான - ஜின்னா, அம்பேத்கர் மற்றும் போஸ் ஆகியோரை உள்ளடக்கி நாங்கள் உருவாக்கிய 'கனவுக் குழு' காந்தி, நேரு, பட்டேல் ஆகியோருடன் இனியும் போட்டியிடப் போவதில்லை. சில முக்கியமான விஷயங்களில் மேற்கண்ட நட்சத்திரங்களில் ஒருவர் அல்லது இருவர் எதிர் அணியுடன் இணைந்து பணியாற்றுவர்.

~

இந்தியா சுதந்திரம் அடைவதற்குப் பதினெட்டு மாதங்கள் இருக்கும் நிலையிலும், பெரும்பான்மை இந்திய மக்களின் மனங்களில் பிரிவினை என்பது மறந்தே போன சூழலிலும், 1946 பிப்ரவரியில் ஜின்னாவும் பட்டேலும் மறைமுகமாக இணைந்து பணியாற்றினர். பம்பாயிலுள்ள ராயல் இந்திய கடற்படை பிரிட்டிஷ் அதிகாரிகளுக்கு எதிரான கடற்படை ஊழியர்களின் கலகமே இவர்களது ஈடுபாட்டுக்கு முக்கிய காரணமானது.

இந்தக் கலகம் கராச்சியிலும், சிட்டகாங்கிலும் எதிரொலித்து இறுதியில் சோகத்தில் முடிந்தது. பம்பாய் மாணவர்களும், மில் தொழிலாளர்களும் பெருமளவில் போராட்டத்தில் பங்கேற்றாலும் இந்தியர்கள் போராட்டத்தை முறையாக ஏற்பாடு செய்யவில்லை. கலகத்தை ஒடுக்கப் பிரிட்டிஷ் அரசு ஏவிய அடக்குமுறைக்கு 236

நபர்கள் மரணமடைந்தனர். 1156 நபர்கள் படுகாயம் அடைந்தனர். இவர்களுள் பெரும்பாலானோர் தொழிலாளர்கள், போராட்டக்காரர்கள் அல்லது மாணவர்கள்.

எந்தவொரு இந்திய அதிகாரியும் பிரிட்டிஷாரின் இரண்டாம்தர நடவடிக்கையை ஆதரிக்கவில்லை. இந்தியப் பணியாளர்களுக்குக் கொடுக்கப்படும் மட்டமான உணவு, வெள்ளை அதிகாரிகளின் நிற வேற்றுமைப் பாகுபாடு ஆகியவையே இந்தக் கலகத்துக்கு முக்கியக் காரணங்களாகும். பிரிட்டிஷ் தலைமையில் இயங்கும் இந்திய தேசிய ராணுவப் பணியிலிருந்து விலகி போஸின் படையில் சேர்ந்த மூன்று அதிகாரிகள் மீது தில்லி செங்கோட்டையில் நடைபெற்ற ராணுவ விசாரணை செய்தித் தாள்களில் பரவலாக வெளியாகியிருந்தது. பம்பாய் கலகத்துக்கு இந்நிகழ்வே ஊக்கம் அளித்திருக்க வேண்டும்.

'வெள்ளையனே வெளியேறு' போராட்ட நாயகியான அருணா அசஃப் அலி பம்பாய் வந்திருப்பதைத் தெரிந்து கொண்ட பம்பாய் கலக ஊழியர்கள் அவரைச் சந்தித்துத் தங்கள் போராட்டத்துக்கு ஆதரவு கோரினர். அப்போது அவர், கிட்டத்தட்ட சம வயது கொண்ட பம்பாயின் இரு முக்கியஸ்தர்களான முகம்மது அலி ஜின்னா மற்றும் வல்லபாய் பட்டேல் (ஜின்னாவை விட ஒரு வயது மூத்தவர்) ஆகியோரைச் சந்தித்து ஆலோசனையும், வழிகாட்டுதலையும் பெற அறிவுறுத்தினார். அப்போது இருவருமே, தனித்தனியாக, ஆனால் ஒரே மாதிரியான ஆலோசனையைத்தான் வழங்கினார்கள். அதாவது... கலகத்தைத் திரும்பப் பெற்றுக் கொள்ளுதல், மூத்த அதிகாரிகளிடம் சரண் அடைதல் மற்றும் பிரச்னைக்கான தீர்வை கோருதல்.[66]

பம்பாய் கலக ஊழியர்களின் உணவு மற்றும் அவர்களை மரியாதைக் குறைவாக நடத்தும் முறையை மாற்ற வலியுறுத்திப் பட்டேல் சம்பந்தப் பட்ட அதிகாரிகளிடம் பேசுவதாக உறுதி அளித்தார். ஜின்னாவும் இதே போன்று பேசியிருப்பார் என்று நிச்சயம் நம்புவோமாக!

~

பாகிஸ்தான் கோரிக்கை பற்றி அம்பேத்கர் மேற்கண்டவாறு எழுதிய இரண்டரை ஆண்டுகளுக்குப் பிறகு, சுதந்திர இந்தியாவின் முதல் கேபினெட்டில் அமைச்சராக இணையவும், இந்திய அரசியல் அமைப்புச் சட்ட உருவாக்கக் குழுவுக்குத் தலைமை ஏற்கவும், காந்தியின் அறிவுறுத்தலின்படி நேருவும், பட்டேலும் விடுத்த அழைப்பை அம்பேத்கர் ஏற்றுக் கொண்டார். இது பற்றிய விவரங்கள் ஏற்கனவே இந்நூலில் குறிப்பிடப்பட்டுள்ள நிலையில் மீதம் நீங்கள் அறிய வேண்டியது ஜின்னா தன்னை அறியாமல் செய்த பங்களிப்பே வரலாற்றில் இந்நிகழ்வு நடக்கக் காரணம் என்பதைத்தான்.

அனைத்து இந்தியர்களையும் உள்ளடக்கிய காங்கிரஸ் அல்லாத கட்சிக்கு ஜின்னா தலைமை ஏற்க வேண்டும் என்று அம்பேத்கர் தனது நிறைவேறாத விருப்பதைக் கூறி இருபது மாதங்கள் கழித்து, 1946-ல், இருவரும் இணைந்து பணியாற்றிய போது இரண்டு சுவாரஸ்யமான விஷயங்கள் நிகழ்ந்தன.

முதல் சுவாரஸ்யமான விஷயம் அம்பேத்கருக்கு நெருக்கமான, வங்காளத்தைச் சேர்ந்த ஜோகேந்திர நாத் மண்டல் என்னும் தலித் தலைவர், 1947 ஆகஸ்ட் மத்தி வரை புதுதில்லியில் ஆட்சியில் இருந்த காங்கிரஸ் - முஸ்லிம் லீக் தலைமையிலான இடைக்கால அரசில் லீக் சார்பாக அமைச்சரவையில் இடம் பெற்றிருந்தார். இடைக்கால அரசில் சேருவதற்கு லீக் விடுத்த அழைப்பை ஏற்றுக் கொள்ளுமாறு அம்பேத்கர் தனக்குத் தந்தி அனுப்பியதையும் பின்னாளில் மண்டல் பதிவு செய்துள்ளார்.[67]

அடுத்த முக்கியமான விஷயம் 1946 டிசம்பரில், அம்பேத்கர், பிரிக்கப் படாத இந்தியாவின் வங்காள மாகாணத்திலிருந்து, அங்கு பெரும் பான்மையாக இருந்த முஸ்லிம் லீக் ஆதரவுடன் அரசியல் அமைப்புச் சட்டமன்றத்துக்குத் தேர்ந்தெடுக்கப்பட்டார்.

ஆனால் சிறிது காலத்திலேயே அரசியல் அமைப்புச் சட்டமன்றத்தை முஸ்லிம் லீக் புறக்கணித்தாலும், அம்பேத்கர் புறக்கணிக்கவில்லை. கிழக்கு வங்காளத்தில் 1947 பிப்ரவரி 3 ஆம் தேதி நடைபெற்ற பொதுக் கூட்டத்தில் காந்தி பேசுகையில் 'அசெம்பிளி நிகழ்ச்சிகளில் டாக்டர் அம்பேத்கர் கலந்து கொண்டது நல்ல விஷயம்' என்று பாராட்டினார். பிரிவினைக்கு ஆதரவாக அம்பேத்கர் இருந்ததால் வங்காளத்தை அடிப்படையாகக் கொண்ட தொகுதியை அவர் இழக்க நேரிட்டது. இருப்பினும் பம்பாய் சட்டமன்றத்திலிருந்து அம்பேத்கர் மீண்டும் தேர்ந்தெடுக்கப்பட காங்கிரஸ் உதவியது.

அம்பேத்கர் முதன் முதலாக அரசியல் அமைப்புச் சட்டமன்றத்துக்குள் நுழைந்ததை ஆண்டர்சன் 'முஸ்லிம் - தலித் ஒற்றுமை' என்றும், அது காந்தியை 'அச்சுறுத்தும்' விஷயம் என்றும் கூறியுள்ளார். ஆனால் இருவரும் ஒன்று சேர்வதை காந்தி மனமார ஆதரித்தார் என்பதே உண்மை. இன்னொன்றையும் கவனிக்க வேண்டும். ஜோகேந்திர நாத் மண்டல் - முஸ்லிம் லீக் கூட்டணி மண்டலுக்கு எதிர்பார்த்த சந்தோஷத்தைத் தரவில்லை. பாகிஸ்தான் அரசு தனக்கு வழங்கிய அமைச்சர் பதவியை ராஜிநாமா செய்த மண்டல் 'நானும், என்னுடன் வந்த கிழக்கு வங்காள தலித்துகளும் மிக மோசமாக பாகிஸ்தானில் நடத்தப்பட்டோம்' என்று மிகுந்த வருத்தத்துடன் குறிப்பிட்டுள்ளார் (1950 அக்டோபர் 8).[68]

~

181 பக்கங்கள் கொண்ட ஆண்டர்சன் நூலில் 1920 தொடங்கி இந்திய வரலாற்றில் நடைபெற்ற ஒவ்வொரு நிகழ்வும் முழுமையாகப் பதிவு செய்யப்படவில்லை என்று கூறுவது அர்த்தமற்ற குற்றச்சாட்டாகும். இருப்பினும் இந்தப் பகுதியை நிறைவு செய்வதற்கு முன்பாக அவரது ஆய்வில் விடுபட்டுப் போன சில செய்திகளைக் கூறுவது பயனுள்ளதாக இருக்கும்.

ஆண்டர்சன் சரியாகக் குறிப்பிட்டதுபோல், பிரிட்டிஷ் சாம்ராஜ்யத்துக்கு எதிராக நடத்திய ஆயுதப் போராட்டத்தில் இந்து, முஸ்லிம் மற்றும் சீக்கிய ராணுவ வீரர்களை ஒருங்கிணைத்தது சுபாஷ் போஸின் வெற்றியாகும். ஆனால் இதைத் தொடர்ந்து 1947 ஆகஸ்ட் - செப்டம்பரில் நடைபெற்ற சோகமான பஞ்சாப் கலவரங்களில் இரு பக்கங்களைச் சேர்ந்த முன்னாள் ஐஎன்ஏ வீரர்கள் பலர் தீவிரமாகப் பங்கேற்றதை ஆண்டர்சன் பதிவு செய்யவில்லை.

லாகூரைச் சேர்ந்த பிரிட்டிஷ் காவல்துறை ஆவணங்களை மேற்கோள் காட்டிப் பஞ்சாப் குறித்து 2000-ல் 'செல்ஃப் அண்ட் சாவரீனிடி' (*Self and Soverignity*) என்ற நூலை ஆயிஷா ஜலால் வெளியிட்டார். 'ராணுவத்திலிருந்து விலகிய / விலக்கப்பட்ட வீரர்கள் மற்றும் முன்னாள் ஐஎன்ஏ வீரர்கள் ஆகியோரை எவ்வாறு ஒருங்கிணைத்து உற்சாகப்படுத்தி முஸ்லிம் லீக் தேசியப் படையில் சேர்ப்பதுடன், இந்துக்கள் மற்றும் சீக்கியர்களுக்கு எதிராக அவர்களைப் போராட வைக்க வேண்டும் என்பதுதான், 1947 மே மாதம் லாகூர் மேம்டாட் வில்லாவில் நடைபெற்ற முஸ்லிம் லீக் மாநாட்டு நிகழ்ச்சி நிரலில் இடம்பெற்ற முக்கிய அம்சம்' என்று அந்த நூலில் தெளிவாக விளக்குகிறார்.[69]

சில மாதங்கள் கழித்து 1947 அக்டோபரில் பாகிஸ்தானிலிருந்து காஷ்மீருக்குள் அஃப்ரிதி ஆக்கிரமிப்பாளர்கள் ஊடுருவ, ஐஎன்ஏவின் முன்னாள் ராணுவ அதிகாரிகள் திட்டம் போட்டுக் கொடுத்ததுடன் அமைப்பு ரீதியான ஒருங்கிணைப்புப் பணிகளிலும் ஈடுபட்டனர்.[70] பாகிஸ்தான் ராணுவ அதிகாரியான அக்பர் கானும் 1975-ல் வெளியிட்ட 'ரைடர்ஸ் இன் காஷ்மீர்' (*Raiders in Kashmir*) என்ற தனது நூலில் இச்செய்தியை உறுதிப்படுத்துகிறார்.

மேற்கண்டவற்றிலிருந்து நாம் தெரிந்து கொள்ளும் முக்கிய விஷயம். காந்தி, பட்டேல், நேருவின் இந்திய தேசிய காங்கிரஸ், ஜின்னாவின் முஸ்லிம் லீக், அம்பேத்கரின் பட்டியலின மக்களின் கூட்டமைப்பு அல்லது குடியரசுக் கட்சி ஆகியவற்றைப் போன்று சுபாஷ் போஸின் ஐஎன்ஏவும் அமைப்பும் சரியல்ல என்பதுதான்.

இரண்டாவது ஜின்னா-காந்தி தொடர்பான ஆண்டர்சனின் கருத்துகள். குறிப்பாக இந்தியா பிளவுபடாமல் இருக்க வேண்டும் என்பதற்காக

ஜின்னாவைப் பிரதமராக்க வேண்டும் என்ற காந்தியின் எண்ணம் மற்றும் காந்தியின் திட்டப்படி ஜின்னா ஒப்புதலுடன் 1948 பிப்ரவரியில் பாகிஸ்தானுக்கு அவர் மேற்கொள்ளவிருந்த பயணம். அவரது பயணப் பட்டியலில் அப்போது பாகிஸ்தான் தலைநகராக இருந்த கராச்சி, பஞ்சாப் மற்றும் எல்லை மாகாணம் ஆகியவை இடம் பெற்றிருந்தன.

1947 டிசம்பர் முதல் 1948 ஜனவரி வரை பல வாரங்கள் பொதுவான சிலரால் காந்தியின் பாகிஸ்தான் பயணத் திட்டம் தயாரிக்கப்பட்டது.[71] பிளவுபடாத வங்காளத்தின் முன்னாள் பிரதமர் ஹுசேன் ஷாஹீத் சுராவர்தி, 1945-ல் பஞ்சாப் காங்கிரஸிலிருந்து விலகி முஸ்லிம் லீக்கில் இணைந்து கொண்ட லாகூரின் மியன் இஃப்திகாருத்தீன் மற்றும் இந்தியாவுக்கும் பாகிஸ்தானுக்கும் பயணித்த மூன்று பார்சீக்கள் - பம்பாயின் ஜெஹாங்கீர் பட்டேல், பூனாவின் தீன்ஷா மேத்தா மற்றும் கராச்சியின் ஜாம்ஷெத் மேத்தா.

காந்தியின் படுகொலை அவரது பாகிஸ்தான் பயணத்தை ரத்து செய்தாலும், ஜின்னா - காந்தி ஒப்பந்தம் இருவருக்குமான பொதுவான கதையில் மிக முக்கிய அங்கம் வகிக்கிறது.

அம்பேத்கர் மீதான ஆண்டர்சனின் பதிவுகள் தொடர்பாகக் கடைசியாக ஒரு கேள்வி. இறப்பதற்குச் சில காலம் முன்பாக ஏராளமான தொண்டர் களுடன் அம்பேத்கர் பௌத்த மதத்தைத் தழுவியதை விஷயத்தை ஏன் முற்றிலுமாகத் தவிர்த்தார்? அம்பேத்கரின் பௌத்த மத மாற்றம் நிச்சயமாக இந்து மதத்தை அவர் முற்றிலுமாகப் புறக்கணித்ததையே காட்டினாலும், இந்தியாவின் ஒடுக்கப்பட்டவர்களுக்கு மோதல் போக்கை விடவும் நீதி கிடைக்க வேண்டும் என்பதற்கான அவரது அங்கீகாரமாகவும் கொள்ளலாம்.

சாதியை வெறுத்த மற்றும் சமத்துவத்தின் வரலாற்று அடையாளம் புத்தர். இருப்பினும், அம்பேத்கர் போன்ற அறிவாளிகளுக்குப் புத்தரும் கருணையின் சின்னம் என்பது தெளிவாகத் தெரியும். அம்பேத்கர் வாழ்க்கையின் இறுதி நாள்களில் நடைபெற்ற மிகப் பெரிய நிகழ்வைப் பதிவு செய்யாமல் மறைத்தது ஆண்டர்சன் போன்ற படித்தவர்கள் செய்யும் செயலா?

ஜின்னா, அம்பேத்கர் மற்றும் போஸ் ஆகிய மூவரைப் பற்றிய இந்நூலைப் படிக்கும் போது ஒவ்வொருவரும் ஒவ்வொரு கோணத்தில் மற்றவரை விடவும் காந்திக்கு மிக நெருக்கமாக இருப்பதுபோல் தோன்றும். அதே தருணம் இம்மூவரும் துணைக் கண்டத்தின் மாற்றுத் தலைமைப் பொறுப்பை ஏற்க முன் வரவில்லை அல்லது அதற்கான முயற்சியையும் எடுக்கவில்லை என்பதையும் கவனிக்க வேண்டும்.

முடிவுரை

காந்திக்கு எதிராகத் தனிப்பட்ட முறையில் ஸ்வாமியும், ஆண்டர்சனும் சுமத்திய குற்றச்சாட்டுகள் நியாயமற்றவை என்றாலும், இப்போது அது தொடர்பான சில கேள்விகளைக் கேட்டே ஆக வேண்டும். இத்தகைய புகார்கள் காந்தி மீது எழக் காரணம் என்ன?

ஸ்வாமி விஷயத்தில் அளிக்கும் விளக்கம் கிட்டத்தட்ட இப்படி இருக்கலாம். 1962-ல் கடைப்பிடித்த காந்தியின் வன்முறை இல்லாத அஹிம்சை அணுகுமுறையே இந்திய ராணுவத்தை வலுவிழக்கச் செய்துவிட்டது என்னும் தவறான எண்ணமும், இந்திய மக்கள் தொகையில் கணிசமான எண்ணிக்கையில் முஸ்லிம்கள் இருப்பதுமே ஸ்வாமியைக் கவலைப்பட வைத்துள்ளது. ஆனால் இதற்கு மாறாக, காந்தி முஸ்லிம்களுடன் பல விஷயங்களில் ஒத்துப் போகாவிட்டாலும், முஸ்லிம்கள் இங்கு இருப்பதை மனதார வரவேற்றதுடன் அவர்களுடன் நட்பாக இருக்கவும் விரும்பினார்.

ஏற்கனவே முதல் பாகத்தில் பார்த்தபடி ஸ்வாமியின் மக்கள் அனைவரும் இந்துக்கள். இருப்பினும் இந்தியாவிலுள்ள முஸ்லிம்கள் அல்லது கிறிஸ்தவர்கள் மீது அவருக்கு வெறுப்பு இல்லை. இன்னும் சொல்லப் போனால் அவர்களில் பெரும்பான்மையோரிடம் காணப்படும் நல்ல குணங்களைப் பாராட்டியுள்ளார். ஆனால் முஸ்லிம்களும், கிறிஸ்தவர்களும் அவருடைய மக்கள் அல்ல. இந்து சமூகமே அவருக்கு முக்கியம். ஆனால் காந்தியைப் பொறுத்தவரை இந்தியாவிலுள்ள எல்லோரும் அவரது மக்களே.

அனைத்துக் கலாச்சாரங்களும், தனிநபர்களும், தவறென்றாலும் மீட்கப்படக் கூடியதே என்பது காந்தியின் எண்ணம். ஆனால் ஸ்வாமியோ, சில கலாசாரங்கள் மட்டும் மீட்க முடியாத நிலையிலும், உலகுக்கு அச்சுறுத்தலை ஏற்படுத்தும் வகையிலும் உள்ளன என்றும் சந்தேகப்படுகிறார்.

ஸ்வாமிக்கு இப்படியொரு கருத்து இருக்குமெனில் அவர் தனித்து விடப்படவில்லை. அவரைப் போலவே உலகின் பெரும்பாலானோர் பிரம்மாண்ட முஸ்லிம் உலகத்தின் அச்சுறுத்தல் இருக்குமென்றும், இதன் காரணமாக உலகம் இரண்டாகப் பிளவுபடும் என்றும் அஞ்சுகின்றனர். ஆனால் இந்த அச்சத்தை மெய்ப்பிக்கும் வகையில், நாம் வாழும் காலத்திலேயே, சில முஸ்லிம் குழுக்கள் இஸ்லாமின் பெயரில், உலகின் பல பகுதிகளில் தீவிரவாதச் செயல்களில் ஈடுபட்டு வருகின்றன என்ற உண்மையை யாரும் மறுக்க முடியாது. மனிதத் தன்மையற்ற இந்த மிருகச் செயல் முஸ்லிம்களையும், முஸ்லிம் அல்லாதவர்களையும் கடுமையாகப் பாதிப்பதால், இந்தியா மற்றும் உலகெங்கும் வாழும் பெரும்பான்மை முஸ்லிம்கள் இதை நிராகரிக்கின்றனர்.

தீவிரவாதச் செயல்களில் முஸ்லிம்கள் மட்டுமே ஈடுபடுகின்றனர் என்று கூற முடியாது. முஸ்லிம் அல்லாதவர்களும் தீவிரவாதங்களில் ஊடுருவியுள்ளனர். காந்தி மட்டும் இன்றைக்கு உயிருடன் இருந்திருந்தால், தீவிரவாதம் மற்றும் வன்முறைக்கு எதிராக ஒவ்வொரு முஸ்லிம் மற்றும் முஸ்லிம் அல்லாதோர் மனசாட்சியில் எப்படியேனும், ஏதேனும் ஒரு மாற்றத்தை ஏற்படுத்தி இருப்பார். ஒவ்வொரு சமூகத்திலும் வாழும் சாதாரண ஆண் மற்றும் பெண்ணின் மனத்தில் தீவிரவாதம் எண்ணங்கள் உருவாகாத வகையில் அவர்களது திறனை மேம்படுத்தச் சொல்வார்.

என்னுடைய கருத்துப்படி காந்தி மீதான ஸ்வாமியின் குற்றச்சாட்டு களுக்குக் கீழ்க்கண்டவையே காரணம்:

- காந்தியின் வாழ்க்கை மற்றும் சிந்தனை தொடர்பான தவறான தகவல்
- 1962-ல் இந்திய ராணுவம் காந்தியின் அஹிம்சை முறையைப் பின்பற்றியது என்னும் மிகைப்படுத்தப்பட்ட கணிப்பு
- அந்த ஆண்டு இந்தியாவின் படுதோல்வி குறித்த ஸ்வாமியின் அதிர்ச்சியும் அவமானமும்
- நாட்டை வலுப்படுத்த ராணுவ ஆயுதங்களின் மிகைப்படுத்தப் பட்ட பங்களிப்புப் பற்றிய அவரது கணிப்பு
- இந்திய முஸ்லிம்களுடனான அவரது குறைந்த அளவிலான தொடர்பு. இவர்களில் பெரும்பாலானோர் அக்கம் பக்கம் வாழும் இந்துக்களுடன் நட்பாகவே இருக்க விரும்புகின்றனர்

நமக்குப் பிடித்தாலும், பிடிக்காவிட்டாலும், இந்தியாவின் எல்லாப் பகுதிகளிலும், இந்துக்களும், முஸ்லிம்களும், நெருக்கமாவே

வாழ்கின்றனர். இருப்பினும் இவர்களில் எத்தனை நபர்கள் ஒருவரை ஒருவர் புரிந்து வைத்துள்ளனர் அல்லது ஒருவரை ஒருவர் தெரிந்தாவது வைத்துள்ளனரா? முஸ்லிம் அறிவாளிகளும், வெளிப்படையான முற்போக்குச் சிந்தனையுள்ள ஸ்வாமி போன்றவர்களும், இந்தியாவில் புரிதலை மேம்படுத்துவதுடன், அமைதிக்கான தளத்தையும் உருவாக்கலாம்.

~

ஆண்டர்சன் எதற்காகக் காந்தியை விமர்சிக்க வேண்டும்? புதிய இடதுசாரியாக வர்ணிக்கப்படும் அவர் நிச்சயம் ஸ்டாலின் ஆதரவாளர் அல்ல; ஐரோப்பிய காலனி ஆதரவாளரும் அல்ல. அவர் அவற்றுகு எதிரானவர்.

இருப்பினும் ஆண்டர்சன் யாருக்காக அல்லது எதற்காக என்பது தெளிவாகத் தெரியவில்லை. தனது 'இந்தியன் ஐடியாலஜி' நூலில் ஆக்கப்பூர்வ நோக்கமென்று எதையும் குறிப்பிடவில்லை. ஒரு சில இடங்களில் 'ட்ராட்ஸ்கியைப் புகழ்வதோ', ஒரு வகையான 'நிரந்தரப் புரட்சி' என்று கூறுவதோ அவரது தெளிவான அல்லது விரிவான குறிக்கோளைத் தெரிவிக்காது.

இந்தியா வளர்ச்சி அடையாததற்கு 'மதம்' மற்றும் 'சாதி' ஆகியவையே இரு முக்கியக் காரணங்கள் என்று ஆண்டர்சன் சுட்டிக் காட்டியதை நாம் பார்த்தோம். அவருடைய பார்வையில் இந்தியா 'மதத்துடன் கலந்த தேசமாக விளங்குவதால்தான்' வர்க்கப் போராட்டமாக மாறுவதைச் சாத்தியமற்றதாக்குகிறது. இதற்கும் மேலாகச் சாதி வேற்றுமைகள் - ஏராளமான சாதிகள் இங்கு குவிந்திருப்பதால் பொதுவான அரசியல் போராட்டமும் சாத்தியமின்றிப் போனது.

இந்நிலையில் ஆண்டர்சன் பரிந்துரைக்கும் ஒற்றை வழி என்ன தெரியுமா..? இறந்து அரை நூற்றாண்டுகளுக்கும் மேலாகிவிட்ட காந்தி, நேரு மற்றும் பட்டேல் ஆகியோரின் நற்பெயரையும் சிந்தனை களையும் அழிக்கவேண்டும். நாட்டின் குக்கிராமங்களுக்கெல்லாம் காந்தி எடுத்துச் சென்ற அன்றைய காங்கிரஸுடன் ஒட்டு உறவும் இல்லாத, மத்திய ஆட்சியைப் பிடிக்கும் ஆற்றலும் இல்லாத (2015-ல் எழுதப்பட்டது), இன்றைய இந்திய தேசிய காங்கிரஸையும் அழிக்கவேண்டும். ஆண்டர்சன் பரிந்துரைக்கும் இந்த ஒற்றைச் செயல் திட்டம் மூலம் இந்தியா எதிர்கொள்வதாக அவர் சொல்லும் எந்தத் தடங்கலைத் தாண்டமுடியும்?

இந்தியா குறித்த ஆண்டர்சனின் நம்பிக்கையற்ற நிலைப்பாடு எனக்கு சுமார் நூற்றி ஐம்பது ஆண்டுகளுக்கு முன்பு மார்க்ஸும்,

ஏங்கெல்ஸும் எடுத்ததை நினைவுபடுத்துகிறது. இன்றைக்குப் பெர்ரி ஆண்டர்சனைப் போன்றே, அன்றைக்கு கார்ல் மார்க்ஸும், ஃப்ரெட்ரிக் ஏங்கெல்ஸும் பிரிட்டிஷ் காலனி ஆட்சியை எதிர்ப்பதில் உறுதியாக இருந்தனர். 1857-ல் நடைபெற்ற இந்திய சிப்பாய் கலகத்தின் போது இங்கிலாந்தில் வாழ்ந்து கொண்டிருந்த இவ்விருவரும் இப்புரட்சி தொடங்கிய போது மகிழ்ந்தனர். இது குறித்த இவர்களின் கருத்துகளை அமெரிக்காவிலிருந்து வெளியாகும் 'நியூயார்க் டெய்லி ட்ரிப்யூன்' பத்திரிகை வெளியிட்டது.[72]

இந்தப் புரட்சி விரைவில் படுதோல்வியைத் தழுவ வேண்டும் என்று பிரிட்டிஷார் பொதுவாக விரும்பும் மற்றும் எதிர்பார்க்கும் நிலையில், மார்க்ஸ் முற்றிலும் எதிர்மறையான கருத்தை வெளியிட்டார். 1857-ல் மீரட் மற்றும் டெல்லி நகரங்கள் புரட்சியாளர்கள் கைக்கு மாறிய தகவல் லண்டனுக்குத் தெரிய வந்தவுடன், 'இங்கிலாந்திலிருந்து ஒரு கடிதம்' என்ற தலைப்பில் 'பிரிட்டிஷ் ஆட்சியாளர்கள் இந்திய ராணுவத்தில் உள்ளூர் ரெஜிமெண்ட்களை உருவாக்கியதன் மூலம் தெரிந்தோ, தெரியாமலோ, இந்திய மக்களிடம் காணப்படாத போராட்டக் குணத்துக்கு வழிவகுத்ததுடன், பொதுவான எதிர்ப்பு மையம் வலுப்படவும் காரணமாகி விட்டனர்' என்று மார்க்ஸ் எழுதினார். 'மேலும் இந்தியாவில் வாழும் இந்துக்களும், முஸ்லிம்களும் தங்களின் பரஸ்பர வேற்றுமைகளை மறந்து கூட்டாக இணைந்து போராடினர்' என்றும் சுவாரஸ்யத்துடன் குறிப்பிடுகிறார்.

ஆகஸ்ட் 18 ஆம் தேதி 'நியூயார்க் டெய்லி ட்ரிப்யூன்' நாளிதழில் வெளியான கட்டுரையில் 'பம்பாய் மற்றும் மதராஸ் ராணுவ ரெஜிமெண்ட்களும் விரைவில் இப்புரட்சியில் இணைந்து கொள்ள வாய்ப்பிருக்கிறது' என்று மார்க்ஸ் குறிப்பிட்டுள்ளார். ஆனால் அவர் எதிர்பார்த்தபடி எதுவும் நடைபெறவில்லை. இருப்பினும் நாம் தெரிந்து கொள்ள வேண்டிய முக்கிய விஷயம் புரட்சியின் வலிமையை பிரிட்டிஷ் அரசு குறைத்து மதிப்பிட்ட நிலையில், மார்க்ஸ் அதை மிகையாக மதிப்பிட்டார். தில்லிக்குள் மீண்டும் நுழைய பிரிட்டிஷ் மேற்கொண்ட முயற்சி குறித்து ஆகஸ்ட் 29-ல் வெளியான நியூயார்க் டெய்லி ட்ரிப்யூன் கட்டுரையில் 'எங்களுடைய கணிப்பின்படி அடுத்த தகவல் இங்கிலாந்து ராணுவம் பின்வாங்கியது என்ற செய்தியாகத்தான் இருக்கும்' என்று மார்க்ஸ் எழுதியுள்ளார்.

செப்டம்பர் 17 'டெய்லி ட்ரிப்யூன்' நாளிதழில் வெளியான மற்றொரு கட்டுரையில் 'பிரிட்டிஷ் ஹவுஸ் ஆஃப் காமன்ஸ் சபையில் சமர்ப்பிக்கப்பட்ட அதிகாரப்பூர்வ ப்ளூ புக்ஸ்-ல் இந்திய மக்கள் மீது பிரிட்டிஷ் அரசின் அடக்குமுறைகள், கொடுமைகள், துன்புறுத்தல்கள் ஆகியவை ஆதாரங்களுடன் பட்டியலிடப்பட்டுள்ளன' என்று மார்க்ஸ்

பதிவு செய்துள்ளார். மேலும் 'உலகம் நம்பும் அளவுக்குச் சந்தேகத்துக்கே இடமில்லாத வகையில் இந்திய மக்கள் மீது அன்பும் ஆதரவும் பிரிட்டிஷ் அரசு செலுத்தவில்லை என்பதற்கு இதுவே போதுமான சாட்சி' என்றும் கூறியுள்ளார்.

கான்பூர் மற்றும் லக்னோவிலுள்ள பிரிட்டிஷ் முகாம்களைச் சூழ்ந்து கொண்டு முற்றுகையிட்டதால் அவர்களை விடுவிக்கத் தளபதி ஹென்றி ஹேவ்லாக் தலைமையில் கிழக்குப் பகுதியிலிருந்து ராணுவம் வரவழைக்கப்பட்டிருந்தது. ஆனால் லக்னோவில் பிரிட்டிஷ் முயற்சி வெற்றி பெறாது என்று 1857 அக்டோபர் 13 'டெய்லி ட்ரிப்யூன்' நாளிதழில் மார்க்ஸ் எழுதிய கட்டுரை பின்வருமாறு:

> 'லக்னோவைப் பொறுத்தவரை சமீபத்திய தகவல்கள் மூலம் முன் கூட்டியே கணித்தது இப்போது உறுதியாகி உள்ளது. கான்பூரில் ஹேவ்லாக் பின்வாங்க வேண்டிய சூழலுக்குத் தள்ளப்பட்டுள்ளார். நேபாளப் படைகளால் எந்த உதவியும் சாத்தியப்படவில்லை. எனவே அந்த இடத்தைக் கைப்பற்றப் பஞ்சம், பட்டினி மற்றும் புரட்சியாளர்களுடன் அவர்களது மனைவிகள், குழந்தைகள் மீதான வன்முறைகளையும் படுகொலைகளையும் விரைவில் எதிர்பார்க் கலாம்.'

இந்தக் கட்டுரையை மார்க்ஸ் எழுதியபோது செப்டம்பர் 25 ஆம் தேதி ஹேவ்லாக் எப்படியோ லக்னோவிலுள்ள பிரிட்டிஷ் படையைப் பலப்படுத்திவிட்டார். சில மாதங்கள் கழித்துத் தளபதி காலின் கேம்ப்பெல் லக்னோவில் முற்றுகையிடப்பட்ட பிரிட்டிஷாரை வெற்றிகரமாக விடுவித்த செய்தி லண்டனிலுள்ள ஏங்கெல்ஸுக்குக் கிடைத்த போது அதிர்ச்சி அடைந்தார். ஆவாத்திலுள்ள புரட்சியாளர்கள் துரோகம் இழைத்ததாக 'டெய்லி ட்ரிப்யூன்' 1858 ஜனவரி 10-ல் வெளியான கட்டுரையில் அவர்களைக் கடுமையான சொற்களால் கண்டித்தார்:

> ஐரோப்பிய அதிகாரிகளிடம் பயிற்சி பெற்றதுடன், ஏராளமான ஆயுதங்களையும் பெற்ற சிலர், ஐரோப்பியர்களின் பாதுகாப்பிலுள்ள ஒற்றை இடத்தைக் கூட ஜெயிக்க முடியவில்லை. 'ராணுவ ரீதியாகச் சொல்வதென்றால்' இவர்கள் காட்டுமிராண்டிகள். எனவே உள்ளூர் வாசிகளான இவர்களுக்குச் சாதகமாக வித்யாசமான அம்சங்கள் எது இருப்பினும், இவர்கள் மீதான வெற்றி ராணுவத்துக்குக் கூடுதலாக எந்தப் பெருமையையும் அளிக்காது.'

இந்தியர்கள் சமூகக் கட்டமைப்பின் அடித்தளத்தில் மட்டுமே வாழத் தகுதியானவர்கள் என்னும் பொருள்பட 'ராணுவ ரீதியாகச் சொல்வ தென்றால்' என்ற ஏங்கெல்ஸின் சொல்லாடல் கவனிக்கத்தக்கது. புரட்சி நடைபெறுவதற்கு நான்கு ஆண்டுகள் முன்பாக 1853 ஆகஸ்ட் 5

‘டெய்லி ட்ரிப்யூன்’ நாளிதழில் வெளியான கட்டுரையில் இந்தியாவில் பிரிட்டிஷாரின் கொள்கைகள் மீதான குற்றச்சாட்டுகளில் சிறு திருத்தங்களுடன் மார்க்ஸ் கீழ்க்கண்டவாறு கூறுகிறார்:

> ‘இங்கிலாந்து இரு நோக்கங்களை இந்தியாவில் நிறைவு செய்ய வேண்டும் - முதலாவது அழிவு, அடுத்தது மறு உற்பத்தி. பழைய ஆசிய சமூகத்தை முற்றிலுமாக அழித்துவிட்டு மேற்கத்திய சமூக அடித்தளத்தை ஆசியாவில் அமைக்க வேண்டும்.’

1850களில் மார்க்ஸும், ஏங்கெல்ஸும் இந்தியர்களின் திறனைக் குறைத்து மதிப்பிட்டு மட்டம் தட்டிய நிலையில், இன்றைய இந்தியா மீதான ஆண்டர்சன் எதிர்பார்ப்புகள் இன்னும் குறைவாகவே உள்ளன. மொத்தத்தில் நூற்றி ஐம்பது ஆண்டுகள் இடைவெளி இருந்தாலும், ஐரோப்பிய காலனி ஆதிக்கத்துக்கு எதிரான இம்மூவரும் ஒருமித்த குரலில் குற்றம் சாட்டுவது: இந்தியர்கள் ஐரோப்பியர்கள் அல்ல.

பின்தங்கிய நிலையில் இந்தியர்களால் செய்யக் கூடியது ஏதுமில்லை. ஆனால், ஆமாம், அவர்களால் தங்களை உருவாக்கிய தந்தைகளுள் காந்தி, நேரு, பட்டேல் ஆகிய மூவரின் நற்பெயருக்குக் களங்கத்தை ஏற்படுத்த இயலும், அதைச் செய்யவும் வேண்டும். அவருடைய தொப்பியில் சமத்துவம் ஒளிர்விடலாம், ஆனால், ஆண்டர்சன் பேனா வெளிப்படுத்துவது இனவெறியே. சந்தேகமின்றி, கார்ல் மார்க்ஸ் விஷயத்திலும் அதுவே உண்மை.

தனது பங்குக்கு காந்தி, ஆசிய மற்றும் இந்திய சமூகத்திலுள்ள தவறுகளை முழுவதையும் உணர்ந்து இருந்ததால், அவற்றின் கொடுமை களைப் பலமுறை கடுமையான சொற்களால் கண்டித்துள்ளார். இருப்பினும் இத்தகைய தவறுகளை அனுமதித்த கிழக்குச் சமூகத்தை முற்றிலும் அழிக்கும் உரிமை மேற்கத்திய சமூகத்துக்கு இல்லை என்பதிலும் தெளிவாக இருந்தார். எந்த வகையான சமரசத்துக்கும் அவர் உடன்படவில்லை. அவை தாமாகவே அவற்றை எதிர்கொண்டு தங்களைத் திருத்திக் கொள்ளும் என்று காந்தி உறுதியாக நம்பினார்.

ஒவ்வொரு தனிநபரும், சமூகமும், முனைவு மற்றும் நேர்மையுடன் துணிச்சலாக ‘ஒளிவிளக்கைத் திருப்பித் தன்னைத் தானே தேடுவதன் மூலம்’, இந்திய சமூகம் நாட்டு விடுதலையை நோக்கி முன்னேறும் என்றும், மக்களிடையே சுதந்திரம், சமத்துவம் மற்றும் சகோதரத்துவம் ஆகியவை மலருமென்றும் காந்தி எண்ணினார். மேலும் கடந்த கால இந்தியாவின் சிறந்தவற்றிலிருந்தும், உலகின் கடந்த கால மற்றும் தற்போதைய சிறந்த விஷயங்களிலிருந்தும் ஊக்கம் பெறவும் அவர் விரும்பினார்.

ஆனால் இந்திய மற்றும் உலகின் வல்லரசுகளின் முன்பு காந்தி அடிபணிய மாட்டார். இந்தியாவிலுள்ள ஏழை விவசாயி துண்டுடன் இருப்பதைக் கண்ட காந்தி இனி வாழ்நாள் முழுவதும் இடுப்பில் ஒரு முழத் துண்டை மட்டுமே கட்டுவேன் என்று உறுதி பூண்டார். 1931-ல் லண்டனில் இங்கிலாந்து அரசருக்கு அளிக்கப்பட்ட வரவேற்பில் கலந்து கொண்ட போதும் அந்த ஒரு முழத் துண்டை அகற்றவோ வேறு ஆடைக்கு மாறவோ காந்தி மறுத்துவிட்டார். அவரைப் பொறுத்தவரை இந்திய விவசாயியும், இங்கிலாந்து அரசரும் மனிதர்கள் என்ற வகையில் சமமானவர்களே. ஆனால் மார்க்ஸ் மற்றும் ஆண்டர்சன் போன்றவர்களுக்குச் சில இனங்கள் உயர்ந்தவை, சில தாழ்ந்தவை.

இன்றைய புதிய இடதுசாரித் தலைவர் மற்றும் மார்க்சிஸத் தொடக்க கால நிறுவனர்களின் சிந்தனைகள் ஒரே மாதிரி இருப்பது நம்மை ஆச்சரியப்படுத்தவில்லை. 'சமூக ரீதியான அடிப்படை வரலாற்று மாற்றம் தொடர்பான வர்க்கப் போராட்ட ஆதரவாளராகவே' நாம் ஆண்டர்சனை முன்னுரையில் பார்த்தது குறிப்பிடத்தக்கது.

இதற்கு முற்றிலும் மாறாக, காந்தி, இந்தியாவின் அனைத்துப் பிரிவினரையும், சாதிகளையும், மதங்களையும் ஒன்றிணைக்க வேண்டுமென விரும்பினார். ஏற்கனவே நாம் அடையாளம் கண்டுள்ள இனவாதப் பிரிவினையுடன், சிந்தனை இடைவெளியும், ஆண்டர்சனின் குற்றச்சாட்டை விளக்க உதவும். இருப்பினும் 'தி இந்தியன் ஐடியாலஜி' நூலில் இந்தியாவில் வர்க்கப் போராட்டம் நடைபெறு வதற்கான எந்தத் திட்டமும் இல்லை என்றே ஆண்டர்சன் கூறுகிறார். 'களங்கம்' ஏற்படுத்த வேண்டும் என்னும் அவருடைய பரிந்துரை, செயலுக்கான அவருடைய தனிப்பட்ட அழைப்பே ஆகும்.

~

பிரிவினை நிகழக் காரணம் என்ன? இது பற்றிய திருப்திகரமான விளக்கங்கள் இந்தியாவில் இல்லை என்னும் ஆண்டர்சனின் கருத்து முழுவதும் ஏற்கக் கூடியதே. 1947 பிரிவினை குறித்துப் பெரும்பான்மை இந்தியர்கள் இன்னும் உண்மையான, ஆழமான, விரிவான பகுப்பாய்வை மேற்கொள்ளவில்லை என்பதுடன் அதைத் தொடர்ந்து நடைபெற்ற படுகொலைகள் (தொடர்புடைய கேள்விகள் என்றாலும் இரண்டும் தனித்தனி) நிச்சயம் ஏமாற்றத்தின் வெளிப்பாடு மற்றும் கவலைப்படத்தக்க விஷயமாகும். புதிதாகப் பிரிவினையோ, வன்முறையோ ஏற்படும்போது இந்தியாவுக்குப் பொதுவாகவே ஏன் இழப்பு ஏற்படுகிறது என்பதும் இதில் கவனிக்கத்தக்க இன்னொரு செய்தி.

1947-ல் நடைபெற்ற இரு பிரச்னைகளுக்கும் பிரிட்டிஷ் சாம்ராஜ்யமே காரணம் என்று சொல்வது கேவலம் மற்றும் பொய்யும் கூட. பிரிவினைக்குப் பல ஆண்டுகள் முன்பாகவே முஸ்லிம் தலைவரும், விடுதலைப் போராட்ட வீரருமான முகம்மது அலி ஜவஹர் 1919-1922 வரையிலான மூன்று ஆண்டுகள் இந்திய முஸ்லிம் ஒற்றுமைக்கு அரும்பாடு பட்டார். இந்தியப் பிரச்னைகளுக்குப் 'பிரித்தாளும் சூழ்ச்சியே' காரணம் என்று சொல்வதைப் புறக்கணித்தார். 'அவர்கள் நம்மைப் பிரிக்கவில்லை' மாறாக 'நம்மை நாமே பிரித்துக் கொள்கிறோம். அவர்கள் ஆள்கிறார்கள்' என்கிறார் ஜவஹர். ஆண்டர்சன் இதே உண்மையைக் கொஞ்சம் குத்தலாகவும், கிண்டலாகவும் கூறுகிறார்.

இருப்பினும் 1947 பிரிவினைக்கான காரணங்கள் என்ன என்பதைத் தொடக்கம் முதல் புரிதலுக்காக எனக்குத் தெரிந்தவற்றைச் சொல்கிறேன்.

இந்திய வரலாற்றின் தொடக்க காலம் முதற்கொண்டே உயர் சாதி இந்துக்கள் தங்கள் உயர் குடிப்பிறப்பின் தூய பெருமையைப் பறைசாற்றிக் கொள்ளத் தயங்கியதே இல்லை. அதுபோல் முகம்மதியர்கள் இந்தியாவில் தடம் பதித்த நாள் தொடங்கிப் பிரபல முஸ்லிம்கள் தங்கள் தூய நம்பிக்கையின் கருத்தை வலியுறுத்தாமல் இருந்ததில்லை. பிறப்பு அல்லது நம்பிக்கை எதுவாக இருந்தாலும் வெறுப்பு கொண்டவர்கள் மீதான கோபம் தவிர்க்க முடியாததாகி விட்டது.

இருப்பினும், வாழ்க்கைக்கும் வாழ்வாதாரத்துக்கும் ஒருவரை ஒருவர் சார்ந்திருக்கும், மக்கள் தொகையில் பெரும்பான்மை வகிக்கும், இந்து மற்றும் முஸ்லிம்களை உள்ளடக்கிய பிரபலமற்ற இந்துக்களும், முஸ்லிம்களும், மேற்கூறிய நம்பிக்கையையும், கருதுகோளையும் ஒதுக்கிவிட்டு இணைந்து வாழவேண்டிய அவசியத்தைக் கற்றுக் கொண்டனர்.

சிறு அல்லது மிகப் பெரிய பகுதியை ஆண்ட முஸ்லிம் அல்லது இந்து தலைவர்களும், மன்னர்களும், இந்துக்களையும், முஸ்லிம்களையும் உள்ளடக்கிய கலவையான மக்களையே ஆண்டனர் (இடத்துக்கு இடம் இந்தக் கலவை மாறுபடும்). அதேபோல் நிர்வகித்த பெரும் பான்மை அதிகாரிகளும் இரு மதங்களைச் சேர்ந்தவர்களாகவே இருந்தனர். காலம் செல்லச் செல்ல, கூட்டாக இணைந்து செயல்படுதல், ஒற்றுமை ஆகியவை பிரச்னைகளைப் புறந்தள்ளியதாகவே தோன்றுகிறது.

பதினெட்டாம் நூற்றாண்டில் இந்தியாவில் அதிகாரத்தைக் கைப்பற்றிய பிரிட்டிஷார் புத்திசாலித்தனமாக இந்தியர்களுக்கு எதிராக இந்தியர் களையே தூண்டிவிட்டனர். இந்தியர்களும் விசுவாசத்துடன் ஒருவரை ஒருவர் காட்டிக் கொடுத்து நம்பிக்கை துரோகம் இழைத்தனர். இருப்பினும் அந்நிய ஆட்சியின் அடக்குமுறையையும்,

அவமானத்தையும், சகிக்க முடியாமல் அவ்வப்போது கலகங்களும் புரட்சிகளும் ஆங்காங்கே வெடித்தன.

அந்நிய ஆட்சிக்கு எதிரான சில புரட்சிகளில் இந்துக்களும் முஸ்லிம்களும் கைகோர்த்துக் கொண்டனர். 1857, 1919-22, 1930-32, 1942 என ஒவ்வொரு நிகழ்வின் போதும் ஆங்கிலேய அதிகாரிகள் மிரண்டனர். சுதந்திரம் கைக்கு எட்டிய தூரத்தில்தான் என்று தோன்றியது. ஆனால் ஆங்கிலேய அரசு உறுதியுடன் துப்பாக்கி முனையில் கலவரங்களை அடக்கியது.

ஆனால், ஆங்கிலேய அரசின் உறுதிப்பாடு 1945-ல் இரண்டாம் உலகப் போர் முடிந்த போது முற்றிலும் சீர்குலையவே, சுதந்திரம் சாத்தியமானது.

இந்தக் கால இடவெளி முக்கியமான ஒரு செய்தியைத் தெரிவிக்கிறது. 1857, 1919-22, 1930-32, 1942 என ஒவ்வொரு முறையும் நடைபெற்ற கூட்டுப் போராட்டத்துக்குப் பிறகு இணைந்திருந்த இந்துக்களும் முஸ்லிம்களும் மீண்டும் தனித்தனியே பிரிந்தனர். இதன் மூலம் பொதுவான எதிரி என்பது தற்காலிக இணைப்பைப் போன்றதுதான் என்பது நிரூபணமானது.

இந்தியாவின் நீண்ட நெடிய வரலாறு என்பது நிரந்தரப் பகையோ, உடையாத நல்லிணக்கமோ அல்ல. அந்தக் கதையில் பிறப்பு / நம்பிக்கை காரணமாகப் பிரபலங்களுக்கு இடையே நடைபெற்ற மோதல் சாதாரண மக்களிடம் உள்ள சக ஜீவித வாழ்க்கைப் பார்வையுடன் இணைந்து செயல்படுகிறது. இந்தக் கதையானது மோதல்களின் நிறுத்தல் புள்ளிகளைக் கொண்டது.

இந்திய ஒற்றுமை விஷயத்தில், துரதிருஷ்டவசமாக, பிரிட்டிஷ் சாம்ராஜ்யம் விலகத் தொடங்கிய 1945-47 கால கட்டமும், இந்து - முஸ்லிம் அணிதிரளலுக்கான காலகட்டமாகிவிட்டது.

~

1947-ல் நடைபெற்ற பிரிவினைக்கு காந்தி ஒப்புதல் அளித்தபோது அதை எதிர்த்து அவர் ஏன் உண்ணாவிரதம் இருக்கவில்லை என்று கேட்கப்பட்டது. பாகிஸ்தான் பிரிவினை கோரிய போது அதை எதிர்த்த காந்தி 'என்னை முதலில் துண்டு துண்டாக வெட்டிப் போட்டு விட்டுப் பிறகு இந்தியாவைப் பிரியுங்கள்' என்று சொல்லியிருந்தார் (ஹரிஜன் சேவக் 1940 செப்டம்பர் 12). 1947 ஜூன் 9 அன்று காந்தி இதற்குப் பின்வருமாறு விளக்கமளித்தார்:

> 'சமீபமாக என்னைக் கேள்விக்கணைகளால் தாக்கி ஏராளமான கடிதங்கள் வருகின்றன. நாட்டைத் துண்டாடுவது எனது சொந்த

உடலைக் கூறு போடுவதற்குச் சமம்' என்று நான் சொன்ன சொற்கள் எந்த அளவுக்குப் பயனற்றுப் போய்விட்டன என்று எனது நண்பர் ஒருவர் சுட்டிக் காட்டினார்.... இந்த நாட்டைப் பிரிக்கக் கூடாது என்று நான் சொன்ன போது இந்த நாட்டின் பெரும் பான்மை மக்கள் எனக்கு ஆதரவாக இருப்பார்கள் என்று உறுதியாக நம்பினேன்... ஆனால் மக்கள் விருப்பம் எனக்கு எதிராக இருப்பதைத் தெரிந்த கொண்ட பிறகு என் கருத்தை அவர்கள் மீது திணிக்கத்தான் வேண்டுமா என்று யோசித்தேன்? ... நான் படியிறங்கி ஒதுங்கிக் கொள்ள வேண்டும் என்று முடிவெடுத்தேன்.'

1947-ல் முஸ்லிம் பெரும்பான்மையினருக்குச் சொந்த நாடு வேண்டும் என்று முஸ்லிம் லீக் கோரிக்கை வைத்த போது முஸ்லிம் சமூக மக்கள் ஆரவாரத்துடன் வரவேற்று மகிழ்ந்தனர். இதற்கு எதிர்ப்பு தெரிவிக்கும் வகையில் பஞ்சாப்பிலும், வங்காளத்திலும் முஸ்லிம் அல்லாதவர்களுக்குத் தனி இடம் வேண்டுமென்று காங்கிரஸ் கோரியது. இந்தக் கோரிக்கையை பஞ்சாப்பிலுள்ள இந்துக்கள் - சீக்கியர்கள் மற்றும் வங்காளத்தின் இந்துக்களும் முன்வைத்தனர். ஆனால் இந்தப் பிரிவினையை எதிர்த்து காந்தி சாகும் வரை உண்ணாவிரதம் இருக்க மறுத்துவிட்டார்.

பாகிஸ்தான் உருவாவதை எதிர்த்து காந்தி உண்ணாவிரதம் மேற்கொண்டிருந்தால் அது பிரிவினையைத் தடுத்திருக்காது. மாறாக மற்றுமொரு இந்து - முஸ்லிம் வன்முறை மற்றும் படுகொலைகளுக்கு வழிவகுத்திருக்கும். 'நான் மட்டும்தான் சரி என்று நிரூபிப்பதற்காக இறப்பது அர்த்தமற்றது' என்கிறார் காந்தி (ஜூன் 5 ஆம் தேதி).

1840களில் மெக்ஸிகோவுக்கு எதிராக அமெரிக்கா போர் தொடுத்த போது அதைக் கடுமையாகக் கண்டித்த ஆபிரஹாம் லிங்கன், அதிபரான பிறகு 1861-65-ல் நடைபெற்ற உள்நாட்டுப் போருக்கு அவரே தலைமை வகித்தது குறிப்பிடத்தக்கது. இன்றளவும் இந்தப் போரே அமெரிக்க வரலாற்றில் இரத்தக்கறை படிந்த மோசமான போராகக் கருதப்படுகிறது. கடந்த முப்பது ஆண்டுகளாக வன்முறைக்கு எதிராக அமைதியான அஹிம்சைப் போராட்டத்தை நடத்திய காந்தியால் 1947-ல் இந்தியா - பாகிஸ்தான் விடுதலை பெற்ற ஆண்டு நடைபெற்ற இந்து - முஸ்லிம் படுகொலைகளைத் தடுக்க முடியவில்லை. கிட்டத் தட்ட 5 லட்சத்துக்கும் அதிகமான மக்கள் இரு தரப்பிலும் கொன்று குவிக்கப்பட்டனர்.

'பிரிவினையின் போது ஏன் படுகொலைகள் நிகழ்ந்தன?' இக்கேள்வியை இந்திய மற்றும் இந்தியர் அல்லாத நண்பர்கள் காந்தியிடம் கேட்டதற்கு அவர் அளித்த பதில்:

1947 ஜுலை 24: வெளியிலிருந்து பார்க்கும்போது நாங்கள் உண்மையையும், அஹிம்சையையும் பின்பற்றினோம். ஆனால் உள்ளுக்குள் வன்முறையுடனே இருந்தோம். அப்படி சுயநலத்துடனும், போலித்தனமாகவும் இருந்ததால் வலியையும், வேதனையையும் அனுபவித்தோம். இன்றைக்கும் கூட வன்முறையைத் தூண்டிப் போருக்கு வழிவகுத்துக் கொண்டிருக் கிறோம். ஆனால் இந்த இடைவெளி உடனடியாகக் தடுக்கப்படா விட்டால் 1857 சிப்பாய்க் கலகத்தின் போது நடைபெற்ற ரத்தக் களறியை விடவும் இன்னும் மோசமான விளைவுகள் ஏற்படும்.

மூன்று நாள்களுக்கு முன்பு ரிஷிகேசத்திலுள்ள ஸ்வாமி சிவானந்தாவும் வன்முறை குறித்த அதே கேள்வியை காந்தியிடம் கேட்ட போது முன்பு சொன்ன அதே பதிலை மீண்டும் சொன்னார் - 'அஹிம்சை என்ற பெயரில் வன்முறை மனதில் இருந்து வந்திருக்கிறது. அதன் பலனை இப்போது அனுபவிக்கிறோம்'.

காந்தியின் அஹிம்சையில் காணப்படும் இரு முக்கிய அம்சங்கள் 'பயப்படாதே 'மற்றும் 'வெறுக்காதே' ஆகியவையே. இவை இரண்டையும் கடைப்பிடிப்பது கடினம் என்றாலும் இரண்டாவதை விட முதலாவது பரவலாக ஏற்றுக் கொள்ளப்பட்டுள்ளது. ஒட்டு மொத்தமாக (ஆங்கிலேயரை) வெறுப்பதற்கும், ஒருவரை (இந்துக்கள் அல்லது முஸ்லிம்கள்) ஒருவர் வெறுப்பதற்கும் ஒரு சிறிய அடிதான் இடைவெளி. இது குறித்து ஜுன் 16 ஆம் தேதி காந்தி கூறியதாவது:

'நாங்கள் போராடிய காலத்தில் (சுயராஜ்யம்) அணு ஆயுதம் தயாரிக்க எங்களுக்கு யாருமே கற்றுத் தரவில்லை. ஒருவேளை எங்களுக்கு அதைத் தயாரிக்கத் தெரிந்திருந்தால் ஆங்கிலேயரை விரட்டி அடிக்க அதைப் பயன்படுத்தி இருக்கலாம்'.

'வன்முறை சாத்தியப்படாததால் எனது ஆலோசனை ஏற்றுக் கொள்ளப் பட்டது' என்கிறார் காந்தி. பிரிட்டிஷ் ஆட்சியை எதிர்த்தாலும் இங்கிலாந்து, ஸ்காட்லாந்து, ஐயர்லாந்து, வெல்ஷ் மக்களிடம் அன்பு செலுத்த வேண்டும் என்னும் அவரது உறுதியான கட்டளையை இந்தியர்கள் ஏற்றுக்கொண்டனர் என்னும் பொதுவான நம்பிக்கைக்கு எதிராக உள்ளது இந்தக் கருத்து.

வன்முறையில் நம்பிக்கையில்லாத ஏராளமான சத்தியாகிரகிகள் காந்தியின் சத்தியாகிரகப் போராட்டத்தில் ஈடுபட்டு அவரது கொள்கைகளை அமல்படுத்தினர். உதாரணத்துக்கு குஜராத் பர்தோலி சத்தியாகிரகிகள் போராட்டம் காரணமாக 1928-ல் நில வரி குறைக்கப்பட்டது. 1930-ல் சத்தியாகிரகிகள் நடத்திய உப்பு யாத்திரை நாடு தழுவிய புரட்சிக்கு வழிவகுத்தது. 1930-ல் கான் அப்துல் கஃபார்

கான் தலைமையில் நடந்த குதய் கிட்மட்கர் போராட்டத்தின் போது ஆங்கிலேயர்கள் கடுமையாகத் தாக்கிய போதும் அவர் பின்வாங்கவும் இல்லை, திருப்பி அடிக்கவும் இல்லை. இன்னும் ஆய்வுக்கு உட்படுத்தப்படாத 1940-41-ல் தேசிய அளவில் நடைபெற்ற தனிநபர் ஒத்துழையாமை இயக்கத்தின் போது அதில் பங்கேற்ற 15000க்கும் அதிகமான கட்டுப்பாடான சத்தியாகிரகிகள்... என்று பட்டியல் நீண்டு கொண்டே போகும்.

இந்த மையக்குழுவின் சத்தியாக்கிரக உணர்வைப் பெரும்பான்மை மக்களின் மனப்போக்கு பிரதிபலிக்கவில்லை. சுயராஜ்ஜியப் போராட்டம் நடைபெறும் ஒவ்வொரு முறையும் வன்முறை வெடித்த போது, மட்டுப்படுத்தப்படாத பெரும்பான்மைக் கோபமே அதற்குக் காரணமென்று காந்தி வாதிடுவார். இருப்பினும் வன்முறை காரணமாகப் பல போராட்டங்களை காந்தி ரத்து செய்தாலும், அதே இடத்திலோ அல்லது புதிய இடத்திலோ பிரசாரத்தை மீண்டும் தொடங்குவார். தனது அல்லது தனது மக்களின் விடுதலை வேட்கையை நிரந்தரமாக அடக்க முடியாது என்பதை காந்தி உணர்ந்திருந்ததே இதற்கு முக்கியக் காரணம் ஆகும்.

ஆனால் பிரிட்டிஷ் மக்கள் மீது அன்பு செலுத்த வேண்டும் என்னும் காந்தியின் கோரிக்கைக்கு, அவரது கொள்கைகளையும், சத்தியாகிரகத்தையும் ஆதரித்ததுடன் பல்வேறு புரட்சிகளிலும் பங்கேற்ற பெரும்பான்மை மக்களே உடன்படவில்லை. இந்தியா முழுவதும் பிரிட்டிஷார் மீதிருந்த வெறுப்பு பொதுவானது என்பதுடன் இயற்கையானதும் கூட. 1946-47-ல் ஏற்படப் புதிய சூழல் காரணமாக ஏற்கனவே மக்கள் மனதில் நீறுபூத்த நெருப்பாக இருந்த பிரிட்டிஷ் எதிர்ப்பு இந்து எதிர்ப்பாகவும், முஸ்லிம் எதிர்ப்பாகவும் மாறியதை காந்தி மிகச் சரியாகவே கண்டுகொண்டார்.

ஆனால் பிரிட்டிஷார் வருவதற்கு முன்பாகவே இந்து எதிர்ப்பும், முஸ்லிம் எதிர்ப்பும் இருந்ததை நாம் ஏற்கனவே பார்த்தோம். மேலும் சுதந்திரப் போராட்டக் காலம் முழுவதும், இங்கிருந்த துரோகிகள் சிலரே பிரிட்டிஷ் சாம்ராஜ்யத்துடன் இணைந்து அவர்களின் பிரித்தாளும் சூழ்ச்சிக்குத் துணை போனதுடன், இந்தியர்களிடையே பகை உணர்வையும் விதைத்துத் தூண்டிவிட்டனர்.

1947 படுகொலைகளுக்குச் சில கூடுதல் காரணங்களும் உள்ளன. பஞ்சாப், வங்காளம் மற்றும் இந்தியா முழுவதிலுமிருந்து விரைவில் பிரிட்டிஷ் அரசு வெளியேறும் என்று பிப்ரவரி 20 ஆம் தேதி லண்டனிலிருந்து திடீரென வந்த அறிக்கையே முதலாவது முக்கியக் காரணம். மேலும் லாகூர், கல்கத்தா மற்றும் தில்லியில்

ஆங்கிலேயர்களுக்குப் பதிலாக மாற்று அரசுகளை அமைக்கப் போகிறவர்கள் யார் யார் என்பன குறித்த விவரங்களை லண்டன் தெரிவிக்காததும் மற்றுமொரு முக்கியக் காரணம்.

அடுத்தது யார் என்ற குழப்பமே மக்கள் மத்தியில் கட்டுப்படுத்த முடியாத கலவரங்களுக்கு வழிவகுத்தது. 1947-ல் படுகொலைகள் நடைபெற்ற பஞ்சாப்பில் அரசியல்வாதிகள் சாத்தியமற்ற மற்றும் வன்முறையைத் தூண்டும் கோரிக்கைகளை முன்வைத்தனர். முஸ்லிம் அரசியல்வாதிகள் பஞ்சாப் முழுவதையும், அதாவது முஸ்லிம் அல்லாதவர்கள் அதிகம் வாழும் பஞ்சாப் பகுதிகளைச் சேர்த்துக் கேட்டார்கள். அதேபோல் சீக்கியத் தலைவர்கள் பஞ்சாப் முழுவதையும், அதாவது முஸ்லிம்கள் பெரும்பான்மையாக வசிக்கும் பஞ்சாப் பகுதிகளையும் சேர்த்துக் கேட்டார்கள்.

கோரிக்கைகளைக் குறைத்துக் கொள்ளவோ, பிரிவினைத் திட்டத்தை ஏற்றுக் கொள்ளவோ, ஒருங்கிணைந்த பஞ்சாப்பை ஆட்சி செய்ய இரு பிரிவினரையும் உள்ளடக்கிய கூட்டணி அரசையோ ஏற்றுக் கொள்ள மறுத்துவிட்டனர். மாறாக மாகாணத்திலுள்ள உள்ளூர் முஸ்லிம் மற்றும் சீக்கிய அரசியல்வாதிகள் சாத்தியமற்ற ஒரு சூழலை உருவாக்கிப் பேரழிவுக்குக் காரணமாயினர். இதனைத் தொடர்ந்து இரு சமூகங்களிலுள்ள சில பிரிவினர் பரஸ்பரம் ஒருவர் இனத்தை மற்றொருவர் அழிப்பதே தீர்வு என்ற அபாயகரமான முடிவுக்கு வந்தனர்.

பஞ்சாப்பில் சீக்கியர்களை விடவும் அதிக மக்கள் தொகையைக் கொண்ட இந்துக்களின் பிரதிநிதிகளான இந்து அரசியல்வாதிகள் இந்தப் பூதாகாரமான பிரச்னைக்கு எந்த ஆக்கப்பூர்வமான தீர்வையும் காணாமல் அமைதி காத்தனர். இதற்குக் காரணம் அகில இந்திய அளவில் இந்திய தேசியக் காங்கிரஸோ, முஸ்லிம் லீக்கோ, வெளியேறவிருக்கும் பிரிட்டிஷ் அரசோ, எந்த அறிவுறுத்தலையும், ஆலோசனையையும் வழங்க முயற்சி எடுக்கவில்லை.

பஞ்சாப் பிரச்னை நாளுக்கு நாள் மோசமாகி வருவதைக் கருத்தில் கொண்டு ஜின்னாவை முன்னிறுத்தி காந்தி பரிந்துரைத்த திட்டத்தை வைஸ்ராயும், இந்திய தேசியக் காங்கிரஸ் தலைவர்களும் கூட்டாக (இந்த ஒரு விஷயத்துக்காக மட்டும்) இணைந்து புறக்கணித்தனர்.

இந்தியாவிலிருந்த பிரிட்டிஷ் மக்களும், ராணுவ வீரர்களும், காவல் துறையினரும், இங்கிருந்து எவ்வளவு விரைவாக வெளியேற முடியுமோ அவ்வளவு விரைவாக வெளியேறுவதிலேயே குறியாக இருந்ததால், பஞ்சாபியர்களுக்குள் மிகப் பெரிய வன்முறை வெடித்த நிலையில் பிரிட்டிஷார் எந்தப் பொறுப்பையும் ஏற்காமல் ஒதுங்கிக் கொண்டனர் அல்லது தட்டிக் கழித்தனர்.

பிரிட்டிஷ் அரசிலிருந்த முஸ்லிம் அதிகாரிகளுக்குத் தங்கள் குடும்பத்தினருடன் இந்துக்கள் அதிகம் வசிக்கும் பஞ்சாப் மற்றும் வங்காளத்திலிருந்து பாதுகாப்பாக வெளியேறி எல்லையைக் கடக்க வேண்டும் என்பதே முக்கிய விருப்பமாக இருந்தது. அதேபோல் முஸ்லிம்கள் பெரும்பான்மையாக வாழும் மேற்கு பஞ்சாப் மற்றும் கிழக்கு வங்காளத்திலிருந்த இந்து மற்றும் சீக்கிய அதிகாரிகளுக்கு அங்கிருந்து பத்திரமாகக் குடும்பத்துடன் வெளியேறினால் போதும் என்பதே நோக்கமாக இருந்தது.

எனவே மக்களைக் காப்பாற்ற வேண்டிய பொறுப்பை மக்களே ஏற்றுக் கொண்டு சிறப்பாகச் செய்தனர். கொலைகாரப் பஞ்சாபியர்களை விடவும் பெரும்பான்மையாக இருந்த மனிதாபிமானம் மிக்க பஞ்சாபியர்கள், மாற்று மதத்தைச் சேர்ந்த அப்பாவி மக்களை, வீர தீரத்துடன் அமைதியாகக் காப்பாற்றினர். இதை விடவும் பெரிய, புனிதமான மற்றும் முறையாகப் பதிவு செய்யப்படாத கதை வேறெதுவும் இருக்க முடியாது.[73]

ஆனால் திடீரென மாறிய சூழலில் விஷமிகளும், கொலைகாரர்களும், குடிகாரர்களும், போதை மருந்துக்கு அடிமையானவர்களும், அயோக்கியர்களும், குற்றவாளிகளும் கதாநாயகர்களாகிவிட்டனர். தங்கம், வீடு இவற்றின் மீதான பேராசையும் நிலைமையை மோசமாக்கின. புதிய எல்லையின் இரு பக்கங்களிலும் பாதிக்கப்பட்ட அகதிகள் கோபத்தில் கொந்தளித்துக் கொண்டிருந்தனர். இரு பக்கங்களிலும் முன்னாள் ஐஎன்ஏ உள்ளிட்ட முன்னாள் ராணுவத்தினர் தேவையான ஆலோசனைகள், தலைமைப்பண்புகள், ஆயுதங்கள் ஆகியவற்றை வன்முறையாளர்களுக்கு வழங்கினர். வெடி மருந்துகளும், துப்பாக்கிகளும் மறைத்து வைக்கப்பட்டுள்ளன என்ற தவறான தகவல்களும் தாக்குதல்களைத் தூண்டிவிட்டன.

யாரும் யாரையும் திருப்பித் தாக்கக் கூடாது என்றும், அமைதி திரும்ப வேண்டுமென்றும், தனது உயிரைப் பிணை வைத்து காந்தி வேண்டுகோள் விடுத்தார். இருப்பினும் இரு பக்கங்களைச் சேர்ந்தவர்களும் பரஸ்பரம் சிறு சிறு பிரச்னைகளைக் கூட ஊதிப் பெரிதாக்கிப் பழி வாங்கும் உணர்ச்சியைத் தூண்டிவிட்டனர். சாந்தம் தவழும் அமைதியான நட்பைச் சீர்குலைக்கும் வகையில் குரோதமும், கொலை வெறியும், தீரப் பகையை உருவாக்கின.

~

1947-ல் பிரிட்டிஷ் இந்தியாவை விட்டு வெளியேறியதைத் தனது ஆய்வில் ஆண்டர்சன் விளக்குகையில் மேற்கூறிய ஏனைய முக்கிய

அம்சங்களைக் குறிப்பிடாமல் புறக்கணித்துவிட்டார். அனைத்துப் பக்கங்களிலும் உள்ள கடுமையான எதிர்ப்புகளும்கூட முக்கியமானவை என்ற காந்தியின் கருத்து பற்றியும் எதுவும் கூறவில்லை. இந்து மதம், இந்துக்கள் மற்றும் இந்திய சமூகத்தில் உள்ள குறைகளைச் சுட்டுக் காட்டுவதில்தான் ஆண்டர்சன் குறியாக இருந்தார், கவனம் செலுத்தினார்.

ஆண்டர்சனின் ஆய்வு நடுநிலையாக இல்லாமல், ஒருதலைப்பட்சமாக இருந்தாலும், காந்தியே ஒப்புக்கொண்டபடி, விடுதலை, அமைதி, ஒற்றுமை ஆகிய மகாத்மாவின் சொந்த நோக்கங்களில் ஏற்பட்ட மாறுபாடுகளையும் கவனிக்க வேண்டும். கடுமையான எதிர்ப்புகளுக்கும், வெறுப்புகளுக்கும், தீர்வு காணப்படாவிட்டால், அமைதியுடனும், ஒற்றுமையுடனும் கூடிய விடுதலை என்பது சாத்தியமே இல்லை.

பிரிட்டிஷாருக்கு எதிரான மக்களின் கோபத்தை காந்தி ஏற்றுக் கொண்டு அதை மக்களின் பிரச்னையாகவே அடையாளம் கண்டதை நாம் அங்கீகரித்தே ஆக வேண்டும். ஆனால் அந்தக் கோபம் வெறுப்பாக மாற அவர் கடைசிவரை உறுதியாக அனுமதிக்கவே இல்லை. 'வெள்ளையனே வெளியேறு' போராட்டத்துக்கு முதல் நாளான 1942 ஆகஸ்ட் 7 அன்று பம்பாய் கௌவாலியா ஏரிக்கரையில் நடைபெற்ற பிரம்மாண்டக் கூட்டத்தில் பங்கேற்றுப் பேசுகையில் ஒவ்வொருவரும் மற்றவர் மீதுள்ள வெறுப்பை மனத்திலிருந்து அகற்ற வேண்டுமென்று கீழ்க்கண்டவாறு கோரிக்கை விடுத்தார்:

> 'உங்கள் மனத்தில் சிறிதேனும் இனத் துவேஷமும், வெறுப்பும் இருந்தால் தயவு செய்து போராட்டக் களத்திலிருந்து வெளியேறி விடுங்கள். இன்னும் சொல்லப்போனால் பிரிட்டிஷ் மீதான வெறுப்பைக் கூட இதயத்திலிருந்து அகற்றுங்கள். குறைந்தபட்சம் எனது இதயத்தில் அதுபோல் எந்தவிதமான வெறுப்பும் இல்லை என்பதைத் தெரிவித்துக் கொள்கிறேன்.
>
> எனது வாழ்க்கையில் மிகப் பெரிய போராட்டத்தைத் தொடங்கும் தருணத்தில் எனது இதயத்தில் பிரிட்டிஷுக்கு எதிரான எந்த வெறுப்பும் இருக்க வாய்ப்பில்லை. அவர்கள் கஷ்டத்தில் இருக்கிறார்கள் என்ற எண்ணம் காரணமாக நான் அழுத்தம் தர வேண்டும் என்ற சிந்தனையும் என் மனத்தில் எழவில்லை. அந்த மாதிரி எப்போதும் இல்லவே இல்லை'.

தனது இதயத்தில் பிரிட்டிஷுக்கு எதிரான வெறுப்பை வளர்க்காமல் காந்தி வெற்றிகரமாகக் கட்டுப்படுத்திக் கொண்டார். இருப்பினும் சில தருணங்களில் தவிர்க்க இயலாமல் காந்தி கூடத் தனது கோபத்தை அவர்கள் மீது வெளிப்படுத்தி இருக்கலாம். 1931 க்ரேட் டிப்ரெஷன்

போது வேலையில்லாத லங்காஷையர் மக்களின் மீதும், தனிப்பட்ட முறையில் பல பிரிட்டிஷார் மீதும் காந்திக்குப் பிரியமும், அன்பும் இருந்தாலும் அவர் என்றைக்குமே பிரிட்டிஷாரைத் 'தனது' மக்களாகக் கருதியதே இல்லை.

பிரிட்டிஷாரைக் 'தனது' மக்களாகக் காந்தி கருதியிருந்தால் 1940 ஜூலையில் நாட்டை ஹிட்லர் கைப்பற்றிக்கொள்ள அனுமதிக்குமாறு பிரிட்டிஷாரைக் கேட்டுக் கொண்டதுடன், நாஜிக்களை அஹிம்சை மற்றும் ஒத்துழையாமை இயக்கம் போன்ற அமைதியான வழிகளில் எதிர்க்கத் தொடங்கி இருப்பார் ('ஹரிஜன்' 1940 ஜூலை 6). மேலும் 1947 அக்டோபர் - நவம்பரில் காஷ்மீர் போரின்போது வாழ்த்தியதைப் போல், பிரிட்டிஷாரின் வீர தீரத்தையோ, அஹிம்சையோ, வன்முறையோ, பாராட்டி வாழ்த்தியிருக்க மாட்டாரா?

1947 செப்டம்பர் 28 அன்று, அதாவது பிரிட்டிஷ் அரசுக்கு நடைமுறை சாராத ஆலோசனை வழங்கிய ஏழு ஆண்டுகளுக்குப் பின்னர், இரண்டாம் உலகப் போரில் சர்ச்சில் இங்கிலாந்துக்குத் தலைமை தாங்கி வெற்றி வாகை சூடியதற்கு காந்தி தனது மனமார்ந்த வாழ்த்து களை வெளிப்படையாகவே தெரிவித்துக் கொண்டார். இங்கிலாந்து 'அபாயகரமான' சூழலில் இருந்தபோது சர்ச்சில் துணிச்சலுடன் தலைமைப் பொறுப்பை ஏற்றுக்கொண்டு 'பிரிட்டிஷ் சாம்ராஜ்யத்தைக் காப்பாற்றினார்' என்பதில் எந்தச் 'சந்தேகமும் இல்லை' என்று காந்தி பாராட்டினார். துப்பாக்கிகள் மற்றும் அணுகுண்டுகளைக் கைவசம் வைத்துக்கொண்டுதான் சர்ச்சில் வெற்றி பெற்றார் என்பதைக் காந்தி நன்றாகவே அறிந்திருந்தார்.

முன்னுக்குப் பின் முரணாகப் பேசும் மகாத்மாவும் மனித நேயம் மிக்கவர் மற்றும் முழுக்க முழுக்க இந்தியரான மோகன்தாஸ் என்ற மனிதரும்தான்.

~

ஆனால் இந்திய சமூகம், அரசியல் ஆட்சி அமைப்பு முறை ஆகியவற்றில் காந்தி தெளிவாக இருந்ததுடன், தொடர்ந்து ஆச்சரியப்படும் வகையில் உறுதியாகவும் இருந்தார். 1909-ல் ஹிந்த் ஸ்வராஜ் பத்திரிகையில் அவர் எழுதியதாவது:

> பல மதங்களைச் சேர்ந்த மக்கள் இங்கு வாழ்வதால் இந்தியா ஒரே நாடாக இருப்பது சாத்தியமில்லை.[74] உண்மையைச் சொல்லப் போனால் இங்கு எந்தனை மனிதர்கள் இருக்கிறார்களோ அத்தனை மதங்கள் இருக்கின்றன. ஆனால் ஆத்மார்த்தமாகத் தேசிய உணர்வு

உள்ளவர்கள் அடுத்தவர் மத நம்பிக்கைகளில் தலையிட மாட்டார்கள்.

இந்துக்களை மட்டுமே மக்கள் தொகையாகக் கொண்ட நாடாக இந்தியா இருக்க வேண்டுமென்று இந்துக்கள் நம்பினால் அவர்கள் கனவுலகில் வாழ்கிறார்கள் என்று அர்த்தம். இந்தியாவைத் தங்கள் நாடாகக் கருதிக் கொண்டு வாழும் இந்துக்கள், முஸ்லிம்கள், பார்சீக்கள், கிறிஸ்தவர்கள் அனைவரும் நமது நாட்டுக் குடிமக்களே. தங்கள் சொந்த நலனுக்கேனும் இவர்கள் அனைவரும் ஒற்றுமை யாக வாழ்ந்தே ஆக வேண்டும்.

உலகின் எந்தப் பகுதியிலும் ஒரே நாடு ஒரே மதம் என்பது சாத்தியப்படாது. இந்தியாவில் அதுபோன்று இருந்ததுமில்லை. முஸ்லிம் மன்னர்களின் கீழ் இந்துக்கள் மற்றும் இந்து மன்னர்களின் கீழ் முஸ்லிம்கள் நன்றாகவே வாழ்ந்தார்கள். பரஸ்பரம் சண்டை போட்டுக் கொள்வது தற்கொலைக்குச் சமம் என்பதை இருவருமே உணர்ந்திருந்தனர் என்பதுடன், துப்பாக்கி முனையில் மிரட்டினாலும் தங்கள் மதத்தை விட்டுத் தரவும் அவர்கள் தயாராக இல்லை. எனவே இரு பிரிவினரும் ஒற்றுமையாகவும் அமைதி யாகவும் வாழ முடிவெடுத்தனர்.

முஸ்லிம்களின் கடவுள் இந்துக்களின் கடவுளை விடவும் மாறுபட்டவரா? சிவன் மற்றும் விஷ்ணுவைப் பின்பற்றுபவர் களுக்கு இடையே கடுமையான வாத விவாதங்கள் நடைபெற்றாலும், இவ்விருவரும் ஒரே நாட்டைச் சேர்ந்தவர்களில்லை என்பதை யாருமே கூறுவதில்லை. வேத கால மதத்திலிருந்து சமண மதம் வேறுபட்டிருந்தாலும், இவ்விரு மதங்களைப் பின்பற்றுபவர்கள் வெவ்வேறு நாடுகளைச் சேர்ந்தவர்கள் கிடையாது.

இதைத் தெளிவாகப் புரிந்து கொள்ள முடியாதவர்கள் குரானைப் படித்தால் அதில் நூற்றுக்கும் அதிகமான வரிகள் இந்துக்கள் ஒப்புக் கொள்ளும் வகையில் இருக்கும். அதேபோல் பகவத் கீதையிலுள்ள வரிகளைப் படிக்கும் முஸ்லிம்கள் தங்களுக்கு ஏற்புடையதாக இல்லை என்று சொல்லித் தவிர்க்க முடியாது. குரானிலுள்ள வாசகங்கள் எனக்குப் புரியவில்லை என்பதற்காவோ, பிடிக்க வில்லை என்பதற்காகவோ ஒரு முஸ்லிம்மை நான் வெறுக்க முடியுமா? சண்டை போட இருவர் வேண்டும். ஆனால் இந்தச் சண்டைகளை ஆங்கிலேயரிடம் எடுத்துச் செல்ல நாம் வெட்கப்பட வேண்டும்.

இந்தியாவுக்கான அரசியல் அமைப்பு குறித்துப் பேச்சுவார்த்தை நடத்த 1931-ல் லண்டனுக்குப் புறப்படுவதற்கு முன்பாக 'தனது லட்சிய இந்தியா பற்றி காந்தி எழுதியதாவது:

அடிமைத்தனத்திலிருந்தும் அடுத்தவர் ஆதரவிலிருந்தும் இந்தியாவை விடுவிக்கும் அரசியல் அமைப்புச் சட்டத்துக்காக நான் கடுமையாகப் போராடி, தேவைப்பட்டால், தவறிழைக்கும் உரிமையைக் கூட வழங்குவேன்.[75]

பரம ஏழை கூட இது என்னுடைய நாடு என்று உணரத்தக்க வகையில் அவர்கள் குரலுக்குச் செவி சாய்க்கும் இந்தியா அமையப் பாடுபடுவேன்; அந்த இந்தியாவில் மேல்தட்டு மற்றும் கீழ்த்தட்டு மக்கள் என யாரும் கிடையாது; அனைத்துச் சமூகங்களைச் சேர்ந்த மக்கள் அங்கு ஒற்றுமையுடன் நல்லிணக்கத்துடன் வாழ்வார்கள்.

தீண்டாமைப் பாவத்துக்கும் மதுபானம் மற்றும் போதை மருந்து அரக்கனுக்கும் அந்த இந்தியாவில் இடமில்லை. ஆண்களுக்குச் சமமான உரிமைகளைப் பெண்களும் பெறுவார்கள். ஏனைய உலக நாடுகளுடன் அமைதியைக் கடைப்பிடிப்பதாலும், அடுத்தவர் களைச் சுரண்டாமலும், சுரண்ட அனுமதிக்காமலும் இருப்பதால் கற்பனை செய்ய முடியாத அளவுக்கு மிகக் குறைந்த ராணுவத்தை மட்டுமே வைத்திருப்போம்.

உள்நாடு வெளிநாடு எதுவாக இருப்பினும் ஊமைகளாக வாழும் கோடிக்கணக்கான மக்களின் விருப்பங்களுக்கு எதிராக இல்லாத அனைத்து விஷயங்களுக்கும் முன்னுரிமையுடன் ராஜ மரியாதை அளிக்கப்படும். தனிப்பட்ட முறையில் உள்நாடு வெளிநாடு ஆகியவற்றுக்கு இடையேயான வேறுபாட்டை நான் வெறுக்கிறேன். இதுதான் எனது ‘ லட்சிய இந்தியா’. இதைத் தவிர வேறொன்றும் எனக்குத் திருப்தியையும், மகிழ்ச்சியையும் தராது.

1946 ஜூலையில், அதாவது காந்தி இறப்பதற்குப் பதினெட்டு மாதங்களுக்கு முன்பு, அவர் பார்க்க விரும்பும் சுதந்திர இந்தியா குறித்து விளக்கம் தருமாறு கேட்டுக் கொள்ளப்பட்டார். ‘என்னுடைய இந்தியாவில் வாழும் கடைக்கோடி குடிமகனும் முதல் குடிமகனுக்குச் சமமானவர். தெளிவாகச் சொல்வதென்றால் யாரும் முதலுமில்லை, யாரும் கடைசியுமில்லை’ என்றார் காந்தி.

சுதந்திரம் என்பது கீழ்மட்டத்திலிருந்து தொடங்க வேண்டும். அதாவது ஒவ்வொரு கிராமமும் முழு அதிகாரம் பெற்ற குடியரசாகத் திகழும்... ஏராளமான கிராமங்களை உள்ளடக்கிய இவ்வகைக் கட்டமைப்பில் தொடர்ந்து அகன்று விரிவடையும் வட்டங்களே இருக்கும்.... ஏறுமுகம் கொண்ட அதிகாரப் படிநிலை காணப்படாது. கீழே மையப் பகுதி பரவலாகவும் மேலே செல்லச் செல்லக் குறுகும் பிரமிட் அமைப்பாக வாழ்க்கை இருக்காது.

ஆனால் அது மிகப் பெரிய கடலளவு வட்டமாகவும், அதன் மையப் பகுதியிலுள்ள தனி நபர் கிராமத்துக்காகத் தனது உயிரைத் தியாகம் செய்பவராகவும், அந்தக் கிராமம் பல்வேறு கிராமங்களுக்காகத் தன்னை அழித்துக் கொள்ளவும் தயார் நிலையில் இருக்கும். நிறைவாக அனைத்துமே தனிநபர்களை உள்ளடக்கிய ஒரே உயிராக, ஆணவமோ திமிரோ இல்லாமல், அடக்கமாக, அமைதியாக, கடலளவு வட்டத்தின் மேன்மையைப் பகிர்ந்து கொள்ளும்.....

எனவே தொலைதூர வெளிவட்டம் தனது அதிகார பலத்தைப் பயன்படுத்தி உள்வட்டத்தை நசுக்க முயலாமல், உள்ளிருக்கும் அனைத்துக்கும் போதிய வலுவைத் தருவதுடன், தனக்கான வலுவையும் அதிலிருந்து எடுத்துக் கொள்ளும்.

இவை அனைத்தும் கற்பனையில்தான் நடக்கும் என்பதால் சிந்திப்பதில் எந்தப் பொருளோ, பயனோ இல்லை என்று ஒருவர் சொல்லக்கூடும். யூக்ளிட் புள்ளி மனித முகமையால் அடையாளப் படுத்த முடியாத கற்பிதப் புள்ளியே என்ற போதிலும் அதற்கொரு மதிப்பு இருப்பதுபோல், என்னுடைய கருத்துக்கும் அதற்கான முக்கியத்துவம் உண்டு *('ஹரிஜன்' 1946 ஜூலை 28).*

காந்தியின் கற்பனை இந்தியா பல்வேறு செய்திகளைத் தெரிவிக்கிறது. வழக்கமான படிநிலை கட்டமைப்புக்கு எதிராக காந்தி ஒரே மையத்தைக் கொண்ட பல எண்ணற்ற வட்டங்களை முன்வைக்கிறார். கீழிருந்து மேல் நோக்கிச் செல்லும் அதிகாரப் பகிர்வு. தனித்துவம், கவனிப்பு, பகிர்தல், பரஸ்பர ஆதரவு மற்றும் பரஸ்பரச் சார்பு நிலை, சமத்துவம், அடக்கம், மேன்மை கொண்ட அமைப்பு.

பொதுவான மதமோ, பொதுவான மூதாதையர்களோ மக்களுக்கு இருந்தாலும், இல்லாவிட்டாலும், அவர்கள் அனைவரையும் ஒன்றாகவே காந்தி கண்டார். மதம் அல்லது பாலினத்தால் செங்குத்தாகவோ, சாதியால் குறுக்குக் கோடாகவோ பிரியாமல், இந்தியர்கள் ஒருவருக் கொருவர் சொந்தம் என்பதே அவரது தொலைநோக்குப் பார்வை.

காந்தியின் மொழியிலேயே கூறுவதென்றால், ஒரே தண்ணீரைக் குடிப்பதாலும், ஒரே காற்றைச் சுவாசிப்பதாலும், ஒரே மண்ணில் விளையும் பொருள்களை உண்பதாலும், மோதல் கோணங்களிலிருந்து அடிக்கடி பார்க்கப்பட்டாலும், அனைவரும் ஒரே வரலாற்றைப் பகிர்ந்து கொள்வதால் மக்கள் அனைவரும் ஒருவருக்கொருவர் சொந்த மானவர்களே.[76]

மாறுபட்ட கருத்துகளைக் கொண்டவர்கள் ஒரு சில மணி நேரம் ஒரே படகிலோ, விமானத்திலோ, ரயிலிலோ பயணிக்கையில் ஒரே

சமூகமாகும் போது, நூற்றுக்கணக்கான ஆண்டுகள் ஒன்றாகக் கூடி வாழ்பவர்கள், இதே காரணத்தின் அடிப்படையில் ஒரே நாடாகத் திகழ முடியும்.

சமநிலையில் ஒருவருடன் ஒருவர் இணைந்து வாழ வேண்டும் என்னும் காந்தியின் தொலைநோக்குப் பார்வையுடன், ரவீந்திரநாத் தாகூர் கனவு கண்ட எதிர்கால இந்தியாவையும் இத்தருணத்தில் நினைவு படுத்திக் கொள்ள வேண்டும்.[77] அவரது புகழ் பெற்ற கவிதையின் மொழிபெயர்ப்பு கீழே கொடுக்கப்பட்டுள்ளது:

அச்சமற்ற மனமும் நிமிர்ந்த சிரமும் எங்கு காணப்படுகிறதோ
அறிவுக் கடல் எங்கு பெருக்கெடுத்து ஓடுகிறதோ
குறுகிய எண்ணங்களால் துண்டு துண்டாகச் சிதறாத உலகம் எங்கு இருக்கிறதோ
உண்மையின் ஆழத்திலிருந்து வரும் வார்த்தை எங்கு வெளிப்படுகிறதோ
நேர்மையை நோக்கி ஓய்வறியா உழைப்பு எங்கு தனது கரங்களை விரிக்கிறதோ
கண்மூடிப் போன பழக்கங்களிலும், பாலைவன மண்ணோடு மண்ணாகவும், தொலைந்து போகாமல் தெளிவான பகுப்பாயும் சிந்தனை எங்கு நிலவுகிறதோ
அகன்று விரியும் சிந்தனையிலும், செயலிலும், மனம் எங்கே அழைத்துச் செல்லப்படுகிறதோ
அந்த சுதந்திரமான சொர்க்கத்தில், என் தந்தையே, என் நாடு விழித்து எழ வேண்டும்.

'மக்கள்' மற்றும் 'தேசத்தின்' மீதான மேற்காணும் சிந்தனைகளுடன் இந்திய அரசியல் அமைப்புச் சட்டத்தின் அறிமுகப் பகுதி அனைத்துக் குடிமக்களுக்கும் வழங்கியுள்ள நீதி, சமத்துவம், சுதந்திரம் மற்றும் சகோதரத்துவம் ஆகியவற்றை ஒப்பிட்டுப் பார்க்கவேண்டும். அரசியல் அமைப்புச் சட்ட உருவாக்கத்தில் அம்பேத்கர், நேரு மற்றும் பட்டேல் ஆகியோரின் பொறுப்பையும், ராஜேந்திர பிரசாத், அபுல் கலாம் ஆசாத், சக்ரவர்த்தி ராஜகோபாலாச்சாரி ஆகியோரின் பங்களிப்பையும், தெளிவான தொலைநோக்குப் பார்வையையும், சுபாஷ் சந்திர போஸின் ஆயுட்கால உறுதிப்பாட்டையும், அரசியல் அமைப்புச் சட்ட முன்னுரையுடன் ஒப்பிட்டுப் பார்க்கையில் அவர்களது விருப்பம் முழுமை பெற்றதாகவே தோன்றுகிறது.

தாகூர், காந்தி மற்றும் இந்திய அரசியல் அமைப்புச் சட்ட முன்னுரையில் காணப்படும் வரிகள், இவை அனைத்துமே 1947-50

காலகட்டத்தில் தங்களின் நாட்டுக்காகச் சிந்தித்த இந்தியர்களின் நம்பிக்கையை உள்ளடக்கியதாகவே உள்ளன.

~

பத்தொன்பதாம் நூற்றாண்டில் ஆசியா மற்றும் ஆப்பிரிக்க நாடுகளின் சுதந்திரத்துக்காகப் போராடிய தேசிய இயக்கங்களின் எண்ணற்ற தலைவர்களில், விடுதலை கிடைத்தவுடன் எந்தப் பதவியையும் ஏற்றுக் கொள்ளாத ஒரே தலைவர் காந்தி மட்டுமே. இதுபோன்ற ஒரு சுயகட்டுப்பாட்டை அவர் ஏற்கனவே ஒரு முறை கடைப்பிடித்தது நினைவிருக்கலாம். 1931 மார்ச் 6 ஆம் தேதி காந்தி - இர்வின் ஆகியோர் இடையே ஒப்பந்தம் கையெழுத்தான பிறகு பத்திரிகையாளர் சந்திப்பின் போது தில்லியில் நடைபெற்ற உரையாடல் பின்வருமாறு:[78]

> பத்திரிகையாளர் : பூர்ண சுயராஜ்ஜியம் உங்கள் வாழ்நாளில் கிடைக்கும் என்று எதிர்பார்க்கிறீர்களா?
>
> காந்தி : நிச்சயமாகக் கிடைக்கும் என்பதே எனது எதிர்பார்ப்பு. இன்னும் என்னை அறுபத்தி இரண்டு வயது இளைஞனாகத்தான் எண்ணிக் கொண்டிருக்கிறேன்.
>
> பத்திரிகையாளர் : எதிர்கால அரசில் பிரதமராகப் பதவி ஏற்க ஒப்புக் கொள்வீர்களா?
>
> காந்தி : இல்லை. அந்தப் பதவி இளம் மனங்களுக்காகவும், வலுவான இதயங்களுக்காகவும் ஒதுக்கப்பட்டுள்ளது.

பதினாறு ஆண்டுகள் மற்றும் பல வருடங்கள் சிறைவாசத்துக்குப் பின்னர் இந்தியாவுக்கு நிஜமாகவே சுதந்திரம் கிடைத்த போது காந்தி சொன்னது சொன்னபடி ஒதுங்கிக்கொண்டு நேருவையும், பட்டேலையும் அரசை வழிநடத்தச் சொன்னார். சுயராஜ்ஜியம் தலைவர்களுக்குச் செய்ததை விடவும், நாட்டு மக்களுக்குச் செய்ய வேண்டியதே அதிக முக்கியத்துவம் வாய்ந்தது என்பதற்கு இதுவே அடையாளமாகும்.

1947 ஆகஸ்டில் பிரதமர் நேருவும், துணைப் பிரதமர் பட்டேலும் தேர்ந்தெடுத்த (காந்தியுடன் கலந்தாலோசித்த பிறகு) பதினான்கு உறுப்பினர்களைக் கொண்ட கேபினெட் அமைச்சரவையில் ஒரு பெண் (ராஜ்குமாரி அம்ரித் கௌர்), இரு முஸ்லிம்கள் (அபுல் கலாம் ஆசாத் - ரஃபி அகமது கித்வாய்), இரு தலித்துகள் (பி.ஆர்.அம்பேத்கர் - ஜெகஜீவன் ராம்), இரு கிறிஸ்தவர்கள் (ஜான் மத்தாய் - அம்ரித் கௌர்), காங்கிரஸின் இரு எதிரிகள் (அம்பேத்கர் - இந்து மகாசபாவின் ஷ்யாம் பிரசாத் முகர்ஜி), அகாலி தளத்தைச் சேர்ந்த ஒரு சீக்கியர்

(பல்தேவ் சிங்), ஒரு பார்ஸி (சி ஹெச் பாபா), பிரிட்டிஷ் சாம்ராஜ்ய ஆதரவாளர் (ஆர்.கே.சண்முகம் செட்டி) மற்றும் மொத்தத்தில் காங்கிரஸைச் சாராத ஏழு அமைச்சர்கள் இடம் பெற்றிருந்தனர்.

1947 ஜூலை கடைசியில்தான் நேரு தனது அமைச்சரவையில் சேர அம்பேத்கருக்கு முறையாக அழைப்பு விடுத்தார். இதற்குச் சில நாள்கள் முன்புதான் பிரிட்டிஷ் சாம்ராஜ்யத்துக்கு எப்போதோ ஊழியம் புரிந்தார்கள் என்ற ஒரே காரணத்துக்காகத் திறமையானவர்களை ஒதுக்குவது முட்டாள்தனம் என்ற கருத்தை வலியுறுத்திப் பேசியிருந்தார் காந்தி.

> 'அவர்கள் நமக்கு எதிரிகள் ஆகவில்லை... ஆத்மார்த்தமாக அவர்கள் நாட்டுப்பற்று மிக்கவர்கள் என்பதை நினைவில் கொள்ளுங்கள்.... அத்தகைய மனிதர்களின் ஆலோசனையைக் கேட்டால் நிச்சயம் தங்கள் புத்திசாலித்தனத்தை வெளிப்படுத்துவார்கள்.'[79]

இவ்வாறாக சுதந்திர இந்தியா விரிவான, திறமையான மற்றும் ஆக்கப்பூர்வ எதிர்காலத்தை கருத்தில் கொண்ட அரசாங்கத்தைப் பெற்றது. 1950 டிசம்பரில் பட்டேல் இறக்கும் வரை அவரும் நேருவும் அமைச்சரவைக்கும், நாட்டுக்கும் கூட்டுத் தலைமையை வழங்கினர். 1951-ல் அம்பேத்கர் பதவி விலகும் வரை, சந்தேகத்துக்கு இடமில்லாத அந்த மெத்தப் படித்த மேதை மற்றும் போராளி, இந்திய அரசியல் அமைப்புச் சட்ட வரைவுக்குத் தலைவராகவும், முக்கிய கேபினட் அமைச்சராகவும் விளங்கினார்.

1940 - 46 வரை காங்கிரஸ் தலைவராக (இதில் நான்கு ஆண்டுகள் சிறைவாசம்) இருந்த அபுல் கலாம் ஆசாத், இஸ்லாம் மதத்தைச் சேர்ந்த துணைக் கண்டத்தின் முக்கிய மேதையும் ஆவார். அபுல் கலாம் ஆசாத்தும், ரஃபி அகமது கித்வாயும் கேபினெட் அமைச்சரவையில் இடம் பெற்றது பிரிவினை காரணமாகப் பாதுகாப்பற்றவர்களாகத் தங்களை உணர்ந்த முஸ்லிம்களுக்கு ஆறுதலையும் உத்தரவாதத்தை யும் அளித்தது.

தேஜ் பகதூர் சாப்ரூ, எம் ஆர் ஜெயகர், அல்லாடி கிருஷ்ணசாமி ஐயர், காங்கிரஸ் தலைமையிலான விடுதலைப் போராட்ட இயக்கத்தி லிருந்து ஒதுங்கியிருந்த என்.கோபால்சாமி ஐயங்கார் உள்ளிட்ட சட்ட நிபுணர்களையும் அரசியல் அமைப்புச் சட்ட உருவாக்கத்தின் போது உறுப்பினர்களாகச் சேர்ப்பதில் காந்தி, நேரு மற்றும் ஆசாத் முக்கியப் பங்கு வகித்தனர். இது பற்றிய முழுமையான விவரங்களை 1960-ல் பி.சிவ ராவ் எழுதிய 'இந்திய விடுதலைப் போராட்ட இயக்கம் (*India's Freedom Movement*) என்ற நூலிலிருந்து தெரிந்து கொள்ளலாம்.[80]

முதல் கேபினெட்டில் தனிப்பட்ட ஆளுமை மற்றும் கொள்கை வேற்றுமை காரணமாக ஏற்பட்ட உரசல்கள் மிகச் சிறப்பாகவே கையாளப்பட்டன. உதாரணத்துக்கு இந்தியக் குடியரசின் முதல் ஜனாதிபதியைத் தேர்ந்தெடுப்பதில் நேருவுக்கும் பட்டேலுக்கும் கடுமையான கருத்து மாறுபாடு நிலவியது. 1948 கோடைக் காலம் தொடங்கி சுதந்திர இந்தியாவின் ஒரே கவர்னர் ஜெனரலாக இருந்த ராஜகோபாலாச்சாரியை ஜனாதிபதி பதவிக்கு நேரு பரிந்துரைக்க, பட்டேலோ அரசியல் அமைப்பு மன்றத்தின் சட்ட வரைவு உருவாகத் தலைவராக இருந்த ராஜேந்திரப் பிரசாத்தை அப்பதவிக்கு வர வேண்டுமென விரும்பினார். பெரும்பான்மை உறுப்பினர்களின் ஆதரவுடன் ராஜேந்திரப் பிரசாத் இந்தியாவின் முதல் குடியரசுத் தலைவர் ஆனார்.

தான் நிராகரிக்கப்பட்டது குறித்து வருத்தப்படாமல் ராஜாஜி பெருந்தன்மையுடன் ஏற்றுக்கொண்டார். மதராஸுக்குத் திரும்பும் வழியில் விமானத்திலேயே பிரசாத்துக்கு எழுதிய கடிதத்தில் 'மிக அழகான முறையில் இந்தச் சிறிய மாற்றம் ஏற்பட்டிருப்பது குறித்து உள்ளத்தில் மகிழ்ச்சியுடன் விடை பெறுகிறேன்.[81] உங்கள் அனைவருக்கும் ஆண்டவன் அருள் புரியட்டும்' என்று குறிப்பிட்டார்.

மதராஸுக்குத் திரும்புவதற்கு முதல் நாள் இரவு நேரு அளித்த விருந்தில் அமைச்சர்களும், வெளிநாட்டுப் பிரதிநிதிகளும் பங்கேற்றனர். ராஜாஜியும் அதில் கலந்து கொண்டு பேசுகையில்

> 'பிரதமரும் அவரது முதல் சகாவுமான துணைப் பிரதமரும் இணைந்து செயல்படுவதுடன், அதை உறுதிப்படுத்தும் வகையில் இந்தியாவை உச்சத்துக்கு எடுத்துச் சென்று பெருமைப்படுத்த வேண்டும். முன்னவர் உலகளாவிய அன்பையும், பின்னவர் உலகளாவிய நம்பிக்கையையும் பெற்றவர்கள். சூழவிருக்கும் பிரச்னைகளுக்கு எதிராக நமது நாட்டைப் பாதுகாக்க இவர்கள் இருவரும் திட சித்தத்துடன் இணைந்திருக்கும்போது கவலைப் படவோ, ஒரு சொட்டுக் கண்ணீர் கூடச் சிந்தத் தேவையில்லை' என்றார்.[82]

நேருவுக்கும், பட்டேலுக்கும் இடையே மிகப் பெரிய அளவில் கருத்து மோதல்கள் இருந்தாலும், ஆச்சரியப்படும் வகையில் இருவரும் இணைந்தே பல முக்கியப் பிரச்னைகளுக்குத் தீர்வு கண்டனர்.[83] ஆனால் இன்றைய ஊடகங்கள் இருவருக்கும் இடையே பிளவு இருந்ததைப் போன்ற ஒரு மிகையான தோற்றத்தை, பெரும்பாலும், அரசியல் காரணங்களுக்காகவே ஏற்படுத்தி வருகின்றன.

நமது குடியரசின் தொடக்கம் அவ்வளவு எளிதாகவோ, இயல் பாகவோ இல்லை. இரு நாட்டுப் பிரிவினை மிகப் பெரிய காயமாகும். பிரிவினை காரணமாக இடமாற்றத்துக்கு உள்ளானவர்கள் கடுமையான துன்பத்துக்கும், துயரத்துக்கும், உள்ளானார்கள். அரச குடும்பங்களைச் சேர்ந்த சமஸ்தானங்களின் ஒருங்கிணைப்பு இன்னும் முழுமையாக நிறைவு பெறவில்லை. பாகிஸ்தானுடனான உறவும் சுமுகமாக இல்லை.

இந்த இக்கட்டான சூழலில் நமது தலைவர்கள் சிறப்பாகவே செயல் பட்டனர் என்றுதான் கூறவேண்டும். அரசியலில் நிலைத்தன்மை காணப்பட்டது. பொருளாதார வளர்ச்சி குறைவாக இருப்பினும் சீராக இருந்தது. கல்விக்கும் சுகாதாரத்துக்கும் பிரிட்டிஷ் ஆட்சியை விடக் கூடுதல் கவனம் அளிக்கப்பட்டாலும், போதுமான அளவுக்கு இல்லை என்றுதான் சொல்லவேண்டும். நமது பரம்பரைப் பாரம்பரியமும், பிளவுபட்ட சமூகமும், மாற்றங்களை எதிர்த்தாலும், தடைகள் தகர்க்கப் பட்டன. பேச்சுரிமையும், மத நம்பிக்கையும் முழுமையாகக் கிடைக்கா விட்டாலும் பரவலாக இருந்தன. ஊழல் முற்றிலுமாக இல்லை. அப்படியே இருந்தாலும், தெரிய வந்தவுடன் விரைந்து களையப் பட்டது (ஊழலை அம்பலப்படுத்தியவர்களுள் நேருவின் மருமகனும், காங்கிரஸ் நாடாளுமன்ற உறுப்பினருமான ஃபெரோஸ் காந்தி முக்கியமானவர்).

தேசத்தை நிர்மாணித்த இந்தத் தலையாய சிற்பிகள் எங்கு முழுமை அடையாமல் போனார்கள்? இன்றைய கோணத்திலிருந்து பார்க்கும் போது பிரிட்டிஷ் அரசு விட்டுச் சென்ற ஆட்சியாளர்கள் மற்றும் மக்களுக்கு இடையே நிலவும் எஜமான் - வேலைக்காரன் உறவை அவர்கள் சரி செய்யத் தவறியதே ஆகும். பிரிட்டிஷ் சாம்ராஜ்யம் விட்டுச் சென்ற இந்த ஏற்றத்தாழ்வு நிலை, அன்றைக்கும் சரி இன்றைக்கும் சரி, மிகப் பெரிய பிரச்னையாக உருவெடுத்துள்ளது. நேரு, பட்டேல் மற்றும் பலரின் பேச்சுகளில் இப்பிரச்னை பற்றிய குறிப்புகள் அங்கும் இங்கும் காணப்பட்டாலும், மேற்கூறிய தலைவர்கள் இப்பிரச்னையில் அதிக அக்கறை செலுத்தவில்லை.

அவர்களால் இயலவில்லை என்றும் கொள்ளலாம். ஆனால் தொடக்கம் முதற்கொண்டே அவர்களிடம் தேவையான அனைத்து வாய்ப்புகளும் நிறைவாக இருந்தன. அவற்றைப் பயன்படுத்தி அவர்கள் ஒரு சிறப்பான பாரம்பரியத்தை, நல்ல, திறமையான, மக்கள் நலனை மையமாகக் கொண்ட நிர்வாக அமைப்பை ஏற்படுத்தி இருக்கலாமோ என்றுதான் எண்ணத் தோன்றுகிறது.

மேற்கண்ட அரசியல் தலைவர்கள் இடையே காணப்பட்ட நல்லுறவும், நட்பும் நீண்ட காலம் நீடித்து நிலைக்கவில்லை என்பதும் வருத்தப்பட

வேண்டிய விஷயம். பகையும், 'நான்' என்னும் அகமனமுமே (Ego) சிறு பிரச்னைகளாகத் தொடங்கிப் பின்னாளில் இந்திய அரசியலில் பெரிய அளவில் மோதல்களாகப் பிரதிபலித்தன. இதனைத் தொடர்ந்து 'அதிகாரத்துக்குப் பணம்' மற்றும் 'பணத்துக்கு அதிகாரம்' என்றும், 'அதிகாரத்துக்குச் சாதி' மற்றும் 'சாதிக்கு அதிகாரம்' என்றும், 'அதிகாரத்துக்கு மதம்' மற்றும் 'மதத்துக்கு அதிகாரம்' என்றும், 'வலுவான ஆட்சியாளர் வேண்டும் என்னும் தூண்டுதல்' என்றும் பலப்பலவாக உருவாயின.

இருப்பினும் நமது நிர்மாணச் சிற்பிகள் சிறப்பாகவே செயல்பட்டனர் என்பதை நான் மீண்டுமொரு முறை உறுதிப்படுத்துகிறேன். இவர்களின் செயல்பாடுகள் வெளிப்படையாகவும், பொறுப்பாகவும் ஆய்வு செய்யப்பட வேண்டியது அவசியம். ஆனால் ஆண்டர்சனின் கட்டுரை ஒருதலைப்பட்சமாகவும், ஏளனமாகவும், கிண்டலாகவும், கண்ணியக் குறைவாகவும் இருப்பதுதான் வேதனைப்பட வேண்டிய விஷயம்.

உண்மையான மதிப்பீட்டுக்காக, *1947-50* கால கட்டத்தில் நடைபெற்ற நிகழ்வுகள் நேர்மையாக ஆய்வு செய்யப்படுவதுடன், எதிர்வரும் இந்திய சுதந்திரத்தின் நூற்றாண்டுக்குள், மக்களுக்காக, இன்னும் குறிப்பாக ஏழ்மையில் வாடும் வசதியற்றவர்களின் நலனுக்காக, இந்தியாவை இன்னும் மேம்படுத்துவது குறித்து விரிவான திட்டங்களும் தீட்டப்பட வேண்டும். இதற்கு, மாற்றத்தை ஏற்படுத்த வேண்டுமென்று விரும்பும் பல்வேறு பிரிவுகளைச் சேர்ந்த இந்தியர்களிடம் ஆக்கப்பூர்வ சிந்தனையைத் தூண்டும் கலந்துரையாடலும் தேவைப்படும்.

இதுபோன்ற கலந்துரையாடலுக்கான முனைவை ஏற்படுத்துவது இந்த ஆய்வு எல்லையைத் தாண்டிய விஷயம். நமது தேசத்தை நிர்மாணித்த தலைவர்களின் கருத்து குறித்த பதிவுகளை மட்டுமே இங்கே நாம் முன் வைத்தோம். பேச்சும், உறுதியும், குழுப் பணியும் முக்கியம். பொதுவான கூட்டுப் போராட்டம், சுய கட்டுப்பாட்டைப் போலவே, முன்னெடுத்துச் செல்லும் போது நிச்சயம் உதவும். அதே போன்று பகையை மறப்பதும் உதவும். சமீபத்திய எதிராளிகள் அல்லது 'வெளியாட்களிடம்' உதவி பெறுவதும் பயன் அளிக்கலாம். இதயத்துக்குள் மிகப் பெரிய இலக்குகளை வளர்த்துக் கொள்வது சிறுகச் சிறுக வளர்ந்து மிகப் பெரிய சக்தியாக உருவெடுக்கலாம்.

~

குறிப்புகள்

முன்னுரை

1. *ஆங்கிலத்தில் பலவாறு எழுதப்படும் பெயரை :* Sacchidananda, Sachchidanand, Sachchidananda and Sachidanand, not to mention Sachidanandan, etc.
2. *தர்பார் கோபால்தாஸ் தேசாய் (1887-1951) குறித்த ஆய்வை :* Rajmohan Gandhi, *Prince of Gujarat: The Extraordinary Story of Prince Gopaldas Desai*, 1887-1951, New Delhi: Aleph, 2014.
3. *மத்திய குஜராத்தின் பட்டிதார்:* Chandrakant Patel, *Prehistory and Personality of Charotar Patidar*, Anand: Ankit Prakashan, 2011.
4. *வர்க்கப் போராட்ட ஆதரவாளர் :* Frank Lettricchia in Anderson, *In the Tracks of Historical Materialism*, Chicago: Verso, 1984, p4.
5. *லியான் ட்ராட்ஸ்கியின் சிந்தனைகளைப் :* Perry Anderson, *Considerations on Western Marxism*, London: Verso, 1976.
6. *ஆண்டர்சன் தெளிவான முடிவு :* In The New Old World, Anderson refers to the EU's 'minuscule bureaucracy', as quoted by Andy Beckett, The New Old World by Perry Anderson', *The Guardian*, 23 January, 2010.
7. *ஒரே புனித நூல் :* 'PM Modi: My govt's only religion is "India first", holy book is Constitution', the *Times of India*, 27 February, 2015.

1. குஜராத்தைச் சேர்ந்த ஸ்வாமி

8. *இந்த அத்தியாயத்தில் காணப்படும் மேற்கோள்களும் :* Swami Sachchidanand, *My Experiences*, P. J Soni (trans.), Ahmedabad: Gurjar Prakashan, 1989.
9. *ப்ரூக்ஸ் - பகத் ஆய்வறிக்கையின் :* 'How India bungled 1962 war with China: 10 points', ndtv.com, 18 March 2014.

10. படையை அவர் வாழ்த்தி வரவேற்றதுதான் : Praful Bidwai, "Respect Gandhi If You Will, Don't Sentimentalise Him', Interview with Perry Anderson, 12 November 2012.

11. தளபதி கே எம் கரியப்பா சந்திக்க வந்தபோதுகூட : See remarks to Cariappa by Gandhi on 1 December 1947, 3 December 1947 and 18 January 1948 in Collected Works of Mahatma Gandhi, 90: 147; 90: 165-67; 90: 450.

12. ஒரு வேளை பிரிட்டிஷார் விலகிச் சென்றாலும் : M. K. Gandhi, *Indian Opinion*, 14 August 1909.

13. மில்லியன் கணக்கான மக்களுக்கு சுயராஜ்ஜியம் எப்படிக் கிடைக்கும் : M. K. Gandhi, *Hind Swaraj and Other Writings*, Anthony J. Parel (ed.), Cambridge: Cambridge University Press, 1997, pp 76–77.

14. கடவுள் அனுமதித்து விட்டாரே : Nirmal Kumar Bose, *My Days with Gandhi*, Calcutta: Nishana, 1953, pp 149–50.

15. வெளியேறிய இந்துக்கள் மீண்டும் திரும்பினர் : Rajmohan Gandhi, *Mohandas: A True Story of a Man, His People and an Empire*, New Delhi: Penguin, 2007.

16. 'கடவுள் சாட்சியாக' : Pyarelal Nayyar, *Mahatma Gandhi: The Last Phase*, Ahmedabad: Navajivan, 1956, 1: 515.

2. அமெரிக்கப் பேராசிரியர்

17. வசதியான ஆங்கிலோ-ஐரிஷ் குடும்பத்தில் பிறந்து, ஈட்டன் பள்ளியில் படித்து : Andy Beckett, 'The New Old World by Perry Anderson', *The Guardian*, 23 January, 2010.

18. காந்தி குறித்த நினைவுகளை அகற்றுவது : Arundhati Roy, 'Arundhati Roy Replies to Dalit Camera', Round Table India, 15 March 2014.

19. மிக விரிவாக எழுதி உள்ளேன் : Rajmohan Gandhi, 'Independence and Social Justice: Understanding the Ambedkar-Gandhi Debate', *Economic and Political Weekly*, 11 April 2015.

20. மனைவி லேடி மிண்டோ 1934-ல் மீள் பதிவு : Mary Caroline Grey Elliot-Murray Kynynmound Minto, *India, Minto and Morley, 1905-1910*, London: Macmillan, 1934, p 47.

21. இஸ்லாமியர்களின் உரிமைச் சாஸனமாகவே ஏற்றுக் கொள்ளப்பட்டது : John Buchan, *Lord Minto: A Memoir*, London: Thomas Nelson & Sons, 1924, p 243.

22. அரசியல் அமைப்பைக் கூட்டவும், நான், வேவெல், மறுத்துவிடுவேன் : Penderel Moon, *Wavell: The Viceroy's Journal*, London: Oxford University Press, 1973, pp 340–41.

23. அமைதியை நிலைநாட்டவும், உயிர்களைப் பாதுகாக்கவும் : Gene Sharp, *Gandhi Wields the Weapon of Moral Power*, Ahmedabad: Navajiva, 1960; Dennis Dalton, *Mahatma Gandhi: Nonviolent Power in Action*, New York: Columbia University Press, 1993.

24. நிகழ்த்திய உரையில் : Irfan Habib, '*Gandhi's Finest Hour*', Aman Ka Ailaan: A Festival in Defence of Secularism, Jawaharlal Nehru University, 30 January 2015.

25. நான் நேர்மையாக உழைத்ததுடன் : Martin Luther King Jr., 'Letter from Birmingham Jail, April 16, 1963 in *A Testament of Hope: The Essential Writings and Speeches of Martin Luther King Jr.*, New York: HarperCollins, p. 289.

26. உறுதிமொழியை நிறைவேற்றிக் கையெழுத்திட்ட இத்தீர்மானத்தை அம்பேத்கர் வரவேற்றதை : B. R. Ambedkar, *What Congress and Gandhi Have Done to the Untouchables*, Bombay: Thacker & Co., 1945, p 103.

27. நீங்களே எங்கள் கதாநாயகன் ஆவீர்கள் : Pyarelal, *The Epic Fast*, Ahmedabad: Navajivan, 1932, p 59.

28. சாதி இந்துக்களுக்கு இந்த பூனா ஒப்பந்தம் நிச்சயம் பிடிக்கவே இல்லை : Ambedkar, *What Congress and Gandhi*, pp 90–91.

29. உண்ணாவிரதம் தோல்வி அடைந்ததை : Ibid, p 259.

30. தலித் எழுத்துகளில் இது குறித்த பதிவுகள் விரிவாகக் காணப்பட்டாலும் : M. S. Gore, *The Social Context of an Ideology: Ambedkar's Political and Social Thought*, New Delhi: Sage, 1993, pp 180–81; Roshanlal Shastri, *Babasaheb Dr. Ambedkar Ke Sampark Me 25 Varsh*, New Delhi: Buddhist Society of India, 1975, pp 32–33; G. Ramachandran, *Thoughts and Talks*, Madurai, 1964, p 179. Particularly, see M. S. Gore's quotation from C. B. Khairmode's biography of Ambedkar. According to Ramachandran, Gandhi insisted on Ambedkar's inclusion as an essential part of the 'atonement due to India's 'untouchables'.

31. அம்பேத்கருக்கும் பிராமண சமூகத்தைச் சேர்ந்த சாரதா கபீர் என்னும் மருத்துவருக்கும் திருமணம் நடைபெற்றது : Ambedkar's first wife, Ramabai, had died in 1935.

32. ஒப்புக் கொள்கிறேன். பாபுஜி உயிருடன் இருந்திருந்தால் நிச்சயம் வாழ்த்தியிருப்பார் : *Sardar Patel's Correspondence*, Durga Das (ed.), Ahmedabad: Navajivan, 1971, 6: 302.

33. தலையெழுத்துப்படியே நடக்கட்டும் : Mahadev Desai, entry dated 16 February 1933, *The Diary of Mahadev Desai*, Ahmedabad: Navajivan, 1953, Volume 1.

34. 'பிரிவினை நடைபெறும் பட்சத்தில்... : Ambedkar, 'The Problems of Pakistan', *Dr. Babasaheb Ambedkar: Writings and Speeches,* Bombay: Thacker & Co.
35. இஸ்லாம், குரான் மற்றும் புனித நபிகள் நாயகம் : 'Note of Meeting between Cabinet Delegation, Viceroy Wavell and Sir Khizr Hyat Khan, Premier of Punjab, on Friday, 5 April 1946,' *Transfer of Power,* 7: 147-48.
36. கேபினெட் மிஷன் திட்டத்துக்கு ஒப்புதல் அளித்தாலும் : *Historic Documents of the Muslim Freedom Movement,* J. Ahmad (ed.), Lahore: Publishers United, pp 522–23.
37. அப்போதுதான் மே *16* திட்டத்தில் இருவரும் இணைந்து கொள்வார்கள் : House of Commons Debates, 8 June 1946, quoted by S.R. Mehrotra in Phillips and Wainwright (ed.), *The Partition of India: Policies and Perspectives 1935-47,* London: George Allen and Unwin, 1970, p 218.
38. அனைத்து ஆறு மாகாணங்களுடன் : Moon (ed.), *Wavell,* p 246.
39. சிம்லாவில் பேச்சுவார்த்தை தொடர்ந்து நடைபெற்ற போது : Remark on 6 May 1946 in *Wavell,* pp 256–9.
40. அம்பேத்கர் 'கேவலம்' என்றும் 'கேலிக்கூத்து' என்றும் வர்ணித்தார் : B. R. Ambedkar, *Dr. Babasaheb Ambedkar: Writings and Speeches,* Vasant Moon (ed.), Bombay: Education Department, Government of Maharashtra, 1993
41. சுயமாக முடிவு செய்ய... உலக வரலாற்றிலேயே முதன் முறை : Choudhry Khaliquzzaman, *Pathway to Pakistan,* Lahore: Pakistan Longman, 1964, p 278.
42. பிரிவினை சுமுகமாக அரங்கேறியிருப்பதுடன், *1947* சோகமும் நடைபெற்றிருக்காது : Ibid, pp 316–18.
43. வேவெல் ஒப்புக் கொண்டார் : A.I. Singh, *The Origins of the Partition of India,* New Delhi: Oxford, 1987, pp 121-13.
44. பிரிட்டிஷ் அதிகாரிகளாக பஞ்சாப்பில்... நாளைக்கே தயாராக உள்ளோம் : Transfer of Power, 10: 283.
45. பாகிஸ்தான், இந்துஸ்தான், பிரின்ஸ்டான் : Moon (ed.), *Wavell,* p 120.
46. பயனற்றுப் போயின : S. L. Malhotra, *Gandhi and the Punjab,* Chandigarh: Punjab University, 1970, p 115; Rajmohan Gandhi, *Punjab: A History from Aurangzeb to Mountbatten,* New Delhi: Aleph, 2013, pp 299-300, p 319.
47. *1943*-ல் நடைபெற்ற மிகப் பெரிய வங்காளப் பஞ்சம் : For the full story of the Bengal Famine, see Madhusree Mukerjee, *Churchill's Secret War: The British Empire and the Ravaging of India during World War II,* New York: Basic Books, 2010.

48. காந்தி ஒரு பிரமிக்கத்தக்க பிரம்மாண்ட அனுபவம் ஆகும் : Quoted in C. F. Andrews, 'Heart Beats in India', *Asia,* March 1930, p 198.

49. அரசாங்கத்தின் மீது ஏதேனும் பற்றும் விசுவாசமும் இருந்திருப்பின் : 'Confidential Report on the Civil Disobedience Movement (Madras), 1930-31,' quoted in B. S. Baliga, *Tanjore District Handbook,* Madras: Government of Madras, 1957.

50. இதுபோன்ற அவமானமும் சட்ட மறுப்பும் : Churchill's remark in the House of Commons on 12 March 1931 can be seen in Robert Rhodes James (ed.), *Winston Churchill: His Complete Speeches, 1928-1935,* New York: Chelsea House, 1974, V: 4,995.

51. *1857* சிப்பாய்க் கலகத்துக்குப் பிறகு 'வெள்ளையனே வெளியேறு' போராட்டமே மிகப் பெரிய புரட்சி : Linlithgow to Churchill, 31 August 1942, *Linlithgow Papers,* India Office Library, London.

3. நேருவுக்கு எதிரான குற்றச்சாட்டு

52. வடகிழக்குப் பகுதியிலிருந்து இந்தியாவின் 'மைய' பகுதிகளுக்கு: The terms are so obviously relative and subjective.

53. எதிர்த்துப் புரட்சி செய்ததன் அடையாளமாக : *Lok Sabha Debates,* 6 December 1956.

54. உங்கள் சட்டங்கள் வெறும் காட்சிக்காகத்தான் : P. S. Ramu, *Badshah Khan,* Delhi: S. S. Publishers, 1991, p 94.

4. கனவுக் குழு

55. நான் தொடங்கிய முனைவைத் நானே நிறுத்திக் கொள்கிறேன் : Sugata Bose, *His Majesty's Opponent,* Cambridge: Harvard University Press, 2011, pp 146–47.

56. இந்திய வீரர்களோ, பணமோ, ஆதாரங்களோ இம்பீரியல் போருக்குச் செல்லக்கூடாது : *The Hindu,* 4 September 1939.

57. ஜவாஹர்லால் நேருவும் எதிர்ப்பு மனநிலையில்தான் இருந்தார் : Prasad to B. Shiva Rao, as related by Rao to author, 1973.

58. போலந்தின் சுதந்திரத்துக்காக அடிமை இந்தியா போராட முடியாது : Michael Brecher, *Nehru,* London: OUP, 1959, p 262.

59. ஒன்று அல்லது இரண்டு ஆர்வமூட்டும் தருணங்களை : Linlithgow to Zetland. 18 November 1939, quoted in S. Gopal, *Nehru,* New Delhi: Oxford, 1: 258.

60. காந்தி பின்னர் கூறுகையில் : To Louis Fischer, 4-9 June 1942; 82: 403.

61. நான் உணர்ந்து கொண்ட உடனேயே : R. Gandhi, *Mohandas.*

62. காங்கிரஸ் கேட்கும் எதையும்... அரசியல் சுதந்திரத்தைக் கொடுக்கக் கூடாது : Linlithgow to George VI, 19 October 1939, *Linlithgow Papers*, India Office Library, London.

63. இந்தியா ஒரே நாடு அல்ல. Allen Hayes Merriam, *Gandhi and Jinnah: The Debate over the Partition of India*, Calcutta: Minerva, 1980, pp 64.

64. நான் ஆழ்ந்த வருத்தத்துடன் : *Nichi Nichi, Yomiuri, and Miyako*, 76: 309–12. Sitanshu Das, Subhas: *A Political Biography*, New Delhi: Rupa, 2000, pp 574-5.

65. உங்களுக்கு உறுதிபடத் தெரிவித்துக் கொள்கிறேன் : On 24 Aug 1945 quoted in Moon (ed.), *Wavell*, London: OUP, 1997, p 164.

66. பிரச்னைக்கான தீர்வை கோருதல் : B. C. Dutt, *Mutiny of the Innocents*, Bombay: Sindhu Publications, 1971, pp 177–84.

67. இடைக்கால அரசில் சேருவதற்கு லீக் விடுத்த அழைப்பை ஏற்றுக் கொள்ளுமாறு : In his letter of resignation from Pakistan's cabinet, Mandal states that a cable Ambedkar sent from London had authorized him to join the Interim Government; Jogendra Nath Mandal to Liaquat Ali Khan, 8 October 1950.

68. நானும், என்னுடன் வந்த கிழக்கு வங்காள தலித்துகளும் மிக மோசமாக பாகிஸ்தானில் நடத்தப்பட்டோம் : Ibid.

69. உற்சாகப்படுத்தி முஸ்லிம் லீக் தேசியப் படையில் : Ayesha Jalal, *Self & Sovereignty*, London: Routledge, 2000, p. 482, citing SPPAI, 4 May 1946.

70. முன்னாள் ராணுவ அதிகாரிகள் : Major General M. Akbar Khan, a commander of the attack, in his *Raiders in Kashmir*, quoted by Victoria Schofield in *Kashmir Conflict: India, Pakistan and the Unending War*, p 84.

71. பயணத் திட்டம் தயாரிக்கப்பட்டது : R. Gandhi, *Mohandas*, p 675.

முடிவுரை

72. கார்ல் மார்க்ஸ், ஃப்ரெட்ரிக் ஏங்கெல்ஸ் : Marx Engels Archive, Online: https:// www.marxists.org/archive/marx/

73. முறையாகப் பதிவு செய்யப்படாத கதை : *A History from Aurangzeb to Mountbatten*, New Delhi: Aleph, 2013.

74. இந்தியா ஒரே நாடாக இருப்பது சாத்தியமில்லை : *Hind Swaraj and Other Writings*, Anthony Parel (ed.), London: CUP, pp 52-53.

75. அரசியல் அமைப்புச் சட்டத்துக்காக : *Young India*, 10 September 1931

76. அனைவரும் ஒருவருக்கொருவர் சொந்தமானவர்களே : 'How are the Muslims of the Punjab different from the Hindus and the Sikhs? Are they not all Punjabis, drinking the same water, breathing the same air and. deriving sustenance from the same soil?' M. K. Gandhi in *Harijan*, 28 October 1939; 70: 283.

77. தாகூர் கனவு கண்ட எதிர்கால இந்தியாவையும் : Rabindranath Tagore, *Gitanjali*, London: India Society of London, 1912.

78. தில்லியில் நடைபெற்ற உரையாடல் : Quoted in Pattabhi Sitaramayya, *History of the Indian National Congress*, 1935-47, Bombay: Padma, 1947, pp 755–63.

79. அவர்கள் நமக்கு எதிரிகள் ஆகவில்லை : Speaking to Syed Mahmud of Bihar, 26 July 1947, 96: 147–8.

80. இது பற்றிய முழுமையான விவரங்களை : Shiva Rao, *India's Freedom Movement*, Madras: Longmans, 1960, pp 69–70.

81. உள்ளத்தில் மகிழ்ச்சியுடன் விடை பெறுகிறேன் : Rajagopalachari to Prasad, 26 January 1950 in D. Das (ed.), *Sardar Patel's Correspondence*, Ahmedabad: Navajivan, 1971, 10: 77–78.

82. பிரதமரும் அவரது முதல் சகாவுமான : *Hindustan Times*, 26 January 1950.

83. ஆச்சரியப்படும் வகையில் இருவரும் இணைந்தே பல முக்கியப் பிரச்னைகளுக்குத் தீர்வு கண்டனர் : The Patel-Nehru relationship is fully discussed in Rajmohan Gandhi, *Patel: A Life*, Ahmedabad: Navajivan, 1989.

www.ingramcontent.com/pod-product-compliance
Lightning Source LLC
LaVergne TN
LVHW060627051026
849519LV00002B/798